क्रांतिसुर्य महात्मा बसवेश्वर

प्रा. डॉ. शिवशंकर उपासे

सकाळ प्रकाशन

सकाळ प्रकाशन

क्रांतिसूर्य : महात्मा बसवेश्वर

Krantisurya : Mahatma Basveshwar

प्रथम आवृत्ती	:	डिसेंबर, २०२३
प्रकाशक	:	सकाळ मीडिया प्रा. लि. ५९५, बुधवार पेठ, पुणे-४११ ००२
मुखपृष्ठ	:	प्रदीप घोडके
मांडणी	:	सकाळ प्रकाशन
मुद्रणस्थळ	:	विकास प्रिंटिंग अॅण्ड कॅरिअर्स प्रा. लि. प्लॉट नं. ३२, एमआयडीसी, सातपूर, नाशिक
ISBN	:	978-81-19311-56-9
संपर्क	:	०२०-२४४० ५६७८ / ८८८८८४९०५० sakalprakashan@esakal.com

महात्मा बसवेश्वरांच्या विचारांनी
वाटचाल करणाऱ्या सुधारणावादी,
श्रीमन्निरंजन जगद्गुरू पंचम शिवलिंगेश्वर महास्वामीजी
(श्री दुरदुंडेश्वर सिद्ध संस्थान मठ, निडसोशी, हुक्केरी, बेळगावी, कर्नाटक)
दूरदर्शी व कर्तृत्वसंपन्न व्यक्तिमत्त्वास अर्पण....

प्रस्तावना

जगाचा किमान दोन हजार वर्षांचा इतिहास वरकरणी न्याहाळला तरी लक्षात येते की, प्रत्येक शतकात क्रांती आणि प्रतिक्रांती यांपैकी एक गोष्ट झालेली आहे. भारतवर्षाचा इतिहासही त्याला अपवाद नाही. प्रत्येक प्रांतात विषमता आणि शोषणाला प्रतिकार करणारा संघर्ष झालेला दिसतो. भारतीय समाजात शोषण करणाऱ्या वर्गाने नेहमीच धर्माचा आधार घेतलेला आहे. उत्पादन व्यवस्थेचे आधुनिकीकरण न झाल्याने भारतीय शोषणव्यवस्था ही मुख्यतः देवाधिष्ठित आणि त्याचे भौतिक-रूप म्हणून राजाधिष्ठित राहिली, कारण देव आणि देवाधिष्ठित सामान्याला पराधीन करते. इथल्या राजव्यवस्थेने धर्मव्यवस्थेच्या आधाराने स्वतःचे दैवीकरण करून सामान्य माणसाला केवळ शारीरिक नाही तर मानसिकदृष्ट्याही गुलाम केले. अर्थात अशा परिस्थितीतही माणूसपण जपणारी काही मानवतावादी व्यक्तिमत्त्वे या सामान्य माणसातील विवेकाला साद घालून शोषकांना विरोध करतात. विशेषतः भारतीय परंपरेत हे काम बहुजनवादी संत परंपरेने केले.

आजच्या कर्नाटक व महाराष्ट्रात हजार-पंधराशे वर्षांपूर्वी ज्या प्रदेशाला 'मध्य भारत' म्हणता येईल, त्या प्रदेशात आठशे वर्षांपूर्वी अशीच एक महान क्रांती घडून आली. त्या क्रांतीचा प्रभाव जवळपास शंभर वर्षे टिकला, पण त्यानंतर भारतीय शोषणव्यवस्थेच्या वैशिष्ट्यपूर्णतेने या क्रांतीला कधी गिळंकृत केले, हेही सर्वसामान्यांना कळले नाही.

संपूर्ण जगाने साम्यवादी विचाराला आणि त्यातील श्रम-वैशिष्ट्याला मानवी समाजासाठी एक आदर्श व्यवस्था म्हणून स्वीकारले आहे. वैज्ञानिकतेची आणि बुद्धिनिष्ठतेची शास्त्रीयता गेल्या दोन शतकांत संपूर्ण जगातील विचारवंतांनी आणि तद्अनुषंगिक चळवळींनी एक आधुनिक नवविचार म्हणून प्रस्थापित केला आहे. पण

हा विचार आपल्या देशात प्रस्थापित करण्याचा प्रयत्न मध्य भारतात आठशे वर्षांपूर्वीच केला होता. ही आपल्यासाठी अभिमानाची बाब आहे. या चळवळीला भारतीय इतिहासात 'शरण' किंवा 'लिंगायत चळवळ' म्हणून ओळखले जाते.

ज्या काळात ही चळवळ उभी राहिली, त्या काळात कुठल्याही सामाजिक चळवळीसाठी धर्माचे अधिष्ठान द्यावे लागते. त्यामुळे समतेची, लिंगनिरपेक्षतेची आणि सामूहिक जबाबदारीची उद्दिष्टे मांडणाऱ्या या चळवळीला धर्माचे नाव देत समविचारी लोकांना संघटित करावे लागले. आपल्या आदर्श समाजाचे चित्र रंगवताना ज्या-ज्या गोष्टी त्यांना योग्य आणि हितकारक वाटतील, त्या त्यांनी सहजपणे स्वीकारल्या. त्यासाठी कुठलाही, प्रादेशिक, सांस्कृतिक, भाषिक व धार्मिक अभिनिवेश ठेवला नाही. अगदी कोट्यवधी देवांची मांदियाळी नाकारून सूफी संतांच्या माध्यमातून आलेली एकदेवोपासना, तीही निराकार त्यांनी सहजपणे स्वीकारली. निरर्थक पूजेअर्चेपेक्षा उत्पादक शरीर आणि बौद्धिक श्रमाला प्रथम स्थान दिले. त्याला त्यांनी 'कायक' म्हटले. श्रमाचे हे वैशिष्ट्य आहे की, ते व्यक्तीच्या गरजेपेक्षा अधिक उपयोगकारक संपत्ती निर्माण करते. पण ही संपत्ती आपली गरज भागल्यावर जी उरते ती आपली नसते, तर समाजातील इतर गरजूंची असते, ही 'दासोहा'ची ('दासोह' म्हणजे अहंविरहित दान किंवा सेवा) भूमिका घेतली. सर्वांत महत्त्वाचे म्हणजे आपण, कुटुंब हे सर्व संपूर्ण समाजाचेच सदस्य असतो; त्यामुळे आपल्या हिताचा निर्णय म्हणजे समाजाच्या हिताचाही निर्णय असतो. या भूमिकेतून सामूहिक निर्णय प्रक्रियेसाठी 'अनुभव मंटप' नावाची सामाजिक व्यवस्था अस्तित्वात आणली.

सगळ्यात महत्त्वाचे म्हणजे, या चळवळीचे अध्वर्यू बसवण्णा व त्यांचे सहकारी यांचे हे सर्व प्रयत्न शोषणाविरुद्ध आणि शोषितांच्या स्वातंत्र्य-प्राप्तीसाठी होते. त्यामुळे प्रस्थापित व्यवस्थेत रूढ असलेले शब्द, ज्यांची ओळख या शोषित समाजालाही होती, तेच शब्द त्यांनी आपल्या नव्या विचारांना प्रतिशब्द म्हणून वापरले, जेणेकरून सांस्कृतिकदृष्ट्या अज्ञ आणि भाबड्या समाजाला नवा विचार समजावून देणे सोपे होईल. त्यामुळेच 'शिव', 'लिंग', 'कायक', 'कैलास' आदी रूढ शब्दांना नवा अर्थ व आयाम देण्याचा त्यांनी प्रयत्न केला. अज्ञ-जनांच्या कुंठित जाणिवा विकसित करण्याचा त्यांचा हा प्रयत्न होता. पण या क्रांतिकारक शरणमंडळींच्या पश्चात प्रस्थापितांना ह्या मंडळींनी दिलेले क्रांतिकारक संदर्भ पुसून त्याला पुन्हा प्रस्थापितांच्या साच्यात बसविणे शक्य झाले. एका महान क्रांतिकारक चळवळीचा अशा पद्धतीने लोप करण्यात आला. खरे तर, 'शरण' आणि 'लिंगायत' हे दोनच शब्द या मंडळींनी आपल्या भूमिकेसाठी योजिले होते. त्यांच्या पश्चात 'वीरशैव' हा शब्द घुसडून प्रस्थापितांनी या क्रांतिकारक

चळवळीला आपल्या सोयीचे बनविले.

बसवण्णा आणि लिंगायत चळवळीचे स्वरूप शोधून त्याचे शुद्धीकरण करण्याचा प्रयत्न फ. गु. हळकट्टींपासून सुरू झाला. अलीकडच्या काळात डॉ. एम. एम. कलबुर्गी यांनी आपल्या सूक्ष्म संशोधनाने या चळवळीचे क्रांतिकारक स्वरूप चकमकीत केले. जगभरचे अनेक विद्वान शरणविचारांचा क्रांतिकारक शोध घेत आहेत. मराठीतही भालकी संस्थानने खूपच मूलगामी काम या क्षेत्रात सुरू केले आहे. डॉ. शिवशंकर उपासे हे लिंगायत तत्त्वज्ञानाचे एक साक्षेपी अभ्यासक आहेत. त्यांचा हा छोटेखानी, पण सर्वसामान्य वाचकांना नीरस भान देणारा बसव-चरित्रावरचा ग्रंथ त्यांच्या या अभ्यासाची साक्ष देईलच. त्यांच्या ग्रंथलेखनामुळे लिंगायत आणि लिंगायत्तेर बांधवांना शरणांच्या क्रांतिकारक कार्याचे किमान भान येईल, याची मला या चळवळीचा अभ्यासक म्हणून खात्री वाटते. खरे तर डॉ. उपासे यांनी या वयात एखाद्या तरुणाला लाजवेल अशा जिद्दीने एवढा महत्त्वाचा ग्रंथ पूर्ण केला, याबद्दल एक वाचक म्हणून आणि शरण अनुयायी म्हणून मी त्यांचा कृतज्ञ आहे.

- प्रा. राजा शिरगुप्पे
सामाजिक कार्यकर्ते व साहित्यिक

मनोगत

'महात्मा बसवेश्वरांची विचारप्रणाली' या विषयावर सहा-सात वर्षांपूर्वी कोल्हापूरमधील करवीरनगर वाचन मंदिर, व्याख्यानमालेत माझे व्याख्यान झाले होते. त्या व्याख्यानाच्या तयारीसाठी संबंधित अनेक ग्रंथांचे वाचन करून मी टिपणे काढली होती. त्यापूर्वीही 'महात्मा बसवेश्वर' या विषयावर अनेक व्याख्याने दिली होती. त्या प्रत्येकवेळी महात्मा बसवेश्वरांचे व्यक्तिमत्त्व आणि कार्य यांचा अभ्यास करताना मी भारावून गेलो होतो. बारावे शतक हे समाजात आमूलाग्र बदल घडविण्याच्या, उत्तुंग कार्याचे शतक! भारतवर्षाला त्या काळात सामाजिक सुधारणांच्या क्षेत्रात पडलेले ते सुंदर स्वप्न होते. अगदी याच कालखंडात समाजसुधारणेचा सूर्य पूर्ण क्षमतेने तेजाळला होता.

महात्मा बसवेश्वरांनी वेदप्रामाण्य, पुराण ग्रंथप्रामाण्य आणि चातुर्वर्ण्य या विषमतेची विषवल्ली जोपासणाऱ्या संकल्पना नाकारून असमतेच्या मूळावरच घाव घातला. सामाजिक समतेचा सेनानी म्हणून उदयास आलेल्या बसवेश्वरांनी समाजातील शूद्र-अतिशूद्र बांधवांना हीनतेच्या जोखडाखालून, निरक्षरतेच्या दुःख-वणव्यातून, रूढींच्या विळख्यातून आणि मुजोर धर्मसत्तेच्या धाकातून मुक्त करण्यासाठी अखंड झुंज दिली. जातिभेद नष्ट झाल्याशिवाय समाजात संघटन आणि सामर्थ्य निर्माण होणार नाही, हे लक्षात घेऊन स्वतःच कृती करून पहिले पाऊल टाकले. त्यांची पहिली पत्नी शैव-ब्राह्मण होती, तर दुसरी पत्नी क्षत्रियकन्या होती. अस्पृश्यता हा मानवजातीवरील कलंक आहे, असे त्यांचे मत होते. म्हणून त्यांनी आपल्या 'अनुभव मंटपा'त चांभार हरळय्या, ढोर कक्कय्या, धोबी माचय्या, न्हावी अप्पण्णा, कन्नप्पा कोळी, नागीदेव कांबळे यांच्याशी आपुलकीचे नाते जोडले होते.

'एका घरगड्याचा मी पुत्र आहे', 'अशा दासीचा मी पुत्र आहे' असे ते आपल्या वचनांतून अभिमानाने सांगत. 'मांग चन्ना वडील माझे। ढोर कक्कय्या आजोबा माझे'

असे ते छातीठोकपणे सांगत. उपास-तापास, व्रतवैकल्ये, होमहवन, यज्ञयाग, सोवळे, जप-तप आणि कर्मकांड या विधींमधून निर्माण झालेल्या मानसिक गुलामगिरीची त्यांना चीड होती. या सर्व बाबींवर त्यांनी कठोर प्रहार केले. एका पायावर उभे राहणे, उपवास करणे, अशा देहक्लेशाच्या तऱ्हा त्यांना मान्य नव्हत्या. त्यांनी 'इष्टलिंग' या एकदेवतोपासनेचा पुरस्कार केला. जो मनुष्य किंवा स्त्री आपल्या गळ्यात 'लिंग' धारण करते, ती 'लिंगायत' आहे, मग पूर्वाश्रमी तो मनुष्य अगर स्त्री ब्राह्मण असो, महार असो अगर चांभार असो. त्या सर्वांमध्ये रोटी-बेटी व्यवहार होतील, हे त्यांनी निःसंदिग्धपणे सांगितले. आणि लोकांनीही ते स्वीकारले.

'अनुभव मंटप' हे तर बसवेश्वरांनी निर्माण केलेले मुक्त विद्यापीठ होते. त्यात सर्व जातिधर्मांचे पुरुष आणि स्त्रिया मोकळेपणाने धर्मचर्चा करत. त्यात ७७० सभासद होते. त्यांपैकी २५५ शरण-शरणींनी वचने लिहिली आहेत. प्रत्येकाने उदरनिर्वाहासाठी काम हे केलेच पाहिजे, असा त्यांचा दंडक होता.

उदरनिर्वाहासाठी केलेल्या कामाला बसवेश्वर 'कायक' म्हणतात. यातून त्यांनी श्रमाचे महत्त्व वाढविले. श्रम हा समाजाच्या सर्वांगीण विकासाचा पाया आहे, हे त्यांनी पटवून दिले. अतिरिक्त कमाईचा वापर दीनदुबळ्यांसाठी करा, हे त्यांनी 'दासोह' या संकल्पनेतून समाजाच्या गळी उतरविले. आत्मकल्याणासह समाजकल्याण करणे आवश्यक आहे. व्यक्तीची अंतरंगशुद्धी आणि बहिरंगशुद्धी या दोन्ही बाबी आवश्यक आहेत. प्रत्येक माणसाने कुटुंबात व समाजात वावरताना सदाचार अंगीकारला पाहिजे, असा त्यांचा आग्रह होता.

प्रतिगामित्वाच्या बुरख्याखाली वावरणारा समाज बसवेश्वरांच्या प्रेमळ शिकवणुकीमुळे पुरोगामित्वाच्या प्रकाशात न्हाऊन निघाला. या शिकवणुकीच्या प्रचार व प्रसारामुळे प्रभावित होऊन देशाभरातून हजारो लोक त्यांचे अनुयायी बनले. त्या समता आंदोलनातून त्यांनी स्वतःहून सहभाग नोंदविला. त्या काळातील कल्याणमध्ये बसवेश्वरांनी राबविलेला हा नवा प्रयोग होता. या चैतन्यपूर्ण प्रयोगामध्ये अल्लमप्रभू, चन्नबसवेश्वर, नागांबिका, अक्कमहादेवी व सिद्धरामेश्वर या सहकाऱ्यांनी मनापासून साथ दिली. त्याचबरोबर हरळय्या, मधुवारस, मडिवाद माचण्णा, आयदक्की मारय्या, महादेव गंगादेवी, ढोर कक्कय्या, किन्नरी बोमय्या, नर्तक घटवाळय्या, गुराखी रामण्णा, दयामूर्ती दसरण्णा, नागीदेव कांबळे, वैद्य संगण्णा, शेतकरी मुद्दय्या, शिवप्रिया, काविरे रेमव्वा, शेतकरी बोमय्या, दानम्मा, सत्यवती, पद्मावती, उरिलिंगदेव व सुखानी देव अशा समाजातील सर्व थरांतील स्त्री-पुरुष शरण अनुयायांनी स्वतः आचरण करून समाजासमोर नवा आदर्श उभा केला.

विज्ञानवादी आजचा आपला समाज बाराव्या शतकातील बसवेश्वरपूर्व

कालाइतकाच मानसिकरित्या थोड्याफार फरकाने समान आहे, म्हणून बसवेश्वरांच्या विचारांचा आजही जागर करणे गरजेचे आहे. बसवेश्वरांच्या तत्त्व-विचारांच्या प्रकाशात आजही समाजाने न्हाऊन निघणे अत्यावश्यक आहे, असे मला वाटते.

आजरा येथील श्रीमंत गंगामाई वाचन मंदिराचे ग्रंथपाल कोंडुसकर यांच्याकडून संबंधित पुस्तके उपलब्ध झाली. कोल्हापूरचे राजशेखर तंबाखे, वीरशैव सिद्धांतामृतचे संपादक वसंतराव सांगवडेकर, कोल्हापूर वीरशैव समाजाचे अध्यक्ष सुनील गाताडे, सन्मित्र सुभाष विभुते, डॉ. जयसिंग कळके, प्रा. के. बी. केसरकर, मारुती डेळेकर, उत्तम कोकितकर, सुनील सुतार, बळवंत शिंत्रे, सौ-पुष्पलता घोळसे, प्रा. सौ. दीपा पाटकर, संतान सुद्रिक, प्रा. सुकांत हिरेमठ, डॉ. प्रकाश शहापूरकर, रामचंद्र पोवार, पांडुरंग चव्हाण, गणपतराव डोंगरे, डॉ. एच. व्ही. देशपांडे, डॉ. ब. ना. तुरंबेकर, डॉ. विवेक पाटणे, डॉ. अंजनी देशपांडे, डॉ. दीपक सालेसकर, रवींद्र देसाई, अनंत सुतार, भगवान पवार, तानाजी भोकरे, प्रा. जी. आर.पाटील, सौ. सुखदा गाडगीळ, संतोष जाधव, डॉ. जी.ए. बुबा, प्रा. रवींद्र कुंभार, डॉ. श्रीकांत नरूले, अशोकअण्णा चराटी, डॉ. जी. पी. माळी, भरत बुरूड, शुभांगी निर्मळे, श्रावण जाधव, डॉ. अनिल सर्जे या सुहृदांनी लेखणासाठी नेहमी प्रोत्साहन दिले. या सर्व मित्रांचा मी मनापासून आभारी आहे.

पत्नी सौ. अपर्णा, विद्यानंद व दयानंद ही मुले आणि सौ. मंगल, सौ. विनया व सौ. सुधा या सुना, अथर्व, ओंकार, क्षितिजा व हृदयांश हे नातू, पुतण्या चंद्रकांत उपासे, नातू डॉ. अमित उपासे, नातसून सौ. अनुप्रिया, कन्या सौ. अंजली तेली, जावई अनिल तेली, शंकरराव हिंगे, पुतणी सौ. शैलजा व भगिनी श्रीमती सुशीला तेली या सर्वांच्या प्रेमळ आग्रहामुळे लेखनास साहाय्य मिळत गेले.

सकाळ प्रकाशनाने हे पुस्तक प्रकाशित करण्याची जबाबदारी स्वीकारली, त्याबद्दल मी संपादकीय मंडळाचा आभारी आहे. सांगली येथे २०१०मध्ये झालेल्या १०व्या विद्रोही साहित्य संमेलनाचे अध्यक्ष प्रा. राजाभाऊ शिरगुप्पे यांनी पुस्तकासाठी प्रस्तावना लिहिली, त्याबद्दल मी त्यांचा आयुष्यभर ऋणी राहील आहे. या पुस्तकाबद्दल अभ्यासकाच्या भूमिकेतून वाचकांनी प्रतिक्रिया जरूर कळवाव्यात. त्यांचे मनस्वी स्वागत आहे.

- प्रा. डॉ. शिवशंकर चन्नाप्पा उपासे
आजरा

अनुक्रमणिका

महात्मा बसवेश्वरांचा जीवनपट

भारतवर्षात बाराव्या शतकातील लिंगायत आंदोलनात सर्व जाती-वर्णांतील स्त्री-पुरुषांसाठी इष्टलिंग भक्तीचा व एकदेवतोपासनेचा जोरदार पुरस्कार करणारे धर्मसुधारक! माणसामाणसांत आणि स्त्री-पुरुषांत समता प्रस्थापित करून एकसंघ समाज साकारणारे जातिअंताच्या लढ्यातील लढवय्ये सेनानी! तसेच प्रत्येक व्यक्तीने उदरनिर्वाहासाठी 'श्रम' (कायक) केले पाहिजेत, असा धर्मसुधारणेमध्ये श्रमाचा आणि श्रमिकांचा गौरव करणारे पहिले विचारवंत! सर्व जाती-वर्णांतील स्त्री-पुरुषांसाठी जीवनाची, नीतीमूल्यांची व लिंगायत आचार-विचारांची चर्चा करण्यासाठी 'अनुभव मंटप' ही जगातील पहिली संसद स्थापन करणारे, तसेच लोकशाही व व्यक्तिस्वातंत्र्य ह्या मौलिक मूल्यांच्या चळवळीचे उद्गाते! आपल्या उत्पन्नातील काही भाग समाजातील गरजूंसाठी कर्तव्यभावनेने देणे म्हणजे 'दासोह' ही संकल्पना समाजजीवनात राबविणारे कल्पक-सुधारक! स्त्री दास्याच्या शृंखला तोडणारे क्रांतिपुरुष आणि वचन-साहित्य लिहिणारे प्रतिभावंत कवी! समाजातील मागासलेपणाचा अंधार दूर करून सुधारणांचा

प्रकाश अंगीकारणाऱ्या 'लिंगायत' किंवा 'शरण आंदोलना'चे अध्वर्यू! अन्यायाविरुद्ध लढणाऱ्या सम्यक विद्रोही महात्मा बसवेश्वरांचे जीवनसार जाणून घेऊ या!

जन्म

ते १११३चे वर्ष होते. मंगळवेढा राज्यात कळचुर्य वंशाचे राजे राज्य करत होते. राजाचे नाव होते जोगमा. या राजाने इंगळेश्वर बागेवाडीच्या मादिराजाला 'पुरवराधिश्वर' हे पद दिले होते. तो आसपासच्या बारा गावांचा प्रमुख होता. मादिराज या शैव ब्राह्मणाच्या पत्नीचे नाव मादलांबिका होते. या दोघांना 'देवराज' हा मोठा मुलगा होता, तर 'नागलांबिका' ही मोठी मुलगी होती. तर 'बसव' हे त्यांचे तिसरे अपत्य होते. बसव आठ वर्षांच्या असताना मादिराज आणि मादलांबिका या पती-पत्नीने बसवाची मुंज करावी असे ठरविले.

मादिराजांनी बसवाला सांगितले, "बाळ बसवा, आता तुझा व्रतबंध संस्कार म्हणजे मुंज करू या! आपल्या पै-पाहुण्यांना बोलवू या!" बसव म्हणाला, "बाबा, त्याची काय गरज आहे? दुसरे करतात म्हणून आपण करायची का? मला नको ती मुंज!" त्यावर बाबा गरजले, "अरे वेडा आहेस का तू? तुझा मोठा भाऊ देवराज-त्याची झाली ना मुंज? तशीच तुझी मुंज करायची आहे. ही मुंज मुलांनी करायची असते. माझ्या वडिलांनी माझीही मुंज केली आहे. अरे, आपल्या घरात चालत आलेला हा संस्कार आहे. तुझी बडबड बंद कर. मी आता पुरोहितांना बोलावून घेऊन मुंजीचा मुहूर्त ठरवून टाकतो. पाहुण्यांना निमंत्रणे देतो. तू गप्प बैस!"

मुंजीस नकार

ठरल्याप्रमाणे मुहूर्त निघाला. आमंत्रणे गेली. मुंजीच्या दिवशी मादिराजांचे घर पाहुण्यांनी गजबजून गेले. बसवाची आई मादलांबिका - तिचे बंधू बलदेव हे मंगळवेढ्याच्या राजदरबारात मंत्री होते. तेही समारंभासाठी आले होते. व्रतबंध संस्काराची सामग्री आली होती. पुरोहित आले होते. वडिलांनी बसवाला हाक मारली. म्हणाले, "बाळ बसवा, स्नान करून घे आणि हे नवे कपडे घाल. तुझी मुंज करायची आहे. सगळे पाहुणे व स्नेही आले आहेत. चल! आटप बघू!" वडिलांचा हा आग्रह आणि आदेश ऐकून बसवाने बाबांना बाजूच्या खोलीतून हाक मारली. बाबा तिथे गेले. बसव म्हणाला – "बाबा, कशासाठी हा हट्ट करता? हा संस्कार पवित्र आहे, असे तुम्ही म्हणता ना? मग हा मंगलसंस्कार आईला का नाही? आक्काची मुंज का केली नाही? स्त्री आणि पुरुष यांच्यात भेद करणारा हा संस्कार माझ्या मनाला पटत नाही. तुमची मुंज झाली. देवराजदादाची झाली म्हणून मी का करावी? कुडलसंगमच्या जातवेद मुनींनी मला

लहानपणी लिंगदीक्षा दिली आहे. मग या वेगळ्या संस्काराने काय साध्य होणार आहे? ह्याची मुंज होते, त्याची मुंज होते, म्हणून मी करायची का? मला हे मान्य नाही."

बसवाचे मामा बलदेव आणि त्यांची पत्नी यांनी बसवाला समजावण्याचा प्रयत्न केला; पण बसव आपल्या मतावर ठाम होता. बाबांकडे न पाहता बसव निश्चयाने बोलला, "हे पाहा, माझे हे वागणे तुम्हां साऱ्यांच्या पदाला कमीपणा आणणार असेल, तर मला हे घर सोडून जावे लागेल. तशी मला परवानगी द्यावी!" आता मात्र मादलांबिका मातेचा धीर सुटला. ती बसवाजवळ गेली. त्याच्या दोन्ही खांद्यांवर हात ठेवून त्याला जवळ घेत म्हणाली, "बाळ बसवा! तुला मुंज करून घ्यायची नसेल तर राहू दे! पण असा घर सोडून तू जाऊ नको. त्याच्या दृढनिश्चयाने आलेली पाहुणेमंडळी आणि मामा बलदेव - सारे थक्क झाले. आलेली अतिथीमंडळी जड मनाने परतत होती; पण जाताना मनात केवळ आठ वर्षांच्या बसवाचे वेगळेपण मात्र प्रत्येकाच्या मनाला जाणवले होते.

बालपण

बागेवाडी विभागाचे 'पुरवराधिश्वर' असलेले मादिराज धार्मिक व सत्प्रवृत्त गृहस्थ होते. मादलांबिका ही त्यांची पत्नीही धार्मिक व प्रेमळ होती. तिच्या पोटी वैशाख शुद्ध तृतीया म्हणजे अक्षय तृतीयेच्या दिवशी, ११०५मध्ये दुसरे पुत्ररत्न जन्मले. नंदीच्या कृपेने झालेल्या त्या पुत्राचे नाव म्हणूनच 'बसव' असे ठेवण्यात आले. हाच 'बसव' पुढे 'महात्मा बसवेश्वर' या नावाने आद्य समाजसुधारक म्हणून विख्यात झाला. बाल बसव हळूहळू मोठा होऊ लागला.

आक्का नागलांबिका ही त्याची मोठी बहीण होती. ती जशी सुंदर होती तशीच बुद्धिमान होती. लहान बसवाला घेऊन ती वाड्यात फिरायची. ती त्याला कडेवर घेऊन बागेवाडीत फिरून येई. कधी-कधी ती त्याला मल्लिकार्जुन मंदिरातही घेऊन जाई.

छोटा बसव तीक्ष्ण बुद्धीचा व सुदृढ बांध्याचा होता. बसव चार वर्षांचा झाला आणि मादिराजांनी त्याच्या शिक्षणाची व्यवस्था घरातच केली. त्यासाठी विद्वान शिक्षकाची नेमणूक केली. बसव कन्नड भाषेतून वाचायला व लिहायला शिकला. त्याची आकलनशक्ती अफाट असल्यामुळे शिक्षणात प्रगती होती. दोन-तीन वर्षांनंतर तो पुराणे, रामायण, महाभारत वाचू लागला. त्या वाचनानंतर बसव अनेक महत्त्वाचे प्रश्न गुरुजींना विचारी. त्यात त्याच्या अफाट बुद्धीची चमक दिसे.

घरात आणि गावात घडत असलेल्या अनेक बाबी व घटना तो बारकाईने पाही. गावात यज्ञ होत असत, त्यात बकरा, रेडा अशा प्राण्यांचे बळी दिले जात. यज्ञात टाकले जाणारे दूध आणि तूप यांचा होणारा नाश त्याला पाहवत नसे. हे असे का करतात, ते त्याला कळत नसे. त्याचा त्याला रागसुद्धा येई.

वडिलांसाठी घरात चांभार चप्पल घेऊन येई. आई त्यावर गोमूत्र शिंपडून ते घेत असे. 'असे का?' असे बसवाने विचारल्यावर आई सांगत असे, "अरे, ते चप्पल शुद्ध करण्यासाठी!" बसवाला अर्थातच ते पटत नसे. गाईचे मूत्र चप्पल शुद्ध कसे करील? कर्मशील चांभाराने निर्मळ मनाने तयार केलेल्या चपला अशुद्ध असतीलच कशा? शेतीवर काम करणाऱ्या म्हादबाला पाणी पिण्यासाठी आई तांब्या देत नाही, तर बाहेर अंगणात त्याच्या ओंजळीत पाणी ओतते. त्याला आई तांब्या का देत नाही? असे अनेक प्रश्न त्याच्या मनात रुंजी घालत असत. महार माणसाला गावातील विहिरीवर पाणी का भरू दिले जात नाही? ही माणसे गावाबाहेर का राहतात? ती कुडाच्या झोपडीत का राहतात? यल्लाम्माच्या यात्रेत अनेक अडाणी स्त्रिया आपल्या पोटच्या मुलीला देवदासी म्हणून यल्लम्माला सोडीत होत्या. जोगम्मा देवीच्या यात्रेत भोळ्या लोकांना लुबाडणारे पुजारी, देवाच्या नावावर कापली जाणारी बकरी, हे सारे पाहिल्यानंतर बसवाचे मन अस्वस्थ होई.

> आपल्या घरात ब्राह्मणमंडळींचे जाणे-येणे आहे. पण कुंभार, कोष्टी, तेली, कुणबी, शिंपी, लोहार या वर्गातील माणसे आपल्या घरी का येत नाहीत? वाणी, ब्राह्मण, कुंभार, माळी यांचे एकमेकांकडे जाणे येणे का नाही? आपल्याच जातीतील माणसांशी लोक संबंध का ठेवतात? या आणि अशा अनेक प्रश्नांच्या इंगळ्या बसवाच्या मनाला डसत होत्या. ब्राह्मण इतर माणसांना स्पर्श का करत नाहीत? त्यामुळे ते कसे अपवित्र होतात? खरे म्हणजे सर्व माणसे ही ईश्वराची लेकरेच नाहीत का? कोणताही माणूस मांजर, कुत्रा, पोपट, गाय, म्हैस, बैल, बकरी, शेळी यांना नेहमी स्पर्श करतो. मग माणसे त्यांच्याहून हलक्या दर्जाची आहेत काय?

महार, मांग, चांभार या वर्गातील माणसांच्या स्पर्शाने ब्राह्मण, लिंगायत माणसे बाटतात म्हणे! हे बाटणे म्हणजे तरी काय? अशा कितीतरी प्रश्नांनी त्याचे मन पोखरून गेले होते, खेळण्या-बागडण्याच्या या दिवसांत बसवाचे मन त्यात रम नसे. हे प्रश्न तो नागलांबिका अक्काला विचारी. ती त्याची समजूत काढी. त्याच्या अनेक प्रश्नांना तिच्याकडे उत्तरेच नसायची.

नागलांबिका अक्का बसवापेक्षा आठ-दहा वर्षांनी मोठी होती. बागेवाडीपासून आठ-नऊ किलोमीटर अंतरावर असलेल्या इंगळेश्वर गावातील 'शिवनाग' या सज्जन तरुणाबरोबर तिचा विवाह करून देण्यात आला. छोटा बसव आपल्या अक्काच्या गावी वरचेवर जायचा. dत्या गावात ब्राह्मणांची संख्या मोठी होती.

गावातील कमलेश्वर, सोमेश्वर, नारायण अशा विविध देवळांत तो अक्का व

भाऊजींबरोबर जात असे. गावाजवळच्या गुहेत जैन मुनी राहायचे. जवळच पार्श्वनाथ मंदिरही होते. ते सारे तो पाहत होता. बागेवाडीच्या पंचक्रोशीत शैव, वैष्णव आणि जैन अशा विभिन्न संस्कृतींचा पगडा होता. या साऱ्यांचे बारकाईने बसव निरीक्षण करायचा. ह्या विविध परंपरांमधील वेगवेगळे आचार त्याच्या मनात साठून राहत. बसवाचे बालपण असे ज्ञानसंपन्न होते. त्याच्या वयाची लहान मुले आपल्या खेळांत रमत. बसव मात्र त्यापासून दूर होता. माणसांमाणसांतील असमानता त्याच्या मनात टोचत राहत असे. त्यामुळे तो विचार मंथनात हरवलेला दिसायचा. वयाच्या अगदी आठव्या वर्षी भोवतीचा समाज, ब्राह्मण धर्म आणि आई-वडील यांच्या विरोधात मत मांडणे आणि ते प्रत्यक्षात उतरविणे ही सोपी गोष्ट नाही. त्यासाठी विचारावर ठाम विश्वास असावा लागतो! हा आत्मविश्वास हीच बसवाची शक्ती होती. त्याच्याच बळावर त्याने भावी आयुष्यात अनेक वैचारिक लढाया केल्या आणि जिंकल्याही!

आठ वर्षांच्या बसवाने आपली मुंज करून घेण्याचे नाकारले. मादिराजांना त्याच्या कठोर निश्चयाचा मानसिक धक्का बसला. ते बेचैन झाले. हळूहळू त्यांचे जेवण कमी-कमी होत गेले. ते अशक्त होत गेले. मुलाने ब्राह्मणधर्म नाकारला ही बाब त्यांनी मनाला लावून घेतली. अशा अस्वस्थ मनःस्थितीतच त्यांचा अंत झाला. हीच स्थिती मादलांबिका मातेची होती. त्यातच तिच्या 'पुरवराधिश्वर' पतीचे निधन झाले. हा तर तिच्या मनावर मोठाच आघात होता. तिनेही यथाकाळ जगाचा निरोप घेतला. अशा तऱ्हेने बसवाच्या डोक्यावरील माता-पित्याचे छत्र काळाने हिरावून घेतले. घरात आता फक्त आजी होती.

> दरम्यानच्या काळात बसवाने आसपासची आणि थोडी दूरची तीर्थक्षेत्रेदेखील पाहिली. म्हसवड, खरसुंडी, कोल्हापूर, पंढरपूर, तुळजापूर अशा अनेक गावांच्या जत्रा त्याने पाहिल्या. त्यामध्ये भोळ्या भाविकांना पुजारी लुबाडत असलेले त्याला दिसले. त्या काळी गावागावांतील धनदांडगी माणसे गरीब शेतकऱ्यांचे, मजुरांचे, भक्तांचे शोषण करत होती. हे पाहिल्यावर बसवाचे मन आक्रंदून उठे.
>
> भोवतालच्या समाजाची भेसूर स्थिती पाहिल्यानंतर, अनुभवल्यानंतर तो अस्वस्थ होई. त्यानंतर जिज्ञासा म्हणून त्याने विद्वान गुरूंच्या आश्रमांना भेटी दिल्या. विजापूर, हसन, चित्रदुर्ग, बळ्ळीयवे, गदग, संगमेश्वर, मुलगुंड अशा गावांच्या विद्यादान करणाऱ्या स्थळांना भेटी दिल्या. बसवाने ज्ञानार्जन करण्यासाठी कृष्ण-मलप्रभा संगमावरील जातवेद मुनींच्या आश्रमात दाखल होण्याचा निर्णय घेतला. त्यावेळी तो सोळा वर्षांचा होता.

ज्ञानसाधना

'कुडलसंगम हे नयनमनोहर शैवक्षेत्र आहे. तेथील शिवमंदिरात कुडलसंगमेश्वराचे शिवलिंग आहे. परिसरात जातवेद मुनींचा आश्रम होता. त्यांचे अनेक शिष्य ज्ञान मिळविण्यासाठी तिथे आले होते. एका प्रात:काळी बसवाने आश्रमात प्रवेश केला. गुरूंना मनोभावे वंदन केले आणि शिष्य म्हणून स्वीकारण्याची विनंती केली. मुनींनी मान्यता दिली. बसवाची दिनचर्या आता विद्यार्जन करणाऱ्या सुशील शिष्याची झाली. श्रवण. चिंतन-मनन या बाबींमुळे बसवाचे मन व बुद्धी समृद्ध होत गेली. गुरुंचे प्रवचन व प्रबोधन ऐकून शंकानिरसन करून घेणे हे तर नित्याचे झाले होते. अनेक ग्रंथांचे अध्ययन, मित्रांशी वाद-संवाद, आवश्यक त्या भागांचे पाठांतर यांमधून बसवाची ज्ञानसाधना उजळून निघत होती. त्याच्या मुखावर विद्वत्तेचे तेज दिसत होते. वेद, षड्दर्शने, पुराणे, श्रुती-स्मृती, रामायण, महाभारत या आणि अशा विख्यात ग्रंथांचा त्याने बारकाईने अभ्यास केला.

> जातवेद मुनी त्यांना सांगत, "अद्वैत दृष्टी आपल्यात भिनली की विश्वात सर्वत्र आपल्याला शिवतत्त्व दिसू लागते. सर्व मानव एकच आहे. त्यांच्यात भेदभाव नाही हे जाणवू लागते. अशी मनाची अभेद स्थिती झाली की, 'आत्मज्ञान' अगर 'शिवज्ञान' झाले असे मानावे." जातवेद मुनींचे हे शब्द बसवाने प्रयत्नपूर्वक मनात ठसवून ठेवले. बसवाच्या बोलण्या-वागण्यातून ही समतेची दृष्टी जनतेला जाणवू लागली होती. तो आता सिद्धहस्त शिवोपासक झाला होता.

भारतातील सर्वच उपासना पंथांचा बसवाने आश्रमात राहून अभ्यास केला होता. श्रुती-स्मृती या शास्त्रग्रंथांत बसवाला विषमतेची आणि गुलामगिरीची पेरणी दिसत होती. जैन आणि बौद्ध यांचा संसाराकडे पाठ फिरविण्याचा आणि ईश्वराला न मानण्याचा विचार बसवाला मान्य झाला नाही. देवळांमधील ग्राम्य देवतांचे (मरिआई-म्हसोबा-मुंज्या इ.) पूजन त्याला आवडले नाही. देवळातील देवदासी आणि मुरळ्यांची नियुक्ती त्याला योग्य वाटली नाही. धर्मग्रंथांनी स्त्रीच्या व्यक्तिमत्त्वाचा विचारच केला नाही; उत्तर स्त्रीजातीवर अन्यायच केलेला आहे, हे बसवाच्या लक्षात आले. शूद्रांना व अस्पृश्यांना मंदिरांत प्रवेश दिले जात नाहीत. स्वर्ग-नरक, पाप-पुण्य या कल्पना पुरोहितांच्या उत्पन्नात वाढ करणाऱ्या होत्या. धर्माच्या ह्या दारुण चित्राने बसव खूपच अस्वस्थ झाला. त्याच्या मनाची तगमग होऊ लागली. कुडलसंगम येथे बसव बारा वर्षे राहिला. त्या काळात त्याचे व्यक्तिमत्त्व विचारसमृद्ध झाले. बसव आता 'बसवेश्वर' झाले.

वीरशैवजन गळ्यात इष्टलिंग बाळगतात आणि एकांतात शिवपूजा करून शिवयोग

साधतात. त्यांच्यात मध्यस्थाची गरज नाही. इष्टलिंग कायमस्वरूपी शरीरावर असल्याने वाईट विकार व प्रवृत्ती यांच्यावर अंकुश राहतो. हे इष्टलिंगपूजन व दीक्षाविधी वीरशैवांमध्ये स्त्री-पुरुष दोघांनाही आहे. शिवाय होमहवन, यज्ञविधी, अनेक देवतोपासना त्यांच्यात अजिबात नाही. वीरशैव धर्मातील या चांगल्या बाबींनी बसवेश्वरांचे मन आकर्षित केले. त्यामुळे बसवेश्वरांनी वीरशैव धर्माचा पुरस्कार करण्याचे मनोमन ठरविले. अर्थात वीरशैव धर्मातही काही वाईट गोष्टी कालानुरूप शिरल्या होत्या. त्या दूर करण्याचे त्यांनी ठरविले. या चर्चेत त्यांनी मोठी बहीण नागलांबिका, भाऊजी शिवदेव, विश्वास सहकारी मित्र, गुरू जातवेद मुनी यांना सहभागी करून घेतले. त्या सर्वांनी आता वीरशैव धर्माची पुनर्बांधणी करण्याचे ठरविले. त्यानंतर त्या वीरशैव -लिंगायत धमाचा प्रचार आणि प्रसार झपाट्याने करण्याचा निश्चय केला.

विवाह

बसवाच्या मुंजीच्या कार्यक्रमासाठी त्याचे मामा बलदेव आले होते. त्यावेळी बाल बसवाने मुंज करून घेण्यास ठाम नकार दिला होता, हे बलदेवांनी पाहिले होते. त्यापुढे कुडलसंगम येथे बसवाने केलेली प्रगती त्यांनी अजमावली होती. अशा या कर्तबगार तरुणाला आपली कन्या देण्याच्या इराद्याने बलदेव मंगळवेढ्याहून कुडलसंगम येथे आले. त्यांनी जातवेद मुनींना बसवेश्वर आणि कन्या गंगांबिका यांच्या विवाहाचा आणि त्यानंतर मंगळवेढा राजधानीत राजसेवेचा प्रस्ताव सांगितला. गुरुवर्यांना या दोन्ही बाबी बसवेश्वराच्या सुखद जीवनप्रवासासाठी योग्य वाटल्या. जातवेद मुनींनी बसवेश्वरास बोलावून या दोन्ही संधींचे सोने कर असा आशीर्वाद दिला. त्याप्रमाणे बसवेश्वरांचा विवाह गंगांबिकेशी झाला. मंत्री बलदेवांच्या योजनेप्रमाणे ते बसवेश्वरासह मंगळवेढा राजधानीत आले.

मंगळवेढा येथील कार्य

मंगळवेढा येथे बिज्जळ राजा राज्य करत होता. बलदेव हे तेथे मंत्री होते. बलदेवांनी बसवेश्वरांना कोषागार खात्यात कर्णिकपदावर (कारकूनपदावर) नेमणूक केली.

बसवेश्वर कष्टाळू, प्रामाणिक व कर्तव्यशील होते. त्यांनी राज्याच्या करवसुलीवर होणारा खर्च कमी केला. करवसुलीमध्ये पारदर्शीपणा आणला. खात्यातील अधिकाऱ्यांचा भ्रष्टाचार त्यांनी उघड केला. कर्मचाऱ्यांना प्रोत्साहित केले. त्यामुळे राज्याचे उत्पन्न भरघोसपणे वाढतच गेले. प्रशासनातील कामचुकार नोकरांच्या चुका त्यांनी मुख्य कोषाधिकारी सिद्ध दंडाधीप यांच्या नजरेस आणल्या.

बसवेश्वरांच्या अशा कार्यावर ते खूश झाले. त्यांनी राजा जवळ त्यांच्या कार्याची

प्रशंसा केल्याने बसवेश्वरांना बढती देण्यात आली. त्यांनी बिज्जळाजवळ त्यांच्या कायाची प्रशंसा केल्याने बसवेश्वरांना बढती देण्यात आली. त्यांना दुय्यम खजिना अधिकारी किंवा भंडारी म्हणून दरसाल १०१ सुवर्ण होनांच्या वेतनावर बढती मिळाली. लवकरच ते कोषागार मंत्री झाले. त्यांच्या कारकीर्दीत त्यांनी भरपूर काम करून राज्याचा खजिना सतत-चढता वाढता ठेवला. चार ते पाच वर्षांच्या विपुल करवसुलीमधून राजाला सैन्य भरती जोरदार करता आली. किल्ल्यांची दुरुस्ती दिलदारपणे करता आली. भरपूर उत्पन्नामुळे बिज्जळ राजा बसवेश्वरांच्या कामगिरीवर खूपच खूश झाला.

ताम्रपटाचे वाचन

एके दिवशी राजमहालाची दुरुस्ती करताना कामगारांना ताम्रपट सापडला. दरबारातील सर्व मंत्र्यांनी त्याचे वाचन करण्याचा प्रयत्न केला. पण त्यातील मजकूर कुणालाही वाचता येईना. राजा बिज्जळाने बसवेश्वरांना बोलावून तो कूर लिपीतील ताम्रपट वाचायला दिला. त्यासाठी दोन दिवसांची मुदत दिली गेली. दोन दिवसानंतर बसवेश्वरांनी राजाला सांगितले, "महाराज, आपल्या कळचुर्य घराण्यातील पूर्वजांनी मंगळवेढा राज्याचे वैभव वाढावे यासाठी मौल्यवान सोने, चांदी, हिरे, जवाहीर व मोत्यांचा खजिना आपल्या सिंहासनाखाली जमिनीत खोल गाडून ठेवला आहे. लोककल्याणासाठी त्याचा वापर करावा, असा संदेश त्यात दिला आहे."

दरबारातील कोंडी मंचण्णा, बिज्जळाचा राजकुमार सोविदेव आणि दरबारातील काही अधिकारी यांनी सिंहासनाखालची जागा खोदण्यास विरोध केला. बसवेश्वरांचे ताम्रपटाचे वाचन चुकीचे असल्याचे त्यांनी ठामपणे सांगितले. पण राजाचा बसवेश्वरांवर विश्वास होता. त्याने सिंहासनाखालची जागा खोदून घेतली. काय आश्चर्य! जमिनीत चार रांजण सोने, चांदी, जडजवाहीर, मोती असे पुष्कळ धन सापडले. ही संपत्ती पाहून राजा खूश झाला. त्याने दुसऱ्या दिवशी खास दरबार भरवून बसवेश्वरांचा विशेष सत्कार व गौरव केला. केवळ बसवेश्वरांनाच ताम्रपटाचे वाचन करता आले, या वैशिष्ट्याने राजा चकित झाला होता.

निलांबिकेशी विवाह

राजा बिज्जळाचे वडील पेर्माडी यांना दिलेल्या वचनाला जागून त्यांचे विश्वासू मंत्री दंडनायक सिद्धरस व त्यांची पत्नी पद्मगंधी यांनी बिज्जळाचे राजनिष्ठेने संगोपन व पालनपोषण करून राज्यकारभारात कुशल केले. पुढे हीच परिस्थिती सिद्धरसाच्याबाबतीत निर्माण झाली. सिद्धरस व पद्मगंधी यांना एकुलती एक कन्या होती - तिचे नाव निलांबिका होते. ती सुंदर व बुद्धिमान होती. मृत्युसमयी सिद्धरसाने

बिज्जळाला बोलावून निलांबिकेचा सांभाळ करून तिचा विवाह लावून देण्यासाठी विनंती केली. निलांबिका ही बिज्जळ राजाची मानलेली बहीण होती. बसवेश्वरांनी राज्याची आर्थिक सुबत्ता वाढवली होती. भ्रष्टाचार कमी केला होता. ते राजनिष्ठ होते. बसवेश्वरांचे निस्वार्थी वागणे लक्षात घेऊन बिज्जळ राजाने निलांबिकेशी बसवेश्वरांचा दुसरा विवाह थाटामाटाने लावून दिला.

> या लग्नासंबंधातील महत्त्वाची बाब म्हणजे बसवेश्वर शैव ब्राह्मण होते, तर निलांबिका ही क्षत्रिय कन्या होती. त्यामुळे हा आंतरजातीय विवाह होता. बसवेश्वरांचे समतेचे व समन्वयाचे हे धोरण फारच महत्त्वाचे होते. याच समतेच्या तत्त्वाचा आग्रह धरून बसवेश्वरांनी वीरशैव धर्माची पुनर्बांधणी केली. त्या दृष्टीने बसवेश्वरांनी क्षत्रिय कन्येशी विवाह करून 'आधी केले मग सांगितले' या तत्त्वाचा अंगीकार केला. यातूनच समाजाला समतेचे तत्त्व सांगण्याचा त्यांना अधिकार प्राप्त झाला.

समाजकार्याची पायाभरणी

वेगवेगळ्या धर्मात तत्त्वज्ञान चांगले होते, पण त्या धर्मातील लोकांचे आचरण मात्र भ्रष्ट होते, हे बसवेश्वरांना जाणवले. या विसंगत स्थितीपेक्षा बसवेश्वरांना वीरशैव विचार अधिक व्यावहारिक व योग्य वाटले. कोणत्याही जातीतील व्यक्तीने इष्टलिंग दीक्षा घेतली तर त्याची पूर्वीची जात नष्ट होते. तो वीरशैव होतो. मग त्यांच्यात रोटी-बेटी व्यवहार होऊ शकतात. मंगळवेढ्यातील बिज्जळ राजाच्या दरबारात काम करत असताना हा समतेचा विचार समाजात कसा प्रसृत करता येईल, याचे बसवेश्वर चिंतन करत. त्यासाठी राज्यातील महत्त्वपूर्ण गावे आणि त्यातील विचारवंत व्यक्ती यांच्याशी ते संपर्क ठेवत. स्वतः बसवेश्वर नम्र स्वभावाचे व मधुरवाणीचे होते. जनसंपर्क ते सहज करत. समतेचा विचार पटवून देण्यासाठी लोकांना ते आपल्या घरी बोलावत तर कधी स्वतः त्यांच्या घरी जात.

लोकांना लिंगदीक्षेचे महत्त्व सांगून इष्टलिंग धारकांमध्ये रोटी-बेटी व्यवहार होण्यास हरकत नाही, हा विचारही ते पटवून सांगत. काही लोकांना हे मान्य होत नसे. पण हे विचार पटणारे लोकही हळूहळू वाढत होते. त्यांचा आत्मविश्वास दुणावला. लोकांचे धैर्य वाढू लागले. बसवेश्वर जुन्या-नव्या लोकांचे सातत्याने प्रबोधन करत होते. समतेचा विचार पटणाऱ्या लोकांची एक भक्कम फळी तयार झाली. मंगळवेढा येथे बसवेश्वरांचे वास्तव्य २१ वर्षे होते. या काळात त्यांच्या मनात सुधारणावादी विचारांचा आराखडा तयार होत होता. त्या विचारांच्या प्रचार प्रसारामधून तथा आचरणाची पावलेही ते

टाकीत होते. हा २१ वर्षांचा कालखंड बसवेश्वरांचा कर्तृत्वाचा व उमेदीचा होता.

समाजातील क्रूर चालीरिती आणि रूढी पाहून ते अस्वस्थ होत. त्या रूढीचा आचार पाहून 'बुडत्याचा पाय खोलात' असेच त्यांना वाटे. त्यातून त्यांनी एका आदर्श समाजाचे स्वप्न पाहिले होते. त्याच्या पूर्ततेसाठी त्यांचे प्रयत्न सुरू होते. राजदरबारातील कामे संपल्यानंतर आजूबाजूच्या लहानमोठ्या गावात ते जात. तेथे जाऊन समाजातील स्पृश्य-अस्पृश्य जातींमध्ये असलेला कडवटपणा कमी करून त्यांच्यात गोडवा निर्माण होण्यासाठी ते त्यांच्याशी चर्चा करत. त्यातूनच, त्यांचा प्रवास विषमतेकडून समतेकडे झाला होता. अस्पृश्यांच्या घरी ते स्वतः भोजन घेत.

> प्रत्येक व्यक्तीने उदरनिर्वाहसाठी एखादा व्यवसाय केलाच पाहिजे, असा आग्रह ते धरत. विश्वाचे चिन्ह असलेले शिवलिंग गळ्यात धारण करून त्याची पूजा करा! मसाई, मरिआई, म्हसोबा अशा लहानसहान दैवतांची पूजा करू नका. असे ते पुन्हा-पुन्हा सांगत. हे विचार समाजात पटवण्यासाठी त्यांनी जंगम समाजाची मदत घेतली. ते जंगम त्यांचे कार्यकर्ते झाले. जवळच्या-दूरच्या खेड्यापाड्यांत जाऊन हे जंगम समाजात बसवेश्वरांच्या विचारांचा प्रामाणिक प्रचार करत. सामान्यजनांना हे विचार ते जंगम पटवत. हे विचार मानणाऱ्या लोकांची एक चळवळ उभी राहू शकेल, असा विश्वास बसवेश्वरांना वाटू लागला. यातूनच जातिभेदाची प्रखरता मंद होऊन समाज समतेच्या पातळीवर उभा राहील, हे त्यांच्या लक्षात आले.

मंगळवेढ्यात कर्णिकपदाची नियुक्ती स्वीकारल्यानंतर नऊ वर्षांनी बसवेश्वरांच्या मनात ही समतेच्या विचारांची ठिणगी पडली. हे समतेचे व्यासपीठ कसे निर्माण करता येईल याचे ते सतत चिंतन करत. एखाद्या परिपक्व विचारवंत व्यक्तीशी ते चर्चा करत. यातूनच समतेच्या व्यासपीठाचा कच्चा आराखडा त्यांच्या मनात तयार झाला होता. त्या दृष्टीने बसवेश्वरांच्या भावी समाजकार्याची पायाभरणी मंगळवेढ्यात झाली होती, असे निश्चित म्हणता येईल.

समता व्यासपीठाची संकल्पना, त्याचे स्वरूप, कार्य, त्याच्या मार्गातील अडचणी, त्यावरील उपाय या साऱ्यांचे विचारमंथन त्यांच्या मनात सतत सुरू होते. हीच समता व्यासपीठाची कल्पना बसवेश्वरांनी पुढे कल्याण येथे गेल्यावर मूर्त रूपात आणली. ती म्हणजे अनुभव मंटपाच्या उभारणीची! याच अनुभव मंटपाने वीरशैव विचारांची बांधणी केली आणि वचन साहित्याची संपन्न निर्मिती केली.

कल्याणमध्ये इ.स. ११५१मध्ये जगदेकमल्लानंतर चालुक्य राज्याचा सम्राट तैलपा तृतीय झाला. हा तैलपा शूर नव्हता, तर कमकुवत होता. त्यामुळे मांडलिकराजे व

प्रदेशाधिकारी मुजोर होत होते. साम्राज्य उताराला लागेल की काय असे भय निर्माण झाले होते. जगदेकमल्ला (इ.स. ११३८ ते इ.स. ११५०) आणि तैलपा तृतीय (इ.स. ११५१ ते इ.स. ११६२) हे दोघे बिज्जळ राजाचे सख्खे मामेभाऊ होते. त्यामुळे निर्बल मामेभावाच्या मदतीला बिज्जळ राजा धावून गेला.

वरंगळच्या राजाने चालुक्यांविरुद्ध बंड केले. स्वतः तैलपा तृतीय गेला. पण पराभूत झाल्याने तो कल्याणला आलाच नाही. त्याचवेळी आंध्र, कऱ्हाड, कर्नाटक येथील मांडलिक राजे स्वतंत्र होऊ पाहत होते. त्यांच्यावर नियंत्रण ठेवण्यासाठी बिज्जळ राजा मंगळवेढा सोडून कल्याणला आला. त्याने राजघराण्यातील माणसांची, अधिकाऱ्यांची व प्रजेची सहानुभूती मिळवली. राज्यातील शत्रूंचा नायनाट केला. तैलपा राजकुमारांना शिक्षण देण्यासाठी दक्षिणेतील विश्वासू मांडलिकांच्या राज्यात सुरक्षितपणे पाठवून दिले.

या धोरणी व धूर्त वागणुकीमुळे बिज्जळ राजाला अधिकारी व प्रजा यांची सहानुभूती मिळाली. अशा तऱ्हेने शूर व महत्त्वाकांक्षी बिज्जळाने सार्वभौम राजा कुंतलेश्वर अशी स्वतःच्या नावाने ग्वाही दिली. आता मंगळवेढ्याचा कळचुर्य राजा बिज्जळ कल्याण साम्राज्याचा कुंतलेश्वर झाला. राजा बिज्जळाने बसवेश्वरांना कल्याण राजधानीत महामंत्री म्हणून बोलावून घेतले. यावेळी राज्य स्थिरस्थावर झाले होते. बसवेश्वरांच्या कार्याला आता विस्तीर्ण भूप्रदेश मिळाला.

क्रांतिकार्याचा ध्यास

बसवेश्वरांना निलांबिकेपासून 'बालसंगय्या' हा मुलगा झाला होता. पण तो अल्पायुषी ठरला. बसवेश्वरांना आर्थिक सुबत्ता मिळाली होती. त्यांचे राहते घर भव्य व प्रशस्त होते. लोक त्या घराला 'महामने' म्हणत. त्यांच्या दोन्ही पत्नी सख्ख्या बहिणीप्रमाणे राहत. दोन्ही पत्नींकडून मिळालेल्या संपत्तीतून बसवेश्वरांनी आपल्या घरालगत 'अनुभव मंटप' या नावाची विशाल सांस्कृतिक वास्तू उभी केली. त्याला लागून काही वर्षांनी वचन संग्रहासाठी ग्रंथालय बांधले. बसवेश्वरांचा तत्त्वविचार प्रसारार्थ वाहून घेणाऱ्या जंगम कार्यकर्त्यांच्या राहण्या-जेवणासाठीही ते खर्च करत. हे सर्व कार्य गंगांबिका व निलांबिका यांच्या देखरेखीखाली चालत असे. या कार्यात सहभागी होण्यासाठी बसवेश्वरांची भगिनी नागलांबिका, तिचा पती शिवदेव, त्यांचा मुलगा चन्नबसवेश्वर हे कुटुंबही कल्याणला आले.

बसवतत्त्वे

'अनुभव मंटप' ही, मानवी जीवनाचे कल्याण कशात आहे यांचे मार्ग शोधणाऱ्या भक्तांची कार्यशाळा होती. अनुभव मंटपात ज्ञानसाधना अविरत चाले. वीरशैव

कार्यकर्ते तेथे येऊन विचार मंथन करत. त्यातूनच वीरशैव तत्त्वे स्पष्ट होत होती. जात, धर्म, पंथ या वर्गवारित माणसांना वाटणे त्यांना मान्य नव्हते. सर्व माणसे ईश्वराची लेकरे आहेत. ती सर्व समान आहेत. समाजकारणाचा अनुभव असलेले, जातिविरहीत समतेवर विश्वास ठेवणारे सर्व जातिपंथांतील भरपूर लोक म्हणजे 'शिवशरण' जमा झाले. अनुभव मंटपाचे पहिले अध्यक्ष हे पद सन्मानाने अल्लमप्रभू यांना इ.स. ११५३ दिले गेले. गुजरात, पांड्य, चोळ, ओरिसा, बंगाल, काश्मीर, नेपाल इत्यादी भागांत शेकडो शिवशरणांचा मेळावा कल्याणमध्ये जमला.

अनुभव मंटपामध्ये भिन्न-भिन्न जातिधर्माचे ७०० शरण व ७० शरणी वचनकार होत्या. तर अनुभव मंटपाचे १ लाख ९६ हजार सदस्य होते. सभासदांना राहण्यासाठी कल्याणच्या परिसरात जमिनीखाली गुहा खोदण्यात आल्या होत्या. अनुभव मंटपातील शरण-शरणी हे प्रवृत्ती मार्गावर प्रवास करणारे सदाचरणी जीवनयात्री होते.

> एकेश्वरवाद हे वीरशैव शरणांच्या भक्तीचे महत्त्वाचे तत्त्व आहे. भक्तिमार्गात आत्म्याला परमात्मा हेच ध्येय आहे. आत्म्याची परमात्म्याविषयीची उत्कट प्रीती म्हणजेच 'भक्ती' होय. बसवेश्वरांनी जगाला ईश्वराचे कार्यस्थळ मानले आहे. हे जगत् सत्य आहे, मिथ्या नाही. कर्माप्रमाणे मिळणारे फळ या जन्मीच भोगावे लागते. प्रत्येक लिंगधारी समान आहे, त्याच्यात उच्च-नीच भेद नाही. स्त्री-पुरुष या दोघांनाही लिंग धारण करून पूजा करता येते. या धर्मात आंतरजातीय विवाहाला मान्यता आहे. समतेचे मंदिर उभारण्यासाठी जाती-पातीविरहित समाजाचा उदय होणे आवश्यक आहे. बसवेश्वरांनी हे स्वप्न सत्यात उतरवण्यासाठी प्राणाचे मोलही दिले.

वीरशैव शरीरश्रमाला खूप महत्त्व देतात. 'कायकवे कैलास' हे बसवेश्वरांचे वचन 'श्रम हाच स्वर्ग' मानते. वीरशैवांचे हे ब्रीद आहे. 'कायक' म्हणजे निष्ठेने कर्म करणे. श्रमाला आणि श्रमिकांना वीरशैवांनी दिलेले हे महत्त्व जगातील अपूर्व उदाहरण आहे. 'कायका'तूनच व्यक्तीची व समाजाची प्रगती होते. समाजासाठी धन संग्रह होतो. शरणामध्ये धोबी, कुणबी, नाभिक, पशुपालक, चांभार, मोळी विकणारे, असे विविध लोक होते. कायकाशिवाय शरण होता येत नाही. वीरशैवांमध्ये स्त्री-पुरुष समता आग्रहाने मानली गेली आहे. ईश्वरभक्ती, विद्याप्राप्ती, कायक, सामाजिक जीवन या सर्व क्षेत्रांत स्त्रीला समान वागणूक होती.

अनुभव मंटपात विचार चिंतनात आणि वचन निर्मितीमध्ये स्त्रियांना समान संधी होती. त्यामुळेच अक्कमहादेवी, राणी महादेवी, रेमव्वे, सत्यका, नागलांबिके, नीलांबिके, लक्कम्मा या स्त्रियांनी आध्यात्मिक व साहित्यिक क्षेत्रात लक्षणीय कामगिरी

केली आहे. बसवकालीन शिवशरण व शरणीचे वर्तन आदर्श होते. त्यांच्या बोलण्या-वागण्यात एकता होती. शरण बोलतो तसाच वागतो. संग्राह्य वृती हे दुःखाचे मूळ आहे, हे लक्षात घेऊन वीरशैव लोक जीवनात अपरिग्रह वृत्तीने राहतात. 'दासोह' म्हणजे कर्तव्य जागवणे, स्वतःला सेवक मानणे म्हणजे 'दासोह', तो अहं नाहीसा करतो. दासोहला फळाची अपेक्षा नसते. गुरू, लिंग, जंगम यांच्यासाठी तन, मन, धन अर्पण करणे हे शरण-शरणींचे महत्त्वपूर्ण कर्तव्य आहे. यालाच 'त्रिविध दासोह' म्हणतात.

वीरशैवांनी कुटुंब जीवनाला मान्यता दिली आहे. संसारिक जीवनाचा त्याग करून वनात जाऊन तप करणे त्यांना मान्य नाही. समाजात राहून कौटुंबिक जबाबदाऱ्यांचे पालन करून साधनेच्या मार्गावर चालता येते. वैवाहिक जीवन हा साधन मार्गात अडसर ठरत नाही. शरणांनी परधन आणि परस्त्रीकडे वाकड्या नजरेने पाहू नये. कर्मकांड, अंधश्रद्धा, संग्रहवृत्ती धर्मपालनातील अडथळे आहेत. शरणांनी सेवाशील राहावे. शिवशरणांनी व्रत-नियम, तीर्थाटन, जपतप या अवडंबरांचे खंडन केलेले आहे. सदैव सत्संगी राहावे. सदाचार व सद्वर्तनाला स्वीकारावे व सांसरिक, सामाजिक ऋणातून मुक्त व्हावे, अशी ही बसवतत्त्वे आहेत. सज्जनाची वागण्याची आदर्श पद्धती म्हणजे बसवतत्त्वे आहेत. ती मानवतावादाकडे नेणारी आहेत.

नागीदेव कांबळेकडील भोजन

बसवेश्वर समाजातील सर्व जातिधर्मांच्या लोकांना भेटत. त्यांच्याशी मित्रत्वाच्या गप्पा मारत. एकत्रित खाणे-पिणे करण्यात त्यांना काही वावगे वाटत नसे. हे त्यांचे मानवतावादी वर्तन व धोरण होते. बसवेश्वरांच्या समतेच्या विचाराने व कृतीने प्रभावित होऊन नागीदेव कांबळे या महार माणसाने इष्टलिंग उपासना सुरू केली होती. तो त्यांच्या समता-चळवळीत सामील झाला होता. एक दिवत त्याने बसवेश्वरांना व त्यांच्या शरण-शरणींना भोजनाचे निमंत्रण दिले. अर्थातच बसवेश्वरांनी ते निमंत्रण स्वीकारून गावाबाहेर राहणाऱ्या नागीदेव कांबळे यांच्या घरी सहकारी शरण-शरणी यांच्यासह जाऊन भोजन केले. त्यानंतर तेथे जमलेल्या स्त्री-पुरुषांसमोर अनुभव मंटपाच्या कार्याबद्दल विचार मांडले. त्याबरोबर जातिविरहित समाजरचनेची कल्पना मांडली. त्यांच्या प्रतिक्रियादेखील जाणून घेतल्या. अशा छोट्या छोट्या प्रबोधनातूनही व आचरणातूनही समतेचा विचार ते प्रसृत होते.

बिज्जळाचा मत्सर

बसवेश्वर स्वतःच्या प्रामाणिक वर्तनामुळे व समतेच्या विचार प्रसारामुळे जनतेमध्ये लोकप्रिय होत होते. उलट बिज्जळ दरबारातील मंत्री मात्र, ते मत्सराच्या अग्नीत जळत

होते. बिज्जळ राजाच्या जवळचे स्तुतिपाठक आणि तथाकथित धर्मरक्षक बसवेश्वरांबद्दल राजाच्या मनात विष कालवण्याचे काम करत होते. त्यात दरबारातील काही अधिकारी व मंत्रीही होते. या सर्वांनी बिज्जळ राजाकडे तत्कार केली. महामंत्री बसवेश्वरांनी आपल्या सहकाऱ्यांसह महारवाड्यात जाऊन नागीदेव कांबळे या महाराकडे जेवण घेतले. हे त्यांचे वागणे वैदिक वर्णाश्रम धर्माच्या विरोधी आहे. त्यांनी हिंदू धर्म पायदळी तुडविला आहे. त्यांना धर्म बुडविल्याबद्दल शिक्षा झाली पाहिजे." बसवेश्वरांचा उदारमतवाद न पचलेल्या लोकांचा ब्राह्मण्यवादी दुष्ट कंपू दिवसेंदिवस वाढत होता.

> बसवेश्वरांनी समाजातील तळागाळातील उपेक्षित कष्टकऱ्यांच्या मनात काम करण्याची जिद्द निर्माण केली. समानतेचे तत्त्व हळूहळू पण ठामपणे ते समाजात पसरवत होते. त्यामुळे समतेची चळवळ चैतन्यपूर्ण झाली.

अनुभव मंटपातील लोकांची उपस्थिती हजारोंनी वाढत होती. बसवेश्वरांच्या या समता विचाराने जनसामान्य आकृष्ट झाले होते. हा विचार वेगळा आणि प्रगतीपर आहे, असे त्यांना वाटत होते. त्यामुळे आसपासच्या प्रदेशातील नव्हे देशातील कितीतरी लोक कल्याण शहराकडे धाव घेत होते.

हरळय्या आणि कल्याणी

गुलबर्गा जिल्ह्यातील सुरपूर गावी हा चांभार राहत होता. कल्याणी ही त्याची पत्नी. ते दोघेही जोडे-चप्पल तयार करणे, मोट तयार करणे, चामड्याच्या वस्तू तयार करणे, हा व्यवसाय करत. कल्याण येथे बसवेश्वरांनी समतेचे आंदोलन छेडले आहे. लोकांचा त्यांना खूप मोठा पाठिंबा मिळत आहे. या आंदोलनातून दलित, पीडित लोकांचे अश्रू पुसण्याचे कार्य ते करतआहेत. हा सारा वृत्तांत या चांभार दांपत्याला कळला. आपणही त्या चळवळीत सामील व्हावे असा विचार करून हरळय्या आणि कल्याणी हे आपला मुलगा 'शीलवंत' याला घेऊन कल्याण नगरीत आले. तिथे झोपडी बांधून त्यांनी आपला व्यवसाय सुरू केला.

एका कल्याण राज्याचे महामंत्री बसवेश्वर घोड्यावरून राजवाड्याकडे निघाले होते. समोरून हरळय्या चांभार चपला विकण्यासाठी रस्त्यावरून चालत निघाला होता. बसवेश्वरांच्याविषयी त्याने बरेच ऐकले होते. हरळय्या हात जोडून वाकून बसवेश्वरांना म्हणाला, शरणू बसवण्णा. चटकन बसवेश्वर घोड्यावरून खाली उतरले. त्यांनी 'शरण शरणार्थी' असे दोन वेळा हात जोडून नमस्कार केला.

पुढे ते म्हणाले, 'काही काम असले, तर घरी या! सध्या आम्ही घाईत आहोत. राजवाड्यात जायचे आहे.' असे म्हणून घोड्यावरून ते दरबारला निघून गेले.

झाल्या भेटीने हरळय्या सद् गतीत झाला होता. महामंत्री असलेल्या बसवेश्वरांनी आपल्यासारख्या क्षुद्र माणसाला दोनदा नमस्कार करावा, याने हरळय्याला आश्चर्य वाटत होते. बसवेश्वरांचे आपल्यावर झालेले उपकार महान आहेत. त्याची आपण परतफेड केली पाहिजे, असा विचार सारखा त्याच्या मनात घोळत होता. यासाठी पत्नीचाही सल्ला घेतला पाहिजे, असे ठरवून त्यांची चर्चा झाली. शेवटी त्यांनी निर्णय घेतला की आपल्या मांडीच्या कातड्याची पादत्राणे तयार करून ती बसवण्णांना अर्पण करावेत.

स्वकातड्याच्या पादत्राणांची भेट

हरळय्याने आपल्या उजव्या मांडीचे व कल्याणीने आपल्या डाव्या मांडीचे कातडे काढून त्याचे सुंदर जोडे बसवेश्वरांसाठी तयार केले. त्यामुळे ते जोडे हरळय्याने नक्षीकाम करत अधिकच शोभिवंत केले होते. एक दिवस हरळय्या ते जोडे घेऊन बसवेश्वरांच्या घरी गेला. लोकांची गर्दी असूनही बसवेश्वरांनी हरळय्याची प्रेमभराने विचारपूस केली. नमस्कार करण्यासाठी खाली वाकलेल्या हरळय्याला वर घेऊन बसवेश्वरांनी त्याला आलिंगन दिले. त्यांनी विचारले 'आज काय काम काढले आहे?' त्यावर हरळय्याने आपली व बसवेश्वरांची झालेली पहिली भेट किती आनंददायी होती. त्याचे वर्णन केले. त्यावेळी आपण दिलेल्या प्रेमाची परतफेड म्हणून आम्ही पती-पत्नींनी आपल्या मांडीच्या कातड्यांनी हे जोडे तयार केले आहेत. कृपा करून त्यांचा आपण स्वीकार करावा.' असे म्हणून हरळय्यांच्या कापडात गुंडाळलेले ते जोडे बाहेर काढून बसवेश्वरांच्या समोर ठेवले.

त्यावर बसवेश्वर म्हणाले, 'हरळय्या, किती सुंदर आणि मोहक आहेत हे जोडे! पण खरे सांगू, ही पादत्राणे पायात घालण्याची माझी योग्यता नाही, पात्रता नाही. हे जोडे मी पायात घालणार नाही. या जोड्यांचे स्थान माझ्या डोक्यावर आहे. आपण मनापासून तयार केलेली व मला दिलेली ही भेट मी स्वीकाराली आहे असे समजा! आपल्या अंतरंगाची ही भेट आपल्याजवळच जपून ठेवा. कुडलसंगमदेवाचे हे श्रीचरण समजून त्यांचा आपण सांभाळ करावा. 'हरळय्याला काहीच बोलता आले नाही. त्याने ती पादत्राणे परत घेतली. कापडात गुंडाळली. पिशवीत ठेवली व बसवेश्वरांना नमस्कार करून हरळय्या आलेल्या रस्त्यावरून घरी परतत होता. तेवढ्यात हरळय्याला दरबारातील मंत्री मधुवारस घोड्यावरून त्याच्या दिशेने येत असल्याचे दिसले.

मधुवारसाच्या देहाचा दाह

मधुवारस हे बिज्जळ राजाच्या कल्याण दरबारात मंत्री होते. बसवेश्वरांचे समतेचे

विचार त्यांना अजिबात आवडत नव्हते. त्यामुळे त्यांच्या विचारांचा आणि कार्याला ते विरोध करत होते, म्हणून त्यांना न पाहता व बोलवता जावे असे हरळय्याने ठरविले होते. त्याने पादत्राणांची पिशवी दिसणार नाही अशी कमरेजवळ लपवली. मधुवारस तसे चिकित्सक होते. हरळय्या काही तरी आपल्यापासून लपवत आहे, असे त्यांच्या लक्षात आले. उत्सुकतेचे समाधान करण्यासाठी मधुवारस घोड्यावरून खाली उतरले. हरळय्या तर पुरता भांबावला होता.

मधुवारसांनी विचारले, 'अरे हरळय्या, तू तुझ्या जवळची पिशवी का लपवत आहेस? काय आहे त्यात बघु तरी!' हरळय्याने नाईलाजाने पिशवी दाखविली. पिशवी पाहिल्यावर मधुवारस म्हणाले, किती मनोहर आहेत हे जोडे? तुझी कलाकुसर तर छानच आहे! चल, जमिनीवर ठेव हे जोडे घालून पाहतो.' हरळय्याने नाईलाजाने जमिनीवर ठेवलेल्या जोड्यात मधुवारसाने आपले पाय ऐटीत घातले. पण काय आश्चर्य! मधुवारसाचे दोन्ही पात्र आगीमध्ये पडल्यासारखे भाजू लागले. क्षणाचीही उसंत न घेता मधुवारसाने आपले पाय त्या जोड्यात बाहेर काढले. घाईघाईने तो घोड्यावर स्वार झाला. आणि आपल्या वाड्यावर निघून गेला.

मधुवारस वाड्यावर आला आणि त्याच्या पायाची आग अंगभर पसरली. त्याने चंदनाचा लेप लावून थंड पाण्याने अंघोळ केली. तरी अंगाचा दाह काही कमी होत नव्हता. एका शेजारच्या माणसाला काय वाटले कुणास ठाऊक! तो सरळ घागर घेऊन हरळय्याच्या घरी गेला. त्याच्या घरातील पाणी त्याने घागरीतून आणले आणि ते पाणी मधुवारासाच्या अंगावर ओतले. नवल घडले. मधुवारसाच्या अंगाची आग आता शांत होऊ लागली. त्याला बरे वाटू लागले. मधुवारसने त्या माणसाकडे चौकशी केली. "अरे, तू पाणी कोठून आणलेस? ह्या पाण्याचा मला काय उपयोग झाला बघ!" तो माणूस म्हणाला, "क्षमा करा स्वामी!" एकदम मला वाटले आपण हरळय्याच्या घरचे पाणी आणून पाहावे. त्याप्रमाणे मी त्याच्या घरचे पाणी आणले व तुम्हाला दिले. तुमचे अंग शांत झाले. त्यातच सर्व काही आले. मधुवारसला झाल्या गोष्टीचा उलगडा होत गेला.

आपल्या घरच्या लोकांना तो म्हणाला, "शेवटी हरळय्याच्या घरच्या पाण्यानेच माझ्या शरीराचा दाह कमी झाला. गंमत बघा. हरळय्याने आपल्या मांडीचे कातडे काढून तयार केलेल्या जोड्यामध्ये मी पाय घालावयास नको होते. बसवेश्वरांसाठी बनविलेल्या त्या जोड्यांचा मी अपमान केला. हरळय्याच्या हातांनी बनवलेल्या जोड्यांमुळे माझ्या अंगाची लाही लाही झाली. आणि त्याच्याच घरच्या पाण्याने माझ्या अंगातील आग शांत झाली. मी हरळय्याचा गुन्हेगार आहे. त्याची मला शिक्षा मिळाली. मला हरळय्याची माफी मागावीच लागेल."

दुसऱ्या दिवशी मधुवारस हरळय्याच्या घरी गेला. झाल्या गोष्टीवर त्याने त्याची क्षमा मागितली. तो म्हणाला, "हरळय्या, भक्तीच्या क्षेत्रातील तुझा अधिकार मोठा आहे. मी तुझा अपमान करायला नको होता. झाल्या गोष्टीचा मला पश्चाताप होतो आहे. "त्यावर हरळय्याने त्याची समजूत काढली. त्याला समजावणीच्या स्वरात तो म्हणाला, "तुम्ही माझी माफी का मागता? मी तसा उपेक्षित माणूस. पण कल्याणमध्ये माझी ओळख वाढली ती बसवेश्वर व अनुभव मंटप यांच्यामुळे तेथील मार्गदर्शनामुळे आणि समतेच्या वागणुकीमुळे माझे मानसिक बळ वाढले. कल्याण व परिसरातील कितीतरी ब्राह्मण अनुभव मंटपात येतात. तिथे जमलेल्या सर्वांना अल्लमप्रभू, बसवेश्वर आणि चन्नबसवेश्वर यांचे विचार ऐकायला मिळतात.

तेथे येणाऱ्या कितीतरी लोकांच्या वागण्यात आता चांगला फरक पडला आहे. ते सारेजण समतेच्या दिंडीचे वारकरी झालेत. त्यामुळे अनुभव मंटपातील वातावरण चैतन्यपूर्ण बनले आहे. आपण अनुभव मंटपात का येत नाही? तुम्ही आलात तर तुमचेही अवघे जीवन अजून उजळून जाईल. नवा विचार, नवी दिशा तुमच्या जीवनाला लाभेल. निदान तिथले विचार ऐकण्यासाठी व तेथील पवित्र वातावरण अनुभवण्यासाठी आपण उद्यापासून अवश्य यावे. माझी तुम्हाला विनंती समजा! त्यावर मधुवारस सहजपणे बोलले, "ठीक आहे. तू म्हणतोस तर उद्यापासून अवश्य येईन!"

मधुवारस अनुभव मंटपात दाखल

राजदरबारातील काम संपल्यावर घरी जाऊन मधुवारस कुतूहल म्हणून अनुभव मंटपात जाऊ लागले. नव्याची नवलाई संपून आठवड्यानंतर मधुवारस त्यांच्यातीलच एक केव्हा झाले, ते त्यांचे त्यांनाच कळले नाही. तेथील शरण-शरणीचे धीर बोलणे व त्यातील विचार ऐकून मधुवारस हळूहळू प्रभावित होत गेले. तेथील मोकळे नव विचारांचे वारे त्यांचा उत्साह वाढवू लागले. प्रारंभीचा त्यांचा कर्मठपणा वितळत गेला. त्यांच्यात उदारमतवादी वृत्ती वाढू लागली. त्यांच्यातील चांगुलपणा आता बहरू लागला. त्यांच्यात सहृदयता, माणुसकी आणि सज्जनपणा फुलू लागला. सर्व माणसे एक – सर्व माणसे समान आहेत. या विचाराने ते भारावले. इतके की त्यांच्यासह त्यांच्या सर्व कुटुंबाने चन्नबसवेश्वरांच्या हातून इष्टलिंग दीक्षा घेतली. ते, त्यांची पत्नी आणि मुलेबाळे त्या अनुभव मंटपातील विधायक आणि ओजस्वी चर्चेत सहभागी होत राहिली.

अनुभव मंटपात कधी बसवेश्वर, कधी चन्नबसवेश्वर तर कधी अल्लमप्रभू, एखाद्या विशिष्ट आध्यात्मिक विषयावर बोलत. त्यानंतर त्यावर साधकबाधक चर्चा होत असे.

> एक दिवस अल्लम प्रभू उपस्थित बंधू-भगिनींसमोर बोलू लागले, "हे पाहा, उपस्थित भक्तजन हो! या विश्वात सर्वत्र परमेश्वर भरून राहिला आहे. या जगातील वनस्पती, प्राणी, जीव जंतू, मनुष्यप्राणी हा सगळा शिवशक्तीचाच विलास आहे. माणूस हा इथून तिथून एक आहे. तो समान आहे. जाती-जातींमध्ये भेद मानणे, एखाद्या जातीशी संबंध न ठेवणे ही अमानुषता आहे. सर्व जातीतील व्यक्तींशी संबंध ठेवून त्यांच्याशी रोटी-बेटीचे व्यवहार करतो त्यालाच 'वीरशैव' किंवा 'लिंगायत' म्हणावे."

अल्लमप्रभूंचे हे विचार अनुभव मंटपातील स्त्री-पुरुष कानात प्राण आणून ऐकत होते. अशा विषयावर ते चर्चा करत असत. त्यानंतर उपस्थित सर्व जाती-वर्णांच्या व्यक्तींमध्ये समूह भोजन होत असे.

बसवेश्वरांच्या महामनेत भारताच्या कानाकोपऱ्यांतून आलेल्या स्त्री-पुरुषांसाठी नेहमी प्रसाद भोजन सुरू असे. तेथे सर्व जातींचे लोक एकत्र जेवत असत. बसवेश्वरांच्या शिकवणुकीनुसार आता तर वेगवेगळ्या जातींमध्ये येऊन लिंगायत झालेल्या व्यक्तींमध्ये विवाहदेखील होत असत. विवाह खालच्या विविध जातींमध्ये झाले त्यावेळी सनातनी-परंपरावादी लोकांनी त्यात विशेष लक्ष घातले नाही. पण आंतरजातीय विवाहातील एक पक्ष ब्राह्मण असेल, त्यावेळी मात्र समाजात हलकल्लोळ माजत असे.

आंतरजातीय विवाह

अनुभव मंटपात हरळय्याची बायको कल्याणी आणि तिचा देखणा मुलगा शीलवंत जात असत. त्याचवेळी मधुवारसाची उपकर कन्या कलावती आपल्या आईसोबत जात असे. एक दिवस हरळय्या आणि मधुवारस दोघे एकत्र बसले होते. त्यांची चर्चा चालू होती. ते पाहून कुणीतरी म्हणाले, "मधुवारस आणि हरळय्या यांनी आता व्याही-व्याही व्हावे." त्यावर हरळय्या म्हणाला, "नको रे बाबा, ब्राह्मणाची मुलगी सून म्हणून चांभाराच्या घरी गेल्यास समाजातील ब्राह्मणवर्ग हे मान्य करील काय?"

त्यावर मधुवय्याने आपली बाजू स्पष्टपणे मांडली. तो म्हणाला, "हे पाहा हरळय्या, त्याचा विचार तू करू नकोस मी मुलीचा वडील अनुभव मंटपात सर्व उपस्थितांसमोर बोलतो आहे - "तुझी मनाची तयारी असेल तर माझी मुलगी सून म्हणून एका चांभाराच्या घरी द्यायला मी स्वखुषीने तयार आहे. आता मी पूर्वीचा मधुवारस राहिलो नाही. मी आता इष्टलिंग दीक्षा घेतलेला शरण- लिंगायत झालो आहे. बसवेश्वरांनी दाखविलेल्या समतेच्या मार्गावर चालणारा मी त्याला पाईक आहे. मी आता पूर्वीचा सनातनी ब्राह्मण राहिलो नाही. माणसाने माणसाबरोबर माणुसकीने वागले पाहिजे या मताचा मी आहे.

अनुभव मंटपातील चर्चेमुळे माझे डोळे उघडले आहेत. जाती-पातींना मूठमाती द्यायची असेल तर अशा समाज सुधारणा करणाऱ्या ठोस कृतीची गरज आहे. ती श्रेष्ठ कृती करण्याची माझी तयारी आहे. फक्त कलावती मुलीला आणि तिच्या आईला एका शब्दाने मला विचारावे लागेल. माझी मात्र मनाची तयारी या बसवेश्वरांच्या विचाराचा आचार करण्यासाठी पक्की झाली आहे.'

मधुवय्याचे हे बोलणे ऐकून अनुभव मंटपातील स्त्री पुरुष भारावून गेले. बसवेश्वरांच्या विचारांना आलेले हे कृतीचे फळ ऐकून उपस्थित स्त्री-पुरुष सुखावून गेले. भविष्य काळात घडू शकणाऱ्या उज्ज्वल इतिहासाचा हा सिंहनाद होता. समाजात काही तरी वेगळे आणि धक्कादायक घडणार आहे याची प्रचिती तिथल्या साऱ्यांना आली होती.

दुसऱ्या दिवशी कलावती आणि तिची आई यांची संमती विचारण्यात आली. त्या दोघीही अनुभव मंटपात बऱ्याच दिवसांपासून येत होत्या. त्या दोघींना तेथील नवे विचार कळले होते. हे समतेचे विचार आपण अमलात आणणार आहोत, याचा त्यांना खूप आनंद झाला. त्यांनी आनंदाने संमती दिली. मधुवय्याने ही वार्ता हरळय्याला आणि अनुभव मंटपातील ज्येष्ठ सहकाऱ्यांना दिली.

देहांताची शिक्षा

हरळय्या आणि मधुवय्या या दोघांची कुटुंबे अनुभव मंटपात सातत्याने येत होती. बसवेश्वरांच्या विचारांचा परिणाम म्हणून दोन्ही कुटुंबांनी इष्टलिंग दीक्षा घेतली होती. ती दोन्ही कुटुंबे आता लिंगायत झाली होती. अनुभव मंटपात या विवाहाची चर्चा झाली. सर्वांनी एकमुखाने या विवाहाला मान्यता दिली, कल्याण शहरात आणि राज्यात मात्र या विवाहाची नकारार्थी चर्चा झाली. ब्राह्मण आणि चांभार जातीत विवाह झाल्याचे कुणी ऐकले तरी आहे काय? असा त्यांचा प्रश्न होता.

कोंडी मंचण्णा हा बसवेश्वरांचा प्रमुख विरोधी होता. त्याने तिखट-मीठ ही बातमी बिज्जळ राजाच्या कानावर घातली. राजाने ताबडतोब बसवेश्वरांना बोलावून भूमिका विचारली. त्यावर बसवेश्वर नम्रपणे म्हणाले, महाराज, हरळय्या आणि मधुवय्या या दोघांची कुटुंबे आता लिंगायत झाली आहेत. त्या दोघांनी इष्टलिंग दीक्षा घेतली आहे. त्यामुळे त्यांची पूर्वीची जात आता नष्ट पावली आहे. मधुवारसाची कलावती आता ब्राह्मण नाही आणि हरळय्याचा शीलवंत आता चांभार नाही. ते दोघेही आता इष्टलिंग दीक्षा घेतलेले जातिभेदशून्य लिंगायत झालेले आहेत. त्यामुळे हा विवाह आता अनुभव मंटपातच करण्याचे ठरविले आहे."

राजाने बसवेश्वरांचे हे प्रतिपादन ऐकले. बसवेशांची ही भूमिका राजाच्या कानापर्यंतच गेली ती मनापर्यंत गेलीच नाही. राजाचे कान आधीच सनातन्यांनी व

दरबारातील विरोधकांनी भरलेले होते. बऱ्याच चर्चेनंतर राजाने वधुवरांच्या वडिलांना निर्णय बदलण्याचा आदेश दिला. अर्थात, राजाचा आदेश कुणीच मानला नाही. त्यावर राजाने त्यांना शिक्षा देण्याचे फर्मान काढले. प्रथम दोघांचेही डोळे काढण्याचा क्रूर हुकूम दिला. दरम्यानच्या काळात अनुभव मंटपात सुधारकी विचारांच्या शरण-शरणींच्या उपस्थितीत हा लग्नसमारंभ मोठ्या थाटामाटात व आनंदात पार पडला. हा विवाह थांबावा अशी राजाची इच्छा होती. उलट हा विवाह जल्लोषात साजरा झाला. हे पाहून राजा चिडला. त्याने मधुवारस व हरळय्या यांना 'एळेहोट्टे'ची शिक्षा दिली.

'एळेहोट्टे' म्हणजे हत्तीच्या पायी बांधून फरफटत मरण येईपर्यंत ओढण्याची शिक्षा. या शिक्षेतच त्या दोघांचा अंत झाला. या लढाईत पुरोगामी विचाराचे लोक हरले होते आणि प्रतिगामी विचारांचे लोक जिंकले होते. मधुवारस आणि हरळय्या यांचे बलिदान ही या समता आंदोलनाची पहिली भक्कम पायरी होती. या दोघांचे बलिदान म्हणजे भारतातील जातिव्यवस्था मोडून काढण्याच्या बाराव्या शतकात झालेल्या चळवळीतील पहिलेवहिले बलिदान होते. त्यांच्या बलिदानाने समता आंदोलन थोडेसे का होईना पण पुढे सरकले.

सनातनी विरोधकांनी बसवेश्वरांवर लहान-मोठे असे खूप आरोप केले. मंत्री कोंडी मंचण्णा, नारायण क्रमित हे प्रमुख विरोधक. त्यांच्यासोबत बिज्जळाचा राजकुमार कर्णदेव व रायमुरारी सोविदेव हेही होते.

'राज्याच्या खजिन्यातील पैसा शिवशरणांच्या राहण्यावर व भोजनावर महामनेत खर्च केला जातो. दरबारात राहून महामंत्री बसवेश्वर आंतरजातीय विवाहाला प्रोत्साहन देत असून, सनातन वैदिक धर्म ते उद्ध्वस्त करत आहेत. त्यांनी येथील अस्पृश्य उरिलिंग पेद्दीला तेथील मठाचे प्रमुख केले आहे. अस्पृश्य आणि उच्चवर्णीय यांच्यातील रोटी-बेटी व्यवहारात बसवेश्वर उपस्थित असतात - ते त्यांना प्रोत्साहन देतात.

'त्यामुळे सनातन वैदिक धर्म भ्रष्ट होत आहे. समाजात वर्णसंकट आहे. राज्यात अधर्म निर्माण होऊन पाप वाढत आहे. याला केवळ बसवेश्वर जबाबदार आहेत. बसवेश्वरांनी हरळय्या-चांभाराला पुन्हा-पुन्हा वंदन करणे आणि त्याने दिलेली पादत्राणे डोक्यावर घेणे हा वर्णाश्रम धर्माचा उपमर्द आहे. राज्यकर्त्याला हे वर्तन शोभत नाही. बसवेश्वर राजदरबारचे महामंत्री आहेत आणि ते वर्णाश्रमवादी परंपरेवर आघात करतआहेत. ते राजदरबाराची अप्रतिष्ठा करतआहेत.

'राज्यातील निराधार व अनाथांना अन्नदान व वस्त्रदान करण्यासाठी बसवेश्वर राज्याच्या खजिन्यातील पैशांचा गैरवापर करतात. हा पैशांचा अपहारच आहे. अनुभव मंटपाची व्यवस्था पाहण्यासाठी व त्याची देखरेख करण्यासाठी दरबारी यंत्रलेला दुरुपयोग केला जात आहे. अनुभव मंटपातील लोक हे बिज्जळाचे विरोधक आहेत ते बसवेश्वरांना

राजा करण्यासाठी राज्यक्रांती घडवून आणणारे वेषांतरित जंगम आहेत.' अशा प्रकारचे अनेक बेछुट आरोप प्रतिगामी मनोवृत्तीच्या राजदरबारी लोकांनी बसवेश्वरांवर केले.

सनातन्यांची धमकी

राजदरबारातील सनातनी लोक बसवेश्वरांच्या उक्तीवर व कृतीवर सदान्कदा चर्चा करत असत. त्यांच्या मते बिज्जाळ राजा आपले सम्राटपद टिकविण्यासाठी मांडलिक राजांची मनधरणी करण्यासाठी त्यांच्या देशात वारंवार जात येत आहे. बसवेश्वरांच्या वागण्या बोलण्याकडे त्याचे लक्षच नाही. त्यामुळे बसवेश्वरांच्या वैदिक धर्मविरोधी चळवळीला कोण बेसण घालणार? वैदिक धर्माचा ढासळणारा मनोरा कोण वाचविणार? कल्याणचे आपले सिंहासन दीर्घकाळापर्यंत टिकावे यासाठी बसवेश्वर आणि त्यांच्या शरण-शरणींच्या समाजविरोधी व धर्मविरोधी कार्याकडे राजा जाणून बुजून दुर्लक्ष करतआहे. खरे म्हणजे हे राज्यहिताच्या विरोधी आहे. ही परिस्थिती अशीच पुढे चालू राहिली तर धर्मशील लोक बिज्जळ राजाला सिंहासनावरून खाली खेचतील. एखादा राजा बेजबाबदारपणे वागत असेल तर प्रजेने त्याला पद्च्युत करून त्याच्या जागी त्याच्या वंशातील गुणवान व्यक्तीला नियुक्त करावे असे शुक्रनीतीमध्ये नमूद केले आहे. या सर्व विरोधकांत मंत्री कोंडी मंचण्णा याचा खूपच जळफळाट झाला. बसवेश्वरी आंदोलनाचा तो कट्टर शत्रू होता.

बिज्जळ राजास उद्देशून धमकी देत आरडाओरडा करत तो बोलत होता - 'सनातनी लोकांचा नेता म्हणून मी बोलत आहे. प्रत्यक्ष आपले गुरू नारायणभट्ट यांचेही आपण ऐकत नाही. राज्यकारभार चालविणे आपणास कठीण होईल. राज्यात यादवी माजेल. गट-तट पडतील. कुणाचा पायपोस कुणाच्या पायात राहणार नाही.

समाजात धर्मभ्रष्टतेची चळवळ करणाऱ्या बसवेश्वरांवर कडक कारवाई करा. जाती-पाती थांबविण्याचे थोतांड बंद करा. महार-मांगांच्या घरी खाण्यापिण्यास बंदी घाला. अनुभव मंटपावर बंदी घाला. सध्या असलेली चातुर्वर्ण्य व्यवस्था अशीच सुरू राहावी. या आमच्या मागण्यांची ताबडतोब पूर्तता करा.' अशा कठोर शब्दात मंत्री मंचण्णाने बिज्जळ राजाला धमकी दिली.

बसवेश्वरांचा महामंत्रिपदाचा त्याग

बसवेश्वरांची नव्या लिंगायत धर्माची भूमिका न ऐकता राजा बिज्जळने राजपद टिकविण्यासाठी मधुवारस ब्राह्मण व हरळय्या चांभार या वधु-वर पित्यांना सनातन्यांच्या दबावाखाली येऊन देहांताची परीक्षा देण्याचा निर्णय घेतला होता. माणुसकीला काळीमा फासणारा हा निर्णय बसवेश्वरांच्या मानवतावादी विचारांना धक्का देणारा होता. अशा

समतावादी दोन शरणांच्या हत्येमुळे अनुभव मंटप खवळला. अशा अन्यायी व अविचारी राजाच्या राज्यात महामंत्री म्हणून राहण्यात अर्थ नव्हता. बिज्जळ राजानेही बसवेश्वरांना प्रधान पदाचा त्याग करून कल्याण राज्य सोडून बाहेर जाण्याची आज्ञा केली.

> बसवेश्वरांनी बाणेदारपणे महामंत्रिपदाचा किरीट, बोटातील राजमुद्रा, कमरेवरील तलवार काढून बिज्जळ राजापुढे ठेवली. राजाला काही सुचेनासे झाले. त्याचे मन सैरभैर झाले होते. बिज्जलाने बसवेश्वरांना प्रेमाने आलिंगन दिले. फार मोठी शक्ती आपल्यापासून दूर निघून जात आहे, असे राजाला जाणवले. बसवेश्वर तेथून सावकाश निघून गेले. बसवेश्वरांची पावले पुढे पडत होती, पण त्यांच्या डोळ्यांसमोर त्यांचा अलीकडचा जीवनप्रवास तरळून जात होता. भक्तीच्या क्षेत्रात पुरुषाप्रमाणेच स्त्रीला अधिकार दिल्याने अक्कमहादेवीसारखी स्त्री त्यांच्या क्रांतिकार्यात सहभागी झाली होती.

तिच्यासह सत्यक्का, रायाम्मा, नीलम्मा, मुक्तायक्का, सुगलक्का अशा कितीतरी धीटपणे पुढे आल्या. त्यांनी बसवेश्वरांनी दिलेली स्त्री उद्धाराची विजय पताका उंच धरली. बसवेश्वरांच्या शिकवणुकीने आकर्षित झालेल्या कितीतरी शिवशरण व शरणी यांच्या मूर्ती त्यांच्या डोळ्यांसमोर आल्या. मंटपाचे अध्यक्ष अल्लमप्रभू, भाचा चन्नबसवेश्वर, नागलांबिका, मातंग चन्नय्या, ढोर कक्कय्या, चिक्कय्या, धोबी माचय्या, किन्नरी बोमय्या, सिद्धरामेश्वर - जीवाभावाचे कितीतरी लोक त्यांना दिसत होते.

प्राणप्रिय पत्नी गंगांबिका व नीलांबिका या सर्वांचे मायेचे पाश तोडताना बसवेश्वरांचे मन व्याकुळ झाले होते. त्या धर्माचा निरोपही न घेता आपल्याला जावे लागत आहे याचे त्यांना दुःख होत होते.

रात्रीचा गर्द, काळोख वाढत होता. मनातील भावनांचे कल्लोळ मोठ्या धीरोदात्तपणे दाबण्याचा प्रयत्न करतआपल्या जवळचा, सेवा करणारा आप्तदर्शी न्हावी 'हडपद अपण्णा' याला त्यांनी आपला शुभ्र घोडा आणावयास सांगितले. त्या घोड्यावर बसून हडपद अपण्णासह व बसवेश्वर त्या रात्री कुडलसंगम क्षेत्राची वाट शांतपणे चालत होते. त्यांच्या रूपाने कल्याणचा प्रकाशच निघून जात होता, कल्याणचा सूर्यच निघून जात होता.

बसवेश्वरांच्या जाण्यामुळे अनुभव मंटप आणि महामने यांची सर्व जबाबदारी नागांबिकेवर पडली. भारताच्या कानाकोपऱ्यातून आलेल्या आणि येणाऱ्या साधकांचा सांभाळ आता तिलाच करावा लागणार होता.

वचन साहित्याचे संरक्षण

इकडे अक्कनागम्मा आणि चन्न बसवण्णांनी महामनेत सर्व शरणांना बोलावून घेतले. त्यांनी शरणांना सांगितले, "शरण बंधूंनो! आपल्यावर आता अकस्मात आकाशीची कुऱ्हाड कोसळली आहे. आपला जीव महत्त्वाचा आहेच. तो आपण सांभाळू पण त्याहीपेक्षा आपणा सर्वांना प्राणप्रिय आहे ते वचनसाहित्य! त्याचे रक्षण हे आपले आद्यकर्तव्य आहे. अल्लम प्रभूदेवांच्या आदेशानुसार सह्याद्रीच्या दाट जंगलात वचन साहित्य सुरक्षितपणे ठेवण्यासाठी आपणास जायचे आहे. त्यासाठी आपले दोन-तीन गट करावे लागतील. येथील सर्व व्यवस्था सिद्धरामेश्वरांवर सोडून आम्ही पुढे निघणार आहोत."

नागलांबिका आता शरण संस्कृतीचे व वजन साहित्याचे रक्षण करण्यास कटिबद्ध झाली होती. कल्याण सोडताना तीन-चार गट करून वचन साहित्य बैलगाड्यांमध्ये व घोड्यांवर लादण्यात आले. शरण-शरणीचा एक गट श्रीशैलकडे, उरलेले गट आंध्र, तामिळनाडूकडे गेले. दुर्गम अशा कारवार जिल्ह्यातील निबिड अरण्याच्या मध्यवर्ती निर्जन प्रदेशाकडे बसव-शिष्य वचन साहित्य बरोबर घेऊन उळवी येथे गेले. आनंदाची बाब म्हणजे चन्नबसवेश्वर व शिष्यांना वचन साहित्याचा सांभाळ इथे यशस्वीपणे करता आला. चन्नबसवेश्वरांनी 'उळवी' इथेच समाधी घेतली.

चन्नबसवेश्वर, मडिवाळ माचिदेव, ढोर कक्रूच्या, नुलीय्या चंदय्या, अंबीगर चौडण्णा, गंगांबिका, कल्याणम्मा, काळव्वे इत्यादी अनेक शरण-शरणी अक्कनागम्माच्या नेतृत्वाखाली कल्याण सोडून गेले. गंगांबिका ही बलदेवांची कन्या असल्याने तिने शस्त्रविद्येचे शिक्षण घेतले होते. तीही अक्कनागम्माबरोबर निघाली. शत्रू सैन्याबरोबर लढत असताना शेवटच्या श्वासापर्यंत ती लढली. चिक्कहुबळी येथे ती लिंगैक्य पावली.

> कल्याण नगरीत बसवेश्वरांची सामाजिक चळवळ अधिकच गतिमान झाली होती. बसवेश्वरांची शिकवणूक वर्णव्यवस्थेविरुद्ध असली तरी त्यावेळच्या धर्मव्यवस्थेला त्यामुळे धक्के बसले होते. धर्मांतर करून लोक बसवाच्या वीरशैव धर्माला जवळ करत होते. माणसामाणसात उच्च-नीच असा भेदभाव असू शकत नाही. त्यामुळे हिनत्वाची भावना मनातून काढून टाकली पाहिजे. तत्कालीन सुशिक्षितांना, तळागाळातील कुटुंबांना बसवेश्वरांच्या या समता चळवळीने आकृष्ट केले होते. समाजातील स्त्री वर्ग तर समतेच्या या विचाराकडे फार लवकर आकर्षित झाला. त्यामुळे बसवेश्वरांचे हे समता आंदोलन तत्कालीन समाजाच्या फार मोठ्या भागाने पुढाकार घेत आत्मसात केले होते.

सामाजिक परिवर्तनाच्या चळवळीत बसवेश्वरांचे नाव आता सर्वांच्या मुखातून उच्चारले जात होते. कल्याणला येणाऱ्या वाटेवर माणसांचे लोंढे वाढू लागले होते.

समतेच्या विचाराच्या आजारामुळे समाजात रोटी-बेटी व्यवहार होऊ लागले. सगळेच लिंगायत झाल्यामुळे त्यांचे आपापसात व सहमतीने विवाह होऊ लागले.

'निलांबिकेला घेऊन ये!'

आषाढातील पावसाळी दिवसाच्या घनगर्द रात्री बसवेश्वरांना कल्याण शहर सोडावे लागले होते. आपल्या आवडत्या शुभ्र घोड्यावर बसून बसवेश्वर संगम क्षेत्राची वाट चालत होते. मागे आवडता शिष्य हडपद अप्पण्णा दुसऱ्या घोड्यावरून बसवेश्वरांना साथ संगत देत मार्गक्रमण करतयेत होता. कृष्णा नदीच्या खोऱ्यातील लहान मोठे ओढे पाण्याने तट्ट फुगून वाहत होते. खळखळणाऱ्या पाण्याचा आवाज आणि रातकिड्यांचा किर्रर आवाज बसवेश्वरांच्या मनातील जीवननाट्याच्या विविध प्रसंगांना संगीत देत होता. त्या प्रसंगांतून बसवेश्वरांच्या डोळ्यांसमोर निलांबिका उभी राहिली. निलांबिकेच्या आठवणींनी बसवेश्वरांचे मन कातर झाले. त्यांनी घोड्याचा लगाम खेचला. मागे असलेला हडपद अप्पण्णा घोड्यावरून त्यांच्याजवळ आला.

बसवेश्वर त्याला म्हणाले, "अरे अप्पण्णा, या गर्द काळोख्या रात्री मी आता तुला शेवटचा त्रास देणार आहे. तुझा घोडा तू कल्याणकडे वळव. तेथून दुसऱ्या घोड्यावरून निलांबिकेला बरोबर घेऊन ये. मी मात्र पुढे पुढे जातच राहणार. आपली भेट आता संगमक्षेत्रावर होईल. तुमच्या वाटेकडे माझे डोळे लागलेले असतील. पाऊस पडतो आहे. रस्ता दिसेनासा झाला आहे. सांभाळून सावधपणे इकडे या. ठीक आहे. तू आता निघ!"

बसवेश्वरांची आज्ञा ऐकून हडपद अप्पाण्णांनी घोडा कल्याणच्या दिशेने भरधाव सोडला. कल्याणमध्ये बिज्जळ राजाच्या सैनिकांच्या हल्ल्यातून वचन साहित्य वाचविण्याचा शरण-शरणींचा जोरदार प्रयत्न सुरू होता. प्रत्येकजण जीवाच्या करारावर हे कार्य करत होता. गंगांबिका आणि निलांबिका तिथेच होत्या. अप्पाण्णाने निलांबिकेला भेटून बसवण्णांचा शेवटचा निरोप सांगितला. तिचीही मन:स्थिती व्याकूळ झाली होती. प्राणप्रिय बसवण्णा तिला न सांगता कुठे गेले ते तिला माहीत नव्हते. या निरोपाने ती उत्साहित झाली. ती तातडीने त्या स्थितीत घोडेपागामधील घोड्यावर स्वार होऊन अप्पाण्णाबरोबर रात्रीच्या भयाण काळोख्यात धनुष्यातून सुटलेल्या बाणासारखी निघाली.

संगमक्षेत्रात समर्पण

पाऊस पडत होता. आकाशात ढगांची गर्दी, रस्ता नीट दिसत नव्हता. निलांबिका सारे धैर्य एकवटून घोड्याला वेग देत होती. आपण्णा सोबत होताच बराच रस्ता कापला गेला होता. कुडलसंगम आता एक-दीड मैलावर आले होते. पहाट झाली होती. पूर्व दिशेला तांबडे फुटले होते. निलांबिका आता बसवेश्वरांचा भेटीसाठी आतूर झाली होती. तिचे

मन आता उल्हासित झाले होते. संगम किनाऱ्यावर तंगडगी' गाव होते. तेथे ते आले होते. गावाजवळून वाहणारी कृष्णा नदी पार केली की ते दोघेही संगमेश्वरी जाणार होते. पण नियतीने वेगळाच लेख तिच्या ललाटी कोरला होता.

भल्या पहाटे आलेल्या त्या दोघांना पाहून तंगडगीचा एक ग्रामस्थ त्यांना म्हणाला, "रात्रभर इकडे खूप पाऊस पडला आहे. त्यामुळे कृष्णा नदीला पूर आला आहे." पण जिद्द न सोडता अप्पण्णा निलांबिकेला म्हणाला, "आपण नदीच्या काठावर जाऊ. कुठून पाण्याला उतार मिळतो का ते पाहू आणि जाऊ!" ते दोघही नदीकाठावर गेले. कृष्णा-मलप्रभा दुथडी भरून वाहत होत्या. त्यांचे ते रौद्र भयदरूप पाहून निलांबिकेचे मन थिजून गेले. जवळच एक उंच टेकडीसारखा भाग होता. तेथून नदीच्या पलीकडचा संगमक्षेत्राचा परिसर स्पष्टपणे दिसत होता. ते दोघेही त्या उंच जागेवर जाऊन पोहोचले. त्या जागेवरून नदीपलीकडचा विस्तृत प्रदेश स्पष्टपणे दिसत होता. पावसाळ्यातील उजाडलेली ती पहाट होती.

नदीतील गढूळ पाणी अथांगपणे धावत पुढे-पुढे जात होते. त्यामुळे वातावरणातील गंभीरता तीव्र झाली होती, निलांबिका नदी पलीकडचे दृश्य डोळ्यांत प्राण आणून पाहत होती. पलीकडच्या नदीकिनाऱ्यावर मंदिराच्या जवळ पुष्कळ माणसे जमलेली दिसली. तांबड्या फुलांनी डोली सजवली होती. मागून जड पावलांनी शांतपणे चाललेला मूक जनसमुदाय. कुणाची बरे ही अंत्ययात्रा! अप्पण्णा आणि निलांबिका विव्हळ मनाने ते दृश्य पाहत होते. दोघांनाही थोडे फार उमगले होते. पण बोलणार काय? विचित्र-अवघड-कोंडलेली मन:स्थिती! स्वतःच्या पतीची प्रेतयात्रा दिसत असूनही अंत्यदर्शन घेता येऊ नये यासारखी वाईट परिस्थिती कोणती असेल? डोळे अश्रूंनी डबडबलेले होते. त्यातूनच समोरचे दृश्य एकटक पाहून ती खात्री करून घेत होती. अश्रूंचा बांध फुटून ते चेहऱ्यावर सतत ओघळत होते.

तेवढ्यात एक कोळ्याचा मुलगा पोहत अलीकडच्या काठावर आला, तो उद्देशून त्या दोघांना म्हणाला, "बसवण्णांचे नातेवाईक आहात ना तुम्ही? मी तेथूनच आलो. महात्मा बसवण्णा शिवैक्य झालेत. समोरची अंत्ययात्रा त्यांचीच आहे. तिथला प्रत्येक माणूस हळहळतो आहे. बसवण्णा त्या सर्वांचे देव होते."

लगेचच आकाशात त्या काळ्या काळ्या ढगांत वीज चमकली, कडाडली. हृदय विदीर्ण करणारी ती दुःखद वार्ता ऐकून निलांबिका जमिनीवर कोसळलीच! तिने असाहाय्यपणे जोराचा हंबरडा फोडला. आपल्यावर आकाशच कोसळले असे तिला वाटले. ती विलाप करू लागली. "माझ्या बसवराजांना काहीच झाले नव्हते. त्यांची प्रकृती उत्तमच होती. मग हा क्रूर डाव कुणी साधला हो! अप्पण्णा सांगा ना! कोणी पुसले माझ्या कपाळीचे कुंकू? बोला ना अप्पणा बोला ना!

निलांबिकेच्या करुण किंकाळ्या समोरेला नदीच्या अथांग पाण्यावर जाऊन फुटल्या. हडप्द अप्पण्णाला तर हे दृश्य पाहण्यापूर्वी आपल्यालाच मरण का आले नाही, असे वाटत होते. त्या दोघांची भेट अर्ध्यावर टाकून बसवेश्वर निजधामास गेले होते. कल्याणच्या राज्याला प्राण, प्रजेचा परमेश्वर, समता आंदोलनाचा शिल्पकार, लोक कल्याणासाठी अहोरात्र झटणारा क्रांतदर्शी, दीनदलितांचा-उपेक्षितांचा पाठीराखा कृष्णा मलप्रभेच्या कुशीत कायमचा विसावला होता. ते खऱ्या अर्थाने लिंगांग सामरस्य होते. कृष्ण शुद्ध पंचमी-नागपंचमीचा तो ११६७मधील दिवस होता. समता आंदोलनाच्या अनुभव मंटपातील तेजोनिधी दीप मालवला गेला होता.

> समाजातील विविध जातींमध्ये रोटी-बेटी व्यवहार व्हावेत, सर्व स्त्रीजातीला समानाधिकार मिळावेत, या मानव जातीचे कल्याण करणाऱ्या तत्त्व-विचारांचे समाजात प्रसारण हवे, यासाठी लढत-लढत एक पराक्रमी सेनापती संगमक्षेत्री जलसमाधी घेऊन कायमचा विसावला. धर्मांध सनातन्यांशी त्याची आयुष्यभर झुंज सुरू होती. बसवेश्वरांना आपल्या व्यक्तिगत आयुष्यात आराम-चैन विलास नको होता. त्यांना चिंता होती समाजाच्या सुखाची! त्यांना चिंता होती समाजात पुरोगामी विचार रुजण्याची! स्त्री-पुरुष समानतेचा आद्य क्रांतिकारक म्हणून इतिहासात बसवेश्वरांची नोंद करावीच लागेल. अनुयायांची फार मोठी फौज उभी राहिली. सश्रद्ध पण डोळस असंख्य शरण-शरणींनी आपल्या अथक परिश्रमातून बसवेश्वरांच्या विचार-तत्त्वांना दृश्य रूप दिले.

कल्याणमध्ये सत्ताबदल

कल्याण राजधानीत परस्पर विरोधी घडणाऱ्या घटनांमुळे बिज्जळ राजा भांबावून गेला. महामंत्री बसवेश्वरांच्या अनुपस्थितीमुळे घडणारी प्रत्येक लहान-मोठी घटना बिज्जळावरच येऊन आदळत होती. तो दरबारातील सनातनीमंडळींच्या पूर्णतः आहारी गेला होता. हरळय्या आणि मधुवारस यांना त्यांच्या मुला-मुलीने आंतरजातीय विवाह केला म्हणून त्याने मृत्युदंडाची शिक्षा सुनावली. महामंत्री बसवेश्वर यांनी अत्यंत विचित्र परिस्थितीत - आपल्या महामंत्रिपदाचा त्याग केला. बसवेश्वरांच्या विषयी जनसामान्यांच्या मनात सहानुभूती व कमालीचा आदर असल्यामुळे साजात खळबळ माजली. जनमत प्रभुब्ध झाले.

आता सत्तेत परिवर्तन केल्याशिवाय राज्य टिकणे खूपच कठीण आहे, यावर मंत्रिमंडळ व राजघराण्यातील व्यक्तींचे एकमत झाले. दरबारातील महत्त्वाकांक्षी मंत्री बनवासी प्रदेशाला सर्वाधिकारी कसपय्या नायक याच्या तोंडाला पाणी सुटले. त्याने

प्रारंभीच सत्ता मिळविण्याचा प्रयत्न केला. पण त्यात त्याला पुढे सरकता आले नाही. तो अपयशी ठरला. मग त्याने बिज्जळाचा भाऊ मैलुगी, बिज्जळाचा मोठा राजकुमार वज्रदेव - त्याचा मुलगा कालिदेव ऊर्फ कर्ण यांनाही त्या चढाओढीत उतरविले. कारण कसपय्या नायकाला दुसरा राजकुमार सेविदेव हा कल्याणचा राजा व्हावा असे वाटत नव्हते. बिज्जळाचा सर्वात जास्त लोभ व विश्वास दुसरा राजकुमार रायमुरारी सोविदेव याच्यावर होता. त्यामुळे बिज्जळ राजाने बाकीचे प्रयत्न मोडीत काढून कल्याणच्या कळचुरी घराण्याच्या राजमुकुट रायमुरारी सोविदेव याच्या डोक्यावर ठेवला. त्याने त्यानंतर राज्यकारभारातून आपले अंग काढून घेतले. त्याने राजसंन्यास घेतला.

कल्याणचा नवा राजा सोविदेव याने सत्तेवर आल्यावर लगेचच असंतुष्ट मंडळींचा समाचार घेतला, मंत्री कसपय्या नायक त्यात आघाडीवर होता. बिज्जळाचा लहान भाऊ मैलुगी, बिज्जाळाचा नातू कालिदेव उर्फ कर्ण, तिसरा मुलगा मल्लिकार्जुन, जुन्या चालुक्य घराण्याचे हितचिंतक, सेनापती कवनय्यापुत्र बामा दंडाधीश व नरसिंह असे अनेक लोक असंतुष्ट होते. त्यांचा सोविदेवाने बंदोबस्त केला.

कल्याण राज्यात बसवेश्वरवादी समतावादी लिंगायत लोक होते. या लोकांना बिज्जळाच्या सैन्याने भरपूर त्रास दिला होता. हे लोक अर्थातच राजसत्तेच्या विरोधी होते. बसवेश्वरांच्या लिंगैक्यानंतर या लिंगायत लोकांचे नेतृत्व बसवेश्वरांचा भाचा चन्नबसवेश्वर याच्याकडे आले. सोविदेवाने माधव नावाच्या नव्या सेनापतीची नेमणूक केली. माधवाचे व्यक्तिमत्त्व धिप्पाड असून तो स्वामिनिष्ठ होता. सेनापती माधवाने कर्ण आणि मैलुंगी या विरोधकांना चकमकी घडवून यमसदनास पाठविले. सोविदेवाचा राजमार्ग आता स्वच्छ झाला होता. हळूहळू प्रजेचे व्यवहार सामान्य होत गेले. सत्तेत झालेला बदल लोकांनी स्वीकारला. सोविदेव कल्याणचा राजा झाला, त्याला एक वर्ष होऊन गेले. अगदी अकस्मात कल्याणच्या राजवाड्यावर एका काळ्याकुट्ट भयाण रात्री विराट वीज थयथया नाचली.

बिज्जळाला यमसदनास धाडले

बिज्जळ राजाने कल्याणमधील भक्तिमार्गी निरपराध शरणांची कत्तल केली होती. सर्वसामान्यांच्या समता आंदोलनाचे शिल्पकार बसवेश्वरांनी राज्यत्याग केला होता. सोविदेव राजाच्या सैन्याने वचन वाङ्मयाची होळी पेटविली होती. राज्यात निष्पाप शरण-शरणींचा अमानुष छळ सुरू होता. या तीन चार कारणांनी बसवेश्वरांच्या अनुयायांत संतापाची लार उसळली होती. त्वेषाचा आणि सूडाचा सुप्त अग्नी त्यांच्यात धगधगत होता. कल्याण राज्यातील लिंगायत लोकांची व गणाचारी वृत्तीच्या शरणांची मन:स्थिती प्रक्षुब्ध झाली होती. बसवण्णाचांचे कडवे गट गावोगावी हिंडत होते.

अशाच एका कडव्या आणि उसळत्या रक्ताच्या प्रक्षुब्ध गटाचा मुख्य होता 'जगदेव' "मोलय्या' आणि 'बोमय्या' हे त्याचे जिवलग सहकारी होते. हरळय्या आणि मधुवय्या या दोन निरपराध शरणांना बिज्जळाने हत्तीच्या पायी देऊन त्यांना ठार मारले होते.

हे दृश्य जगदेव आणि त्याच्या सहकाऱ्यांच्या डोळ्यांसमोरून हलत नव्हते. त्यावेळी नकळत त्यांचे हात कमरेतील तलवारीकडे जात होते. एका मध्यरात्री हातात तळपत्या तलवारी घेऊन जगदेव सहकाऱ्यांना घेऊन राजवाड्याच्या पायऱ्या क्षणार्धात चढून वर गेला. त्याच्या मनात सूडाचा प्रचंड अग्नी पेटला होता. वाटेत पहाऱ्यावरील सैनिकांचा प्रतिकार क्षणार्धात मोडून काढून तो बिज्जळ राजाच्या अंतःपुरात पोहोचला. तिथे बिज्जळ राजा झोपला होता. कल्याण नगरीत ज्याच्या आदेशाने रक्ताचे पाट वाहिले तो बिज्जळ राजा! सूडाने पेटलेल्या जगदेवाने बिज्जळाचे शीर तलवारीच्या एका घावाने धडावेगळे केले. हे समजल्याबरोबर राजवाडा प्रथम सुन्न झाला आणि नंतर सुडाने पेटला.

कल्याण क्रांतीचा वणवा

या आकस्मिक व नाट्यपूर्ण घटनेमुळे बसवानुयायी शिवशरणांना राजवाड्याने बिज्जळाचे मारेकरी ठरविले. परिणामी राजा सोविदेवाच्या सैनिकांनी अनिर्बंध हिंसाचार कल्याण राज्यात मांडला. या कल्याण क्रांतीतूनच रक्तपात सुरू झाला. कल्याण राज्यात बिज्जळ वधाच्या घटनेने यादवी भडकली. राजनिष्ठ सैनिकांचा नंगानाच सुरू झाला. बसवेश्वरांचे अनुयायी, शिष्य, सहकारी आणि लिंगायत या सर्वांची घरेदारे पेटविण्यात आली. त्यांची दुकाने, त्यांच्या झोपड्या हे सारे भस्मसात होऊ लागले. वचन भांडाराला आग लावण्यात आली. बसवेश्वरांच्या अनुयायांचे जीव की प्राण म्हणजे वचन साहित्य! महामनेत अक्रनागम्मा व चन्नबसवण्णांनी सर्व शरणांना बोलावून घेतले. त्यांनी सांगितले, "शरण बंधूंनो, आपल्यावर अचानक हे अस्मानी संकट कोसळले आहे. आपल्या वचन साहित्याचे रक्षण करणे हे आपले परम कर्तव्य आहे. अल्लम प्रभूदेवांच्या आदेशाप्रमाणे सह्याद्री पर्वताच्या दुर्गम दाट जंगलात वचन साहित्य सुरक्षित ठेवण्यासाठी आपल्याला निघायला हवे. त्यासाठी दोन-तीन गट तयार करावे लागतील. शून्यपीठाचा अधिकार सोलापूर येथे सिद्धरामावर सोपवून आपण पुढे निघणार आहोत."

कुडलसंगमकडे बसवेश्वर निघून गेले आणि शरण संस्कृती व वचन साहित्य यांचे रक्षण करण्याची जबाबदारी नागलांबिकेने समर्थपणे पार पाडली. शरणांचे दोन-तीन गट करून वचनसाहित्य घोड्यावर व बैलगाड्यांमध्ये सुरक्षितपणे ठेवण्यात आले. अनुभव मंटपाचे प्रमुख अल्लमप्रभू आणि अक्कमहादेवी व्यथित मनाने श्रीशैल पर्वताकडे निघून गेले.

अनेक शरण-शरणींना कैदेत टाकण्यात आले. नागलांबिका, गंगाबिका, मडिवाळ

माचय्या, अंबिगार चौडय्या, ढोर कक्कय्या, मांग चन्नय्या, कल्याणम्मा, काळव्वे इत्यादी शरण-शरणींनी गणाचारी वृत्तीने विरोध करून गोव्याच्या पूर्वेकडील सह्याद्रीच्या निबिड अरण्यात 'उळवी' या कारवार जिल्ह्यातील क्षेत्राकडे लपत लपत प्रयाण केले.

या शरण-शरणींनी आपले प्राण धोक्यात घालून 'वचन साहित्य' सांभाळले. म्हणूनच आज आपणास बसवेश्वर आणि त्यांचे अनुयायी यांचे कसदार वचन साहित्य उपलब्ध झाले आहे. त्यांचे हे ऋण अविस्मरणीय आहेत. वचन-धनासाठी प्राणपणाला लावलेल्या जगावेगळ्या लोकांची ही जीवनयात्रा विलक्षण आहे. कल्याणमध्ये सोविदेवाच्या सैनिकांच्या बलदंड बळाने लिंगायतांच्या निष्पाप स्त्री-पुरुषांचा अमानुष छळ मांडला होता. अशी ही 'कल्याण क्रांती' काळाच्या पटलावर सोविदेव राजाला यश देऊन गेली. सोविदेवाचा विजय आणि लिंगायतमंडळींचा पराजय असे या कल्याण क्रांतीचे लौकिक स्वरूप होते.

बसवेश्वर काळात शरण-शरणींनी धार्मिक, सामाजिक व साहित्यिक क्षेत्रात साध्य केलेली क्रांती अभूतपूर्व होती. ही क्रांती केवळ कर्नाटकातच नव्हे तर जगाच्या इतिहासात नोंद घ्यावी अशी असामान्य आहे.

बिज्जळाने राज्यत्याग करून आणि बसवेश्वरांचे लिंगैक्य होऊन एक वर्ष झाले होते. तरी राज्यातील बसवप्रेमी जनतेला वाटत होते की, बसवेश्वरांचा राज्यत्याग, त्यांचे लिंगैक्य आणि हरळय्या व मधुवारस या शरणांची क्रूर हत्या - या साऱ्यांचे कारण बिज्जळच होता. तो सनातन्यांच्या पूर्ण आहारी गेला होता. प्रजेच्या मनात हे शल्य बोचत होते. भावनाशील वादळी मनातून घडून आलेली सहज घटना म्हणजे बिज्जळ राजाचा खून होय. बिज्जळ राजाला मारण्यासाठी गेलेले जगदेव, मोलय्यस व बोमय्या या समाजातील प्रतिष्ठित व्यक्ती होत्या. मनात उठलेल्या प्रचंड विचार काहुरातून त्यांनी बिज्जळाचा वध केला होता. या व्यक्ती कल्याणच्या राजसभेचे मान्यवर सभासद होते.

बसवेश्वरांच्या समता आंदोलनाला केलेल्या विरोधाची प्रतिक्रिया म्हणजे राजा बिज्जळाचा वध होय. कल्याणच्या सिंहासनाच्या प्राप्तीसाठी नातेवाईकांनी किंवा राजदरबारातील मंडळींनी केलेला तो कट नव्हता. बिज्जळ राजाने समताधिष्ठित विवाह घडवून आणणाऱ्यांची निर्दय हत्या केली होती. दहशत निर्माण करून ते समतेचे आंदोलन त्याला विझवायचे होते. हरळय्या आणि मधुवारस या सुधारक लिंगायतांच्या क्रूर हत्येचा निषेध म्हणून आंधळ्या राजसत्तेला मानवी हक्कांच्या रक्षकांनी दिलेला तो प्रतिटोला होता.

कल्याणक्रांतीच्या वादळात समता आंदोलन सैरभैर झाले. राज्याच्या सैनिकांनी विनाकारण समतावाद्यांवर तलवार चालविली. खरे म्हणजे बसवेश्वरांचे समता आंदोलन हे शांततेच्या मार्गाने जाणारे अहिंसक आंदोलन होते. या आंदोलनात जुलूम-जबरदस्ती नव्हती, होते ने हृदय परिवर्तन! शरण-शरणींच्या साहित्यातून ते स्पष्टपणे

दिसते. राज्यातील संघर्ष टाळण्यासाठी त्यांनी महामंत्रीपदाचा मुगुट राजांना परत केला. तेथून राज्यत्याग करून ते संगमक्षेत्री गेले. या त्यांच्या कृतींवरून त्यांचे शांतिप्रिय मन व्यक्त होताना दिसते.

समाजाचा उद्धार करणाऱ्या उदात्त मनात सूडाची भावना प्रविष्ट होईलच कशी? या सर्व ऐतिहासिक घडामोडीत बिज्जळाचा वध केव्हा झाला हे पाहणेही अत्यंत महत्त्वाचे आहे. बसवेश्वरांचे लिंगैक्य झाले. राजा बिज्जळाने राज्ययाग केला. त्यानंतर सोविदेव कल्याणचा राजा झाला. या तीनही महत्त्वपूर्ण घटना झाल्यानंतर सुमारे एक वर्ष गेले आणि मग बिज्जळाचा वध झाला, हे लक्षात घेणे आवश्यक आहे.

बसवेश्वरांच्या आयुष्याची बागेवाडीत झाली पहाट! मंगळवेढ्याला झाली दीर्घ सकाळ! कल्याणला तापला डोक्यावरचा सूर्य आणि कुडलसंगमला झाला सूर्यास्त! मानवतावादी बसवेश्वरांनी स्त्री-पुरुष समता आणि जाती-जातींमध्ये समता या तत्त्वांची विजय-पताका उंच फडकत ठेवली. बाराव्या शतकात होऊन गेलेले बसवेश्वर हे असे नवसमाज निर्माता ठरले. निर्मळ चारित्र्य, असामान्य कर्तृत्व, असाधारण धैर्य, अजोड संघटनकौशल्य आणि जनसामान्यांविषयी तळमळ यांचा आदर्श म्हणजे बसवेश्वर!

> बसवेश्वर हे समाजातील वर्णव्यवहार आणि जातिव्यवहार न मानणारे पहिले बंडखोर होते. बसवेश्वरांनी स्त्री, शूद्र वर्ण, कामगार वर्ग, समाजातील तळागाळातील घटक या सर्वांना आत्मप्रतिष्ठा दिली. परमेश्वराच्या भक्तीच्या व्यवहारात मध्यस्थ म्हणून काम करणाऱ्या पुरोहित, पुजारी, ब्राह्मण यांचे वर्चस्व बसवेश्वरांनी स्पष्टपणे नाकारले. 'कन्नड' या लोकभाषेमधून त्यांनी 'वचन साहित्य' प्रथमच लिहिले. लोकशाही, समता, न्याय या तत्त्वांची घोषणा करून समाजमनात त्यांना स्थान देणारे ते थोर तत्त्ववेत्ते होते. सर्वांच्या देहांत आणि मनांत एकच देव आहे, हे पटवून देणारे भक्तिक्षेत्रातील ते देवदूत होते. सामान्य माणसाला आत्मभान देण्याचे महान कार्य त्यांनी केले.

त्यांच्या प्रभावी व्यक्तिमत्त्वात भक्ती, शक्ती, साहस, प्रेम, वात्सल्य व ममता अशा अनेक गुणांचा संगम झालेला होता. सामान्य जनतेला विचारस्वातंत्र्य, उच्चार स्वातंत्र्य, लेखन स्वातंत्र्य यांचा मंत्र यांनीच प्रथम दिला. कर्नाटकातील आणि भारतातील जनतेच्या मनावर त्यांनी मानवतेचा संस्कार केला. धर्म, भाषा, शिक्षण आणि संस्कृती या समाजातील विशेष घटकांमध्ये सामान्य माणसांचा आवाज त्यांनी बुलंद केला. थोडक्यात बसवेश्वर हे समाजजीवनात समतेची बाग साकार करणारे आणि तिला मानवतेची फळे आणणारे कष्टाळू माळी होते.

•••

धार्मिक सुधारणा

भारतीय समाज जीवनात धर्माला फारच महत्त्वाचे स्थान आहे. मध्ययुगीन समाज जीवन तर धर्माच्या पायावरच उभे होते. खरे म्हणजे धर्म ही एक जीवन पद्धती आहे. धर्माचे मुख्य उद्दिष्ट समाजाची धारणा करणे हे आहे. बसवेश्वरांच्या काळातला धर्म श्रीमंतांचा आणि सत्ताधीशांचा दास झाला होता. समाजातील सामान्य माणूस या धर्मव्यवहारापासून खूप दूर होता.

वास्तविक सामान्य माणूस हाच धर्माचा मोलाचा घटक असला पाहिजे. हेच तत्त्व लक्षात घेऊन बसवेश्वरांनी दीन, वंचित, शोषित, अस्पृश्य अशा समाज घटकांचा उद्धार करण्यासाठी धर्मसुधारणेचे कार्य अंगीकारले. या मागास घटकांना पुष्ट करण्याचे ध्येय त्यांनी आपल्या डोळ्यांसमोर ठेवले. त्यांनी जाणीवपूर्वक आणि अधिक संघटितपणे वीरशैव धर्म साकार केला. त्यांच्या पूर्वीच्या काळात शैव पंथ हा हिंदू धर्मातील एक पंथ होता - हे लोक शिवाची पूजाअर्जा करत. शिवासह गणेश, नंदी, विष्णू, लक्ष्मी, भवानी, अंबाबाई अशा दैवतांचीही पूजा करत. त्यांची ही उपासना बहुदेवोपासना होती.

मंदिरात शिवाची म्हणजे शिवलिंगाची पूजाअर्चा होत असे. श्रीमंत मंडळी मंदिरात पैसा खर्च करत. त्यातून पुण्य मिळवत. मूर्तीवर वस्त्रे, दागदागिने वाहिले जात. गरीब व अस्पृश्य लोकांना मंदिरात प्रवेश नसे. जमीनदार, धनिक, सत्ताधीश मंदिरांचे बांधकाम करत. सोने-नाणे, जमिनी देवालयांना दान देत असत. मंदिराचे पुजारी आणि पुरोहित यांचेच राज्य त्या क्षेत्रात चाले.

> मंदिरे कर्मकांडात अडकून पडली होती. कित्येक पुजारी अनैतिक कृत्यांत बरबटलेले असत. अस्पृश्य, स्त्रिया आणि समाजातील खालचा वर्ग यांना या धर्मात काहीच स्थान नव्हते. शुभ-अशुभ, सोवळे-ओवळे या कल्पनांनी समाजात धुमाकूळ घातला होता. थोडक्यात धर्मामध्ये राजरोस अधर्म सुरू होता. खऱ्या धर्माचे स्वरूप झाकोळून गेले होते. सर्वत्र दिसत होते, ते धर्माचे अवडंबर! धर्माचे हे नकली स्वरूप बसवेश्वरांनी बारकाईने पाहिले होते.

बसवेश्वरकालीन धर्मात सामान्य माणसाला प्रतिष्ठाच नव्हती. प्रतिष्ठा होती ती उच्च जातीतील लोकांना, श्रीमंतांना आणि ज्यांच्याकडे गावची सत्ता आहे त्या सत्ताधीश मंडळींना! धर्माचे हे भ्रष्ट रूप पाहून बसवेश्वर अस्वस्थ होत.

कोणत्याही धर्माचा आधार माणूस असतो, विशेषतः सामान्य माणूस! धर्म ही व्यवस्था माणसासाठीच असते. माणसाला मोजत नाही तो धर्म कसला? या स्थितीत धर्मामध्ये सुधारणा करणे गरजेचे आहे, असे बसवेश्वर यांच्या मनात आले. चिंतन-मननाच्या जोरावर धर्मामध्ये त्यांनी नव्या संकल्पना रुजवायला सुरुवात केली.

इष्टलिंग

इष्टलिंग

धर्माला बदलत्या काळानुरूप नवे रूप देणे आवश्यक होते. हा बदल सामान्य माणसाच्या सहज आचरणातला असायला हवा हे बसवेश्वरांनी जाणले होते. त्यातून त्यांना मानवतासंपन्न मानव घडवायचा होता. तो ध्येयनिष्ठ, समताशील, प्रेमळ आणि नव्याचा सहज स्वीकार करणारा असावा. तत्कालीन धर्मव्यवहारात मंदिर या संस्थेला फार मोठे महत्त्व होते. मंदिरे ही भक्ताच्या शोषणाची केंद्रे झाली होती हे बसवेश्वरांनी अनुभवले होते. त्यांना सर्वप्रथम मंदिर कल्पनेवर आघात करायचा होता. त्यासाठी सामान्य माणसाला सहजपणे परमेश्वराजवळ जाता आले पाहिजे, अशी व्यवस्था करणे नितांत गरजेचे होते. त्यानुसार इष्टलिंगाची संकल्पना त्यांनी जोरकसपणे पुढे आणली.

'इष्टलिंग' हे शिवाचे लहान रूप आहे. हे शिवलिंग कापडात ठेवून चांदीच्या डबीत ठेवले जाते. ते गळ्यात घातले जाते. 'जंगम' अगर 'गुरू'कडून विधिपूर्वक दीक्षा घेऊन इष्टलिंग गळ्यात बांधावयाचे असते. मुलाच्या जन्मानंतर हा विधी केला जातो. कोणीही कधीही इष्टलिंग धारण करून लिंगायत होऊ शकतो. दीक्षेचा विधी झाल्यानंतर तो दीक्षाधारक शरण किंवा लिंगायत होतो. त्यानंतर त्याची पूर्वीची जात शिल्लक राहत नाही.

शरण हा नित्यनेमाने शिवयोग साधना करत असतो. हा भक्त डाव्या हातावर इष्टलिंग ठेवून दृष्टी भ्रूमध्यावर केंद्रित करून इष्टलिंगावर सरळ रेषेने दृष्टी एकाग्र करून स्थिर राहून इष्टलिंगावर लक्षपूर्वक पाहत, त्यातून परावर्तित होणारा प्रकाश मनात साठवतो. यावेळी मन ध्यानावस्थेत स्थिर होते. ही साधना म्हणजेच शिवयोग! यात भक्तीची एकनिष्ठता आहे. यातून आपण नव्या समाजाचे घटक आहोत ही भावना मनात निर्माण होते. हा दीक्षाविधी एका अर्थाने पुनर्जन्म असतो. कारण त्या भक्ताची - शरणाची पूर्वीची जात आता नष्ट झालेली असते. 'शिव शिव' असा उच्चार करत एकाग्र मनाने तळहातावरील इष्टलिंगाचे ध्यान व पूजन केल्याने भक्त शिवाशी संलग्न होऊ शकतो. त्यामुळे शरणाचे देहविकार नष्ट होतात.

लिंगायताने इष्टलिंग देहावर धारण करणे म्हणजे आपला देह हेच मंदिर आहे, ही धारणा स्वीकारणे होय. परब्रह्म शिव आपल्या अंतरंगातच आहे. इष्टलिंग गळ्यात घातले की परशिव सतत आपल्या सोबत आहे, ही भावना मनात रुजते. त्यामुळे भक्ताला मंदिरात - देवळात जाण्याची गरजच राहत नाही. इष्टलिंग धारण केल्यानंतर शरण कोणत्या स्थितीतून जातो त्याचे वर्णन अनुभव मंटप प्रमुख अल्लमप्रभू यांनी आपल्या एका वचनात पुढीलप्रमाणे केले आहे.

माझे पाय बनले स्तंभ। देह देवालय बनले।
जिव्हा माझी बनली घंटिका। आणिक शिर सुवर्णकलश।
काय हे अद्भूत! ॐकारच सिंहासन बनले।
तेजोमय लिंगासाठी। गुहेश्वरा, तव प्राणलिंगप्रतिष्ठा।
कधीही न पालटणारी, अढळ।।

आपला देह हेच मंदिर असल्याने आपला देव नेहमी आपल्या बरोबरच असतो. त्यामुळे त्याची पूजा करण्यासाठी देवळात जाण्याची गरज नाही. मंदिरांमुळे भक्तांमध्ये गरीब-श्रीमंत असा भेद होतो. श्रीमंत लोक आपल्या संपत्तीच्या जोरावर मंदिरे बांधून मोठेपणा मिरवतात. विश्वव्यापी शिवाची पूजा, प्रार्थना व उपासना करणे हे लिंगायताचे आद्य कर्तव्य आहे. दीक्षाविधी जंगमाकडून झाल्याशिवाय इष्टलिंग व्यक्तीला धारण

करता येत नाही. इष्टलिंग धारण करून इष्टलिंगाशी अनुसंधान साधतो तो लिंगायत होय. वीरशैव आणि लिंगायत हे दोन्ही एकच. त्यांच्यात फरक नाही. शिव आणि शक्ती यांच्या योगाने विश्वाची उत्पत्ती झाली, असे हा धर्म मानतो.

गावागावांत बांधलेले मंदिर कधीतरी नष्ट होते. देवालयापेक्षा शरणाच्या देहाच्या गाभाऱ्यात देव जास्त सुरक्षित राहतो, हे सांगताना बसवेश्वर म्हणतात -

सधन बांधिती देवालय। देवा, मी गरीब करू काय?।
देहच माझे मंदिर। पायच माझे देवळाचे खांब ।
मस्तक माझे देवळाचा कळस। स्थावर पावे नाश ।
जंगम हे अविनाश। परिसावे बा कुडलसंगमदेवा।।

श्रीमंत लोक संपत्तीच्या जोरावर मंदिर बांधतात. मी गरीब आहे. मला ते कसे जमेल? हा देह हेच माझे देवालय आहे. त्यातील पाय हे देवळाचे खांब आहेत. माझे मस्तक म्हणजे मंदिराचा कळस आहे. स्थावर असलेले मंदिर कधी तरी नष्ट होते पण जंगम असलेले हृदयमंदिर अविनाशी आहे. इथे बसवेश्वरांनी मंदिरातील लिंगपूजेपेक्षा इष्टलिंग पूजेला जास्त महत्त्व दिलेले आहे. मंदिरातील पुरोहितशाहीला त्यांचा विरोध होता. पूजेच्या प्रकारानुसार वेगवेगळी बिदागी शरणाकडून वसूल करणाऱ्या पुरोहितांचा त्यांनी निषेध केला आहे. म्हणून निसर्गाने मला दिलेला देह हेच माझे मंदिर आहे.

इष्टलिंग पूजा हा भक्तीचा सोपा व सर्वांना सहज करता येणारा भक्तीचा प्रकार आहे. सर्वव्यापी परमेश्वराचे प्रतीक म्हणजे इष्टलिंग. ही भक्ती सर्व जातीतील स्त्री-पुरुषांसाठी मुक्त आहे. इष्टलिंग भक्तीमुळे पुरोहितशाही नष्ट होते.

इष्टलिंग भक्ती सर्व जातीतील स्त्री-पुरुषांना घरी, व्यवसायाच्या ठिकाणी, प्रवासात कुठेही करता येते. सर्वांना भक्तीच्या क्षेत्रात यांमुळे समानाधिकार दिला जातो. यामुळे सामाजिक ऐक्य वाढीस लागते. धार्मिक-जातीय तंटे, कलह, वैरत्व अशा विघातक बाबींना पायबंद बसतो.

इष्टलिंग समाजाच्या धनिक व सत्ताधीश व त्यांच्या स्त्रियांच्या गळ्यात होते तसे गरीब, अस्पृश्य, कष्टकरी व शेतकरी यांच्या व त्यांच्या स्त्रियांच्या गळ्यात असायचे. त्यामुळे सामान्य माणसांना उच्च वर्गीयांत व आपल्यात फरक नाही हे जाणवायचे. त्यामुळे समाजातील तळागाळातील व्यक्तींचा आत्मविश्वास वाढला. तसेच हे इष्टलिंग सामाजिक समानतेचे प्रतीक बनले, या इष्टलिंगाच्या निरांजनाने प्रत्येकाच्या मनाचा गाभारा प्रकाशित झाला. त्यातूनच समतेचे तत्त्व आपोआप सर्वांनी अंगीकारले. थोडक्यात बसवेश्वरांनी देवळातील देव बाहेर काढून प्रत्येकाच्या देहावर धारण करायला लावला.

कोणत्याही मध्यस्थाविना, स्वामी, पुजारीशिवाय आपण ईश्वरोपासना करू शकतो, ही नवी जाणीव या लोकांच्या मनात निर्माण झाली. या माध्यमातून प्रत्येक लिंगायत प्रतिष्ठित झाला. यापूर्वी सामान्य माणसाला त्याच्या धर्माने असे प्रतिष्ठित केले नव्हते.

इष्टलिंग म्हणजे शिव. शिव म्हणजे परब्रह्म. शिव हा परमतत्त्व, अगोचर. उपमातीत आहे. परशिव आणि इष्टलिंग यांच्या सर्वव्यापी स्वरूपावर प्रकाश टाकताना बसवेश्वर म्हणतात -

निःसीम गगन हे आहे विश्व विशाल।
त्याच्याही पलीकडे तुझा व्याप्ति-विस्तार।
तळी पाताळाच्या पार तुझे श्रीचरण।
श्रीमुकुट तुझा तर ब्रह्माण्डाच्या पैल।
तू अप्रमाण, तू अगम्य, गोचर न तू।
तरी तळहातावर बसशी होऊन सान।
हे अप्रतिमा, हे कुडलसंगमदेवा।।

इष्टलिंग परशिवाच्या विराट रूपाचे प्रतीक आहे. शिव हा सात लोक, चौदा भुवने व्यापून पुन्हा शिल्लक उरतो. तळहातावरील इष्टलिंगावर शरणाने आपली नजर एकाग्र करून मन पूर्णतः त्यात विलीन करून चिंतन केल्यास दिव्यज्ञान प्राप्त होते. त्यामुळे इष्टलिंगातच लिंगांग सामरस्याचा अनुभव शरणाला मिळतो.

भावपूर्ण भक्तीचा पुरस्कार

बाराव्या शतकात देवपूजेसाठी अनेक साधने गोळा करावी लागत. ही साधने धनिकमंडळींकडे असायची. त्यांनाच ती पूजा शक्य होई. अशी पूजा नाकारून बसवेश्वरांनी केवळ मानसिक पद्धतीने करावयाच्या पूजेचा पुरस्कार केला. त्यातून त्यांनी पूजेतील अवडंबर नाकारले. त्यांनी व्यक्तीच्या भावपूर्ण भक्तीचा जोरदार पुरस्कार केला. ही भक्ती कोणत्याही जातीतील व्यक्तीला मध्यस्थाविना करता येते. धर्मसुधारणेतील ही एक क्रांतिकारक घटना होती. तसेच सामान्य माणसाला इष्टलिंगाची पूजा करून साकाराकडून निराकाराकडे जाण्याचा सोपा मार्ग उपलब्ध करून दिला.

इष्टलिंगाची पूजा करताना परंपरागत पूजा साधने नाकारण्यात आली. वस्त्रे, दागदागिने, संपत्ती, रोख रक्कम ही साधने त्याज्य ठरविण्यात आली. पूजेसाठी कोणतीही साधने वापरली तरी त्यांचा उपभोग कुणीतरी घेतलेलाच असतो, हे बसवेश्वरांनी आपल्या एका वचनातून सांगितले आहे. ते म्हणतात -

दुग्ध ते उच्छिष्ट वासराचे। पाणी ते मत्स्याचे उच्छिष्टची।
पुष्प ते उच्छिष्ट भ्रमराचे। शिव, शिव मी तूज पुजू कैसे?
उच्छिष्टाचे निवारण मला न उमजे।
अर्पिलेले घ्यावे गोड करून, कुडलसंगमदेवा।।

आपण देवाला जे काही अर्पण करतो ती त्याचीच निर्मिती असते. दूध हे वासराने, पाणी हे माशांनी, फुल हे भुंग्यांनी उष्टे केलेले असते. त्यामुळे शुद्ध अंतःकरणाने, निरपेक्ष भावनेने देवाची अनन्य भक्ती करणे हीच खरी पूजा आहे. शरीराच्या बाह्य शुद्धीपेक्षा अंतरंगाची शुद्धी अधिक महत्त्वाची आहे.

आपल्या देहावरील इष्टलिंगाची पूजा त्या-त्या व्यक्तीनेच करावयाची आहे. ही शिवपूजा मनःपूर्वक केली पाहिजे. भान हरपून, मन एकाग्र करून, जीव ओतून लिंगपूजा केली तरच शिव प्रसन्न होतो. आपल्या भक्तिभावाप्रमाणे आपण कुठेही देवपूजा करू शकतो. ही सोपी व सुगम भक्ती बसवेश्वरांनी समाजमनात रुजविली. त्यासाठी धूप, दीप, फुले इत्यादी साधनांची गरज नाही. तर व्यक्तीच्या शुद्ध व पवित्र भावाची गरज आहे. प्रत्येकाच्या देहात-अंतरंगात परमेश्वर आहे, ही जाणीव सर्वांचीच झाल्याने परस्परांविषयी प्रेम निर्माण झाले.

स्त्रियांनाही इष्टलिंग पूजेचा-भक्तीचा अधिकार दिल्याने स्त्रियांचा आत्मविश्वास वाढीला लागला. त्या समाजात आपल्या कर्तृत्वाने धीटपणे वावरू लागल्या. त्यातून त्यांना जगण्याचे भान मिळाले. माणूस म्हणून जगण्याचा व इतरांनाही जगण्याचा अधिकार आहे अशी जाणीव व्यक्ती-व्यक्तीमध्ये निर्माण झाल्याने समाजात ऐक्य व सौहार्द निर्माण होण्यास मदत झाली. *'जे-जे भेटे भूत तया मानिजे भगवंत'* या वचनाचा प्रत्यय समाजात प्रकर्षाने येऊ लागला. समाजाला नवी दृष्टी व नवी दिशा मिळाली. अशा तऱ्हेने बसवेश्वरांनी समाज जीवनाला नवे वळण दिले. त्यात उत्साह संचारला.

> वैदिकांच्या वेद, उपनिषदे, श्रुती, स्मृती, पुराणे यांनी मान्यता दिलेल्या चातुर्वर्ण्य जातीव्यवस्था, आश्रमव्यवस्था, यज्ञसंकल्पना, बळीप्रथा यांचे प्रामाण्य बसवेश्वरांनी पूर्णतः झुगारून दिले. समाजात उच्चवर्णीय व पददलित असे दोनच भाग पडले होते. ही विषम समाजस्थिती बदलून सर्व जातीवर्णात सामाजिक अभिसरण व्हावे, या हेतूनेच बसवेश्वरांनी चातुर्वर्ण्य नाकारले. मध्ययुगीन राजेशाहीच्या काळात बसवेश्वर शूद्र बांधवांना हीनता, निरक्षरता आणि रुढी यांच्या जाचातून आणि धर्मसत्तेच्या वर्चस्वातून मुक्त करण्यासाठी झटत होते. जातिविहीन समाज हे त्यांचे स्वप्न होते. म्हणून समाजामध्ये

जाती-उपजातींची वेगळी चूल मांडणाऱ्या जातीव्यवस्थेचा त्यांनी कडाडून विरोध केला.

जातिव्यवस्थेवर हल्ला

जाती-जातींमध्ये विभागलेला समाज कमकुवत बनतो. तो एकसंघ न राहिल्याने त्याची प्रगती होत नाही. सामाजिक एकात्मतेला सुरुंग लागतो. समाजातील गटागटांत कलह निर्माण होतात. त्यातून शत्रुत्व वाढते. समाजाचे तुकडे पडतात. हे लक्षात घेऊन बसवेश्वरांनी जातिव्यवस्थेवर जोरदार हल्ला चढविला.

माणसांच्या व्यवसायानुसार जाती ठरल्या हे सांगताना आपल्या एका वचनात ते म्हणतात -

लोखंड तापवुनि झाला लोहार। धुणी धुऊनि झाला परीट।
वस्त्र विणुनि झाला विणकर। वेद वाचुनि झाला ब्राह्मण।
या जगी कानांतुनि जन्मला का कोण। कुडलसंगमदेवा।
यायोगे लिंगस्थळ, जो जाणी तोचि कुलवान।।

लोह तापवून झाला लोहार, कपडे शिवून झाला विणकर, कपडे धुऊन झाला परीट किंवा धोबी, तसाच वेदपठण करून झाला ब्राह्मण!

बसवेश्वर अस्पृश्य महारांच्या-मांगांच्या घरी जात. त्यांचे भोजन ते आनंदाने स्वीकारीत. ढोर कक्कय्याला ते वडील म्हणत, तर मांग चन्नय्याला आदराने आजोबा म्हणत. जाति-वर्णव्यवस्थेविषयी माणसाला अंतर्मुख करण्यासाठी ते म्हणतात, 'हे मानवा! तू विटाळातून जन्म घेऊन कुलगोत्र शोधतोस? मृतास वाहून नेणाऱ्यास शूद्र समजतोस आणि स्वतः मात्र बोकडाचा बळी घेतोस? केवळ वेदमान्य झाल्यामुळे? असल्या शास्त्र वेद-पुराणांनी तुला कसे आंधळे करून टाकले आहे रे? बसवेश्वरांच्या समतावादी वर्तनावर प्रकाश टाकताना डॉ. अशोक मेनकुदळे असा विचार मांडतात. (*बाराव्या शतकातील आद्य समाज सुधारक महात्मा बसवेश्वर*, सुविधा प्रकाशन, सोलापूर, २००३, पृष्ठ ५९)

ऋषिमुनींच्या आणि पुराण पुरुषांच्या जन्मजातींचा हिशेब मांडताना बसवेश्वर म्हणतात -

कोळिणीचा पुत्र नाव त्याचे व्यास। मार्कंडेय खास मांगिणीचा।
मंडुकाची कन्या थोर मंदोदरी। जातीची थोरी काय कीजे।
बेरडाचे पोटी अगस्तीचा जन्म। चांभार उत्तम तो दुर्वास।

कश्यप लोहार, कौंडिण्य तो न्हावी। तिन्ही लोकी बरवी प्रसिद्धी।
ती आमच्या कुडलसंगमदेवाचे वचन आहे।
श्वपच असला तरी शिवभक्त तो श्रेष्ठ आहे।
जातीचे श्रेष्ठत्व हाची वेडाचार।

पुराणात प्रसिद्ध असलेल्या स्त्री-पुरुषांच्या जातींचे रहस्य बसवेश्वरांनी इथे उघड्या-वाघड्या पद्धतीने मांडून व्यक्तीचे कर्तृत्व पाहावे, जात नव्हे. हा विचार व्यक्त केला आहे. जातीवरून व्यक्तीचे मोठेपण ठरत नाही तर कर्तबगारीवरून ते ठरते. जाती-जातीमध्ये रोटी-बेटी व्यवहार व्हावेत. जातीजातीत विभागलेला समाज दुबळा होतो. तो सामर्थ्यवान व्हायचा असेल तर जाती नष्ट झाल्या पाहिजेत. सर्व समाज एकसंघ झाला पाहिजे. बसवेश्वरांनी दुसरा विवाह स्वतः ब्राह्मण असताना क्षत्रिय कन्येशी केला होता. त्यांनी जाती मोडण्याची सुरुवात स्वतःपासूनच केली होती. खरा भक्त कोणत्याही जातीतील असला तरी आपण त्याचा सन्मान करतो, असे बसवेश्वर म्हणतात - जातीचे श्रेष्ठत्व मिरविणे वेडाचार आहे, असे त्यांचे स्पष्ट मत होते. परमेश्वर भक्ताची जात पाहत नाही तर त्याची भक्ती पाहतो. शिवाची निःसीम भक्ती करणारे कोणत्याही जातीचे असले तरी ते श्रेष्ठ असतात. म्हणून बसवेश्वरांनी कुलश्रेष्ठतेला नकार दिला आहे.

अस्पृश्यता मानणाऱ्यांचा धिक्कार

बसवेश्वरांनी अस्पृश्यता पाळणाऱ्यांचा धिक्कार केला आहे. भक्ती करणारे सारे लोक समान व पवित्र आहेत. माणसाला मोठेपणा त्याची जात, त्याचे कुळ व व्यवसायावर अवलंबून नसून त्याचे अंगी असलेले चारित्र्य यावर अवलंबून असतो.

आपल्या अनुभव मंटपात बसवेश्वरांनी न्हावी अप्पण्णा, चांभार हरळय्या, ढोर कक्कय्या, मांग चन्नय्या, धोबी माचय्या, नागीदेव कांबळे यांच्याशी जीवाभावाचे संबंध जोडले. मंगळवेढा येथे असताना बसवेश्वर आपल्या शिवशरणांसह नागीदेव कांबळे यांच्याकडे भोजनास जात. बसवेश्वर स्वतःला 'मांग चन्नय्याच्या गोत्राचा आहे मी' असे जाहीरपणे सांगत. ते म्हणतात - *जो करी हत्या तोचि मांग। अभक्ष्य खाई तोचि महार।।*

अस्पृश्यांचा सन्मान वाढवताना आपल्या एका वचनात ते म्हणतात -

एका हातात झाडू। डोक्यावर फाटके कापड लपेटलेल्या।
एका घरगड्याचा मी पुत्र आहे, हे कुडलसंगमदेवा।
अशा दासीचा मी पुत्र आहे। जी आलेली आहे हुंड्याच्या पलंगासोबत।।

आपण अस्पृश्यांच्या गोत्राचे आहोत, दासीचा पुत्र आहोत असे ते वचनातून निःसंकोचपणे सांगत, आपल्या एका वचनात तर बसवेश्वरांनी रोखठोकपणे स्पष्ट सांगितले आहे -

मांग चन्नय्या वडील माझे। ढोर कक्कय्या आजोबा माझे।
काका चिक्कय्या माझाच। किन्नर बोमय्या भाऊ माझे।
कसे न जाणता तुम्ही मला। कुडलसंगमदेवा।।

बसवेश्वर सांगतात, 'चन्नय्या मांग माझे वडील आहेत तर कक्कय्या ढोर माझे आजोबा आहेत. चिक्कय्या माझा काका आहे तर किन्नर बोमय्या माझा भाऊ आहे. कुडलसंगमदेवा, तुम्ही मला ओळखत कसे नाही?' हे जाहीर करताना लागणारे साहस, विचारावरील निष्ठा, बेडरपणा, पुरोगामी वृत्ती, धैर्य आणि धाडस हे सारे गुण त्यांच्या व्यक्तिमत्त्वात होते, अस्पृश्यता पाळणे हा त्या माणसावर अन्यायच आहे. एवढेच नव्हे तर सर्वांचा निर्माता असलेल्या देवाचाच अपमान असल्याचे, बसवेश्वर मानत.

एकेश्वरवादाचा पुरस्कार

बाराव्या शतकातील समाजात अनेक देवतांची उपासना केली जाई. अग्नी, सूर्य, चंद्र, गणेश, यल्लमा, रेणुका, मल्हारी, मरिआई, खंडोबा अशा कितीतरी देवतांची पूजा त्या काळात चालत असे. खरे म्हणजे एकाच वेळी अनेक देवदेवतांवर निष्ठा ठेवणे हा व्याभिचार आहे म्हणून भक्तांनी एकाच देवाची भक्ती करावी. देवदेवतांच्या वाढत्या संख्येमुळे भूतलावर अडचण झाली आहे, हे सांगताना बसवेश्वर उपरोधी स्वरात आपल्या वचनात सांगतात -

मडके देव, सूप देव, रस्त्याला दगड, तोही देव पाहा।
फणी देव, धनुष्याची दोरी देव।
माप देव आणि लोटाही देव पाहा।
असे देव झाले फार या भूवर।
पाय ठेवण्याजोगी जागा नाही पाहा।
तथापि देव एकचि आहे, कुडलसंगमदेवा।।

बसवेश्वरांनी बहुदेवोपासनेवर हल्ला चढविला होता, त्याची कारणमीमांसा सांगताना डॉ. सचितानंद बिचेवार म्हणतात -

> महात्मा बसवेश्वरांना बहुदेववाद मान्य नव्हता. देव फक्त एकच असे सांगून त्यांनी एकेश्वरवादाचा पुरस्कार केला. महात्मा बसवेश्वरांच्या प्रत्येक कृतीमध्ये

विषमता विरोध व समतेची प्रतिष्ठापना करण्याचा प्रयत्न झालेला दिसून येतो. समाजाची विषमतेवर आधारित विभागणी करण्याचे काम बहुदेवोपासनेतूनच झालेले आहे. त्यामुळे समाज एकसंघ न राहता तो परस्परांत विभागला आहे, याची जाण निश्चितच बसवण्णांना होती. म्हणूनच एक ईश्वर, एक निष्ठा व एकसंघ समाज हे सूत्र जोपासण्यासाठी खऱ्या अर्थाने बसवेश्वरांनी बहुदेवोपासनेवर हल्ला चढविला. (*परिवर्तनाचा महामेरू महात्मा बसवेश्वर*, स्वाती प्रकाशन, पूर्णा, परभणी, २०१५, पृष्ठ ९४)

बसवेश्वरांच्या मते खरा देव मूर्तीमध्ये अगर देवळात नाही, तर तो खऱ्या अर्थाने प्रत्येक जीवामध्ये सामावला आहे. बसवेश्वरांनी ईश्वरी अस्तित्वाबाबत सकारात्मक दृष्टिकोन ठेवला. त्यांनी एकेश्वरवादाचा पुरस्कार केला. पण हा ईश्वर मंदिर, मूर्ती, प्रतीके यांच्यात नसून तो सकल जीवात्म्यातच सामावला आहे, हे स्पष्ट केले.

बसवेश्वरांच्या मते देवलोक आणि मृत्युलोक हे वेगवेगळे नाहीत. जेथे सत्य, शील, करुणा, माणुसकी हे सद्‌गुण आहेत तेथे स्वर्ग साकार होतो. जेथे सदाचार नाही, अन्याय, अत्याचार आहे, तोच नरक आहे. आपल्या वचनात ते म्हणतात -

सत्य बोलणे हाच देवलोक। असत्य बोलणे हाचि मृत्युलोक।
आचारच असे स्वर्ग। अनाचारच असे नरक।

ज्या जगात आपण राहतो त्यातच घाम गाळून स्वर्गाप्रमाणे सुखे निर्माण करू या, असे ते म्हणत.

सदाचरणाचा आग्रह

बसवेश्वर हे कृतिशील धर्मसुधारक व समाजसुधारक होते. आपल्या दैनंदिन वर्तनातूनही ते समतेचा प्रत्यक्ष आचार करत असत. कोणताही शरण भेटला तर ते त्याला विनम्रतेने अभिवादन करत असत. त्याची ते आपुलकीने चौकशी करत. त्याच्या अडचणी सोडवत, मंगळवेढ्यामध्ये असताना ते नागीदेव कांबळे यांच्याकडे भोजनास जात. त्यांच्या व्यक्तिमत्त्वातील आचार-विचारांमुळे समाजात घडलेल्या परिवर्तनावर प्रकाश टाकताना सुभाष कि. देशपांडे म्हणतात -

त्यांच्या समदृष्टीमुळे अनेक पतितांचा उद्धार झाला. त्यांच्या सहवासात आलेल्या चोर आणि दरोडेखोरांनी आपले व्यवसाय सोडून दिले आणि दुसरे कायक स्वीकारून प्रामाणिकपणे जगण्याचा वसा घेतला. त्यांच्या सहवासात

आलेल्या वेश्या थोर शिवभक्त झाल्या. त्यांच्या व्यक्तिमत्त्वाला दिव्य असा दैवी स्पर्श होता. त्यात त्यांचे शुद्ध आचरण, संतवृत्ती, विद्वत्ता, ज्ञान आणि सर्वांविषयी असलेले अगाध प्रेम व गाढ सहानुभूती यामुळे सर्वसामान्य नव्हे तर विद्वानही आकर्षित होत असत.

नागीदेव कांबळे यांच्याकडे भोजनास जाऊन त्यांनी अनेक गोष्टी साध्य केल्या. त्यांनी समाजात असलेली स्पर्शबंदी धुडकावली. भोजन बंदीस ठोकरले. बंधुभावाचा आदर्श प्रत्यक्ष आचरणाद्वारे समाजासमोर ठेवला. मूल्यांचा जिवंत आदर्श त्यांनी आपल्या आचरणाने समाजापुढे प्रस्थापित केला. सहभोजन आणि आंतरजातीय विवाहाचा केवळ पुरस्कार केला नाही तर प्रत्यक्षात तसे वर्तन केले." (*महात्मा बसवेश्वर : कार्य आणि कर्तृत्व*, जनशक्ती वाचक चळवळ, औरंगाबाद, २०१५, पृष्ठ १६८)

बसवेश्वरांनी सदाचाराला अपार महत्त्व दिले आहे. एका वचनात ते म्हणतात -

नको करू चोरी, नको करू हत्या। नको मानू राग, नको बोद्ध मिथ्या।
नको असूया इतरांची, नको आत्मस्तुती। नको मानूस तुच्छ इतरांसी।
हीच अंतरंगशुद्धी, हीच बहिरंग शुद्धी।
हीच आमच्या कुडलसंगमाला प्रसन्न करण्याची रिती।।

परमेश्वराला प्रसन्न करण्यासाठी शिवशरणांचे आचरण असे आदर्श असावे, चोरी, खून, क्रोध, खोटे बोलणे, मत्सर करणे, आत्मस्तुती करणे, दुसऱ्यांना तुच्छ मानणे या विघातक गोष्टींचा निव्वळ त्याग केला पाहिजे, यातूनच शिवभक्तीचा मार्ग सुकर होतो. शरणांचे वर्तन दुर्गुणांपासून दूर असले पाहिजे. अंतरंगशुद्धीला इथे खूप महत्त्व देण्यात आले आहे. यातूनच व्यक्ती सुसंस्कारित भक्त बनते.

देहक्लेश व शुभ-अशुभ निषेध

तत्कालीन हिंदू धर्मात कर्मकांडाला व देहक्लेशांना खूप महत्त्व दिले जात असे. उपासतापास करणे, एका पायावर उभे राहून तप करणे, निखाऱ्यावर चालणे, काट्यावर झोपणे असे प्रकार समाजात सर्रास चालू होते. सोवळे-ओवळे, सुतक यांचा सुळसुळाट झाला होता. अशा अंधश्रद्धांवर बसवेश्वरांनी कठोर प्रहार केले. या कर्मकांडापेक्षा आचारविचारातील शुद्धी आणि निस्सीम भक्ती यांना त्यांनी महत्त्व दिले. उपासना आणि ज्ञान यांच्या माध्यमातून माणसाला मोक्ष मिळवता येतो.

शकुन-अपशकुन, काळ-वेळ-मुहूर्त याबाबी शुभ कामासाठी पाहिल्या जात असत.

कोणतीही वेळ, कोणताही दिवस अमंगल-अपवित्र नसतो. माणसांची मने जुळणे हीच शुभ घटिका असते. नवससायास, व्रतवैकल्ये यांचा देव आणि भक्तीशी काहीही संबंध नाही. परस्त्रीच्या लोभाचा त्याग करावा. परधनाचा कधीही मोह धरू नये. तीर्थयात्रा आणि तीर्थस्नाने निरर्थक आहेत. दुर्वर्तन करून तीर्थयात्रा केल्याने पुण्य कसे मिळेल?

मनुष्य जीवनात घडत असलेल्या व घडलेल्या घटना दैवानुसार व देवाच्या मर्जीनुसार घडत असतात, असा विचार करणे हे दैववादाला खतपाणी घालण्यासारखे आहे. जीवनातील यश-अपयशाची मीमांसा न करता नशिबावर हवाला ठेवला जातो. त्यामुळे माणूस आळशी व निष्क्रिय बनतो. जीवनातील कर्तव्ये आणि जबाबदाऱ्या नीट प्रामाणिकपणे पार पाडणे हीच ईश्वरसेवा होय.

आशा, आमिष, मस्तिकता। विषय, असत्य कुटिलता।
क्रोध, क्षुद्रत्व, कुत्सितता। येऊ न देती तुज ठायी म्हणुनी।
निपटावे तयांना मम जिव्हेवरुनी। यालागी दूर सारावे ह्या साऱ्यांना।
निःभक्त बनवावे मम पंचेंद्रियांना। अगा कुडलसंगमदेवा।।

येथे बसवेश्वर जीवनातील जे टाकाऊ, त्याज्य, अमंगल आहे, त्यापासून मला दूर ठेव अशी प्रार्थना ते शिवाजवळ करत आहेत. आशा, आमिष, तामसीपणा, खोटेपणा, विषयवासना, कुटिलता, क्रोध, लोभ, या सगळ्या दुर्गुणांपासून मला दूर ठेव असे मागणे इथे मागितले आहे. अंतरंग शुद्धी ही फार महत्त्वाची बाब आहे. व्यक्तीने आपल्या मनातील विविध जळमटे दूर करून, मनातील काळोख दूर करून प्रसन्न मनाने नम्रतेने शिवपूजा केली पाहिजे. माणसाने सुसंस्कृत व्हावे हीच शिकवण इथे दिली आहे.

इंद्रियनिग्रहाने व्यक्तीच्या परमार्थाची वाट सोपी होते असे मानले जात होते. पण याच इंद्रियनिग्रहातून विकृती निर्माण होतात, हे लक्षात घेऊन बसवण्णांनी गृहस्थ जीवन आवश्यक मानले. संसारात पराक्रम, प्रवृती, दान, दासोह या बाबी शक्य आहेत. जग म्हणजे माया नव्हे. प्रपंच हा त्याज्य नाही. निष्काम कर्म, सद्भक्ती व शुद्ध आचरण यांचे पालन करून जीवन जगावे. शरीरास त्रास देऊन आत्मोद्धार कसा होईल? सर्व उपभोग संयमित स्वरुपात घेणे हाच योग्य मार्ग आहे. बसवण्णांनी सामान्य माणसांना जे शक्य आहे, जे त्यांच्या टप्प्यात आहे, त्यालाच आचरणाचे स्वरूप दिले. अशा तऱ्हेने सामान्य माणूस हाच त्यांच्या विचारांचा केंद्रबिंदू होता.

स्वर्गलोक आणि मर्त्यलोक असे काही नसते. याउलट त्यांच्या नव्या व्याख्या त्यांनी तयार केल्या. नव्या काळाला अनुसरून त्या व्याख्या होत्या. त्यातून त्यांनी व्यक्तीच्या सुसंस्कृतपणाचाच आग्रह धरला आहे.

आपल्या एका वचनात ते म्हणतात -

देवलोक आणि मृत्युलोक नच न्यारे।
नित्य सत्य बोलणे, देवलोक तो समजा।
अन् असत्य वाचा, खूण मृत्युलोकाचा।
जो सदाचार तो स्वर्ग, अनिष्टाचार तो।
तोच नरक! तू स्वतःच यास प्रमाण, हे कुडलसंगमदेवा।।

खरे बोलणे म्हणजे देवलोक (स्वर्ग) तर खोटे बोलणे म्हणजे मृत्युलोक सदाचार हाच स्वर्ग आणि दुराचार तो नरक होय. या व्याख्या औचित्यपूर्ण आणि माणसाच्या उदात्त वर्तनाला प्रोत्साहन देणाऱ्या आहेत. जग हे मिथ्या आहे. मिथ्या जगातील जगण्याला महत्त्व नाही, असे विविध धर्म सांगत आले. इहवादाला नकार आणि परमार्थाला होकार हे त्यांचे विचारसूत्र होते. ते बाजूला ठेवून बसवेश्वरांनी इहवादाचा स्वीकार केला. शिवशक्तीनिर्मित या जगात जीवनात सद्गुणांची जोपासना करावी. प्रेम, मानवता, बंधुभाव, परोपकार, अहिंसा व शांतता या मूल्यांचे आचरण करण्याने मानवी जीवन सुंदर होते.

पापपुण्याच्या जुन्या कल्पनांना त्यांनी नाकारले. जीवनातील बऱ्याच गोष्टींचे मूल्य पाप-पुण्यावर तोलले जाते. त्यामुळे माणसाच्या मनात निराशा येते. ती निराशा घालवून मानवी जीवनात चैतन्य निर्माण करण्यासाठी माणसाच्या सद्गुणांना व सदाचाराला त्यांनी उचलून धरले. त्यांनी समाजमनावर सत्य, अहिंसा, समता, शांतता, प्रेम, सत्य बोलणे, सहकार्य व कष्टशीलता अशा मूल्यांचा संस्कार केला. या प्रयत्नातून नव्या मूल्यांचा अंगीकार करणारा, शारीरिक कष्टाचे मोल उमगणारा, आपल्या उत्पन्नातील काही भाग जाणीवपूर्वक दासोह म्हणून दान करणारा, सेवाभावी व शिवभक्ती करणारा नवीन लिंगायत समाज आकाराला येऊ लागला.

बुद्धिप्रामाण्य

बसवेश्वरांनी ज्या धर्मसुधारणा केल्या त्या बुद्धिनिष्ठ आहेत. त्यांच्या धर्मसुधारणांमध्ये अंधश्रद्धांना फाटा दिला आहे. प्रत्येक विचार त्यांनी तर्काच्या कसोटीवर घासून घेतला आहे. आपल्या सद्सदविवेक बुद्धीच्या आधारेच त्यांनी या सुधारणा सुचविल्या व अमलात आणल्या. समाजाला त्यांनी त्यांच्या केवळ हिताच्या व कल्याणाच्या गोष्टीच सांगितल्या. ते सांगताना रोखठोक पद्धतीने सांगितले. त्यात ते लोकानुयय करत नाहीत. ते म्हणतात -

शेणाचा विनायक पूजिला वाहूनि चंपक।
रंगासंगे गोमूत्राचा गंध चुकेना अण्णा।
मातीची बाहुली एकसारखी धुतल्यास जळी।
हळूहळू चिखल होऊनिही आकार चुकेना अण्णा।
परि सामान्य माणसाला शिवदीक्षा दिली तर।
शिवभक्ता का वाईट म्हणावे कुडलसंगमदेवा।।

गणपतीची मूर्ती शेणाची तयार करून त्यावर चाफ्याचे फुल वाहिले तरी त्याचा गोमुत्राचा वास जाईल काय? मातीची बाहुली तयार करून ती सारखी पाण्याने धूत राहिल्यास तिथे चिखलच तयार होणार. अशी सदोष मूर्तिपूजा करण्यापेक्षा सामान्य माणसाला शिवदीक्षा दिली तर शिवभक्त वाईट कसा? शेणा-मातीचा-दगडाचा-धातूचा देव तो देव नव्हे. तर शिवलिंगाची मनापासून उपासना करणे हीच खरी शिवभक्ती होय.

वीरशैवांना शिव हेच एकमेव दैवत मान्य आहे. हा शिव नित्य, सर्वव्यापी, अगोचर, निराकार व चैतन्यस्वरूप आहे. शिवभक्तीने त्यांचे अंतःकरण भारलेले असते. शिवाचे सतत ध्यान करण्यात लिंगायतांना जीवनाची कृतार्थता वाटते. बसवेश्वरांनी शिव हे दैवत तत्कालीन समाजमनात प्रतिष्ठित केले. हा शिव परब्रह्मस्वरूप आहे. तो सर्वव्यापी असून प्रत्येकाच्या देहात वसत असतो. भक्ताने पूजा स्वतःच करावी. ती आंतरिक असल्याने पूजेला मध्यस्थाची गरज नाही.

बाह्य अवडंबर नको

परमेश्वराची पूजाअर्चा व भक्ती करण्याच्या प्रकाराला पुरोहितांनी विचित्र वळण लावले. त्यात स्वार्थाचा भाग मोठा होता. भक्तीचे बाह्य अवडंबर करून ईश्वरभक्ती साध्य होणार नाही. भक्तीच्या क्षेत्रातील विचित्र आचारावर बोट ठेवताना बसवेश्वर म्हणतात -

पाणी पाहता डुबकी घेतात। झाड पाहता प्रदक्षिणा घालतात।
कोरडी नदी सुकणारे झाड। यावर विश्वास ठेवणारे, तुम्हा।
कैसे जाणती कुडलसंगमदेवा?।।

भक्तीच्या क्षेत्रात अवडंबर करणारे लोक परमेश्वरापर्यंत पोहोचत नाहीत, पूजेच्या विधीमध्ये भस्म, गंध असतात. पण केवळ तेच नसतात. काही भक्त बाह्य उपचारांवर नको तेवढा भर देतात तेव्हा हे ईश्वरापासून दुरावतात.

बाहेर भस्म, गंध लावून काय उपयोग। अंतरंग शुद्ध झाल्याशिवाय ।
मणी बांधून काय उपयोग। मनापासून पूजा केल्याशिवाय?।
शंभर वर्षे वाचून काय उपयोग। आमच्या कुडलसंगमदेवाचे।
स्मरण मनापासून केल्याशिवाय?।।

पूजेमध्ये बाह्य उपचार निरर्थक असतात हे सांगताना अल्लम प्रभू म्हणतात -

भक्तिशिवाय इष्टलिंगावर पाणी घालणे। अशी पूजा म्हणजे।
मुसळधार पावसात दगडाचे भिजणे।।

दानधर्म अवश्य करा पण त्याचा गर्व बाळगू नका. काही श्रीमंत लोक इष्टलिंग पूजा स्वतः न करता भट, ब्राह्मण, पुजारी यांना पैसे देऊन त्यांच्यामार्फत करतात.

भक्तीच्या क्षेत्रात व्यक्तीच्या अंतरंगातील शुद्धतेला महत्त्व आहे. भक्तीच्या क्षेत्रातील होमहवन, संन्यास, तीर्थयात्रा, कर्मकांड, अंधश्रद्धा व बळी प्रथा या चुकीच्या बाबींवर बसवण्णांनी नेहमीच हल्ला केला आहे.

स्त्रीवर्गास धार्मिक स्वातंत्र्य

बाराव्या शतकात स्त्रीवर्ग पारतंत्र्याच्या जोखडाखाली पिचला होता. स्त्री ही परमार्थ मार्गातील धोंड आहे, असे मानले जाई. स्त्रीवर्गास समाज गुलामाप्रमाणे वागवत होता. स्त्रीला उपासतापास, निर्थक व्रतवैकल्ये, खोटी कर्मकांडे यात जन्मभर गुंतवून ठेवले होते.

बसवेश्वरांना समाजातील व घरातील हा अर्धा भाग आपण अंधारात ढकलित आहोत, असे वाटे. स्त्री हीदेखील माणूसच आहे. तिला भावना आहेत, विचार आहेत, बुद्धी आहे एवढेच नव्हे तर तिला स्वतःचे व्यक्तिमत्त्व आहे हे जाणून बसवेश्वरांनी तिच्या पायातील पारतंत्र्याच्या बेड्या तोडून टाकल्या. त्यांनी स्त्रीला व्यक्तिमत्त्व विकासाची संधी प्राप्त करून दिली. स्त्रियांना त्यांनी पुरुषाप्रमाणेच लिंगदीक्षेचा अधिकार दिला. स्त्रियांना शिवलिंगाची पूजा करता येईल. धार्मिक स्वातंत्र्य त्यांना दिले. धर्मकारणावर अनुभव मंटपात चर्चा करता येईल. स्त्रियांना लिहायला व वाचायला शिकविले गेले. स्त्रीवर्गाला त्यातून त्यांनी प्रतिष्ठा दिली.

अनुभव मंटपात पुरुष आणि स्त्रिया एकत्र बसून विविध विषयांवर चर्चा करत असत. या चर्चा जीवन आणि भक्ती या दोन्ही विषयांवर असत. बाराव्या शतकात स्त्रीबद्दल समाजामध्ये टोकाचे नकारार्थी मत असताना बसवेश्वरांनी स्त्री-पुरुषांच्या मतांत आणि

मनांत केलेला हा विधायक बदल त्यांच्या दूरदृष्टीची साक्ष देतो. समाज हा जितका पुरुषांचा तितकाच स्त्रियांचा हा दृष्टिकोन त्यांनी दिला.

गंगांबिका, निलांबिका, मोळिगे लकम्मा, आयदक्की लकम्मा, मुक्तायक्का, सोमम्मा व रायम्मा अशा कितीतरी शरणींनी कन्नड वचन साहित्य अमर करून ठेवले आहे. या वचनकार शरणी समाजातील सर्व जातींमधून, व्यवसायांमधून व आर्थिक स्तरांमधून आल्या होत्या. समस्त स्त्रीवर्गाला त्यांनी ताठ मानेने जगायला व समाजज्ञान मिळवायला शिकविले. अनुभव मंटपातील स्त्रिया श्रमशीलता, एक देवतोपासना, विवेक, स्वाभिमान आणि पतिनिष्ठा या मूल्यांनी भारून गेल्या. अशा सत्तर शरणी आज ज्ञात आहेत.

स्त्रीच्या व्यक्तिमत्त्वाचा सर्वांगीण विकास होण्यासाठी बसवेश्वरांनी स्त्रीवर्गासमोर विविध उपक्रम ठेवले. स्त्रीशिक्षण, बालविवाहास नकार, आंतरजातीय विवाहाला पाठिंबा, स्त्रियांचे वादविवाद, त्यांची चर्चासत्रे, पुनर्विवाहाला प्रोत्साहान आणि वचनलेखनाला उत्तेजन असे ते उपक्रम होते. वचन साहित्याचे संरक्षण करण्यासाठी कल्याणपासून सहाशे किलोमीटर दूर असलेल्या कारवार जिल्ह्यातील उळवी येथे वचन साहित्याचे गठ्ठे बांधून सुरक्षितपणे नेण्यात या स्त्रीवर्गाने फार मोठी कामगिरी केली. अशा तऱ्हेने स्त्रीवर्गाचे अधःपतन थांबवून त्यांच्यात चैतन्याचा झरा निर्माण करण्याचे कार्य बसवेश्वरांनी केले.

शून्य संपादने

अनुभव मंटपामध्ये जमलेले शरण-शरणी आपल्यामधील अहंकार क्रमाने कमी करण्याचा अभ्यास करत. अहंकार हा मानवी मनातील फार मोठा दुर्गुण आहे. परमार्थ मार्गाच्या वाटचालीतील तो फार मोठा अडसर आहे. अहंकारावर विजय मिळवणे हा मानसिक उन्नयन साध्य करण्याचा मुख्य मार्ग आहे - मनाची अहंकारविरहित अवस्था म्हणजे शून्यता. अहंभावाचे पूर्णतः निराकरण झाल्यानंतर येणाऱ्या आध्यात्मिक स्थितीला 'शून्य' म्हणतात. ही स्थिती प्रयत्नांनी साध्य होणारी कठीण साधना आहे. अशी स्थिती साध्य करणे म्हणजे शून्य संपादने होय. स्वतःला बाजूला करून जग पाहण्याची ही मनोवस्था आहे.

बाराव्या शतकातील समाज स्त्री वर्गाला परमार्थ मार्गापासून वंचित ठेवत असे. स्त्री ही परमार्थाच्या मार्गातील धोंड आहे, असे समाज मानत होता. स्त्रीदेखील समाज मान्यतेची शिकार असल्याने तिने स्वतःहून स्वतःला परमार्थ मार्गापासून दूर ठेवले होते. बसवेश्वरांनी स्त्रीवर्गाचे प्रबोधन तर केलेच पण स्त्रीवर्गाला प्रगतीच्या मार्गावर अग्रेसर ठेवण्यासाठी सतत प्रयत्न केले. म्हणूनच स्वयंपाक गृहातील स्त्री पुढे ती अनुभव मंटपात आली. तिथे अनेक शिवशरणांच्या उक्ती-कृतींनी त्या स्त्रीच्या व्यक्तिमत्त्वात अंतर्बाह्य बदल झाला. ती ज्ञानी झाली. शहाणी झाली. तिने वचने लिहिली.

३३ स्त्रियांनी १३५१ वचने लिहिली. अशा तऱ्हेने बसवेश्वरांनी गृहिणी असलेल्या स्त्रीला वचनकार बनविले. तिची ही प्रगती हाच बसवेश्वरांच्या कार्याचा चढता वाढता आलेख आहे. धार्मिक सुधारणांच्या माध्यमातून बसवेश्वरांनी समाजातील पुरुष वर्गाला सद्विचार आणि सदाचार यांच्या मार्गावरून पुढे नेले. त्याचबरोबर स्त्रीवर्गालाही नवे विचार आणि नवा आचार देऊन स्त्रीचे व्यक्तिमत्त्व पुरोगामी बनवून समृद्ध केले. स्त्रीमध्ये झालेल्या या प्रगतीपर बदलास फार मोठा हातभार लागला तो अनुभव मंटपाचा!

अनुभव मंटप

बसवेश्वरांच्या धर्मसुधारणांमधील अनुभव मंटप ही प्रमुख संस्था आहे. आपल्या परिवर्तनाच्या चळवळीत लोकांचा प्रत्यक्ष सहभाग असला पाहिजे, हे लक्षात घेऊन बसवेश्वरांनी अनुभव मंटप ही लोकसंस्था सुरू केली. सामान्य शिवशरणांचा या संस्थेशी सजीव संबंध होता. या अनुभव मंटपाच्या स्वरूपावर प्रकाश टाकताना नागप्पा शरणार्थी म्हणतात -

> *महात्मा बसवेश्वरांनी स्थापन केलेले 'अनुभव मंटप' म्हणजे प्रजाप्रभुत्वाच्या पायावर उभी केलेली प्रथम 'पार्लमेंट'च होय. जाती, वृत्ती, वय, वर्ण, वित्त अधिकाराही भेदभावरहित असलेल्या या संस्थेत इष्टलिंगधारी शिवभक्त 'सर्वसमान' या तत्त्वावर उभारलेल्या 'सकल जीवात्म्यांचे भले चिंतणे' हेच या संस्थेचे ध्येय होते. 'जाणता तो शरण, नेणता तो मानव,' 'दया हेच धर्माचे मूळ', 'कायकच कैलास', 'सदाचार हाच स्वर्ग', 'अनाचार हाच नरक', 'ज्ञान हाच गुरू,' 'देहे तेच देवालय' इत्यादी शाश्वत तत्त्वे आचरणात आणणे हाच खरा धर्म, असा सर्व शरण-शरणींचा विश्वास होता. (क्रांतिकारी महात्मा बसवेश्वर आणि १२ वे शतक : महिलांचा सुवर्णकाळ,* सुविधा वितरण, सोलापूर, २०१५, पृष्ठ ६०-८१)

बसवेश्वरांनी निर्माण केलेल्या या अनुभव मंटपाचे अध्यक्ष होते थोर विचारवंत अल्लमप्रभू! त्यांच्या विचारसंपन्न नेतृत्वाखाली अनुभव मंटपाचे कार्य झळाळून निघाले. कुणालाही अनुभव मंटपाचे सदस्य होता येत होते पण त्या व्यक्तीची संस्थेशी विचार व आचारनिष्ठा असणे आवश्यक होते. नागलांबिका गावोगावी जाऊन महिलांना अनुभव मंटपात भाग घेण्यास आमंत्रित करत असे.

अनुभव मंटपाच्या वैशिष्ट्यांची चर्चा करताना सुभाष कि. देशपांडे म्हणतात -

लोकशाहीचे अधिष्ठान अनुभव मंटपाला होते. विचारस्वातंत्र्य, मुक्त चर्चा,

समता आणि मुक्त प्रवेश ही अनुभव मंटपाची वैशिष्ट्ये होती. प्रवेश देताना धर्म, जात, लिंग, स्त्री, पुरुष, वय, धन, संपत्ती, पद, सामाजिक प्रतिष्ठा यांवर आधारित असा कोणताही भेद केला जात नव्हता. पण एक महत्त्वाची अट होती, ती म्हणजे अनुभव मंटपाच्या सभासदांची शिवावर संपूर्ण निष्ठा असली पाहिजे. त्याने इष्टलिंग अंगावर धारण केलेले असले पाहिजे. तसेच आपल्या मनातील जातीची आणि उच्चनीचतेची म्हणजे श्रेष्ठ कनिष्ठत्वाची भावना संपूर्ण नष्ट केलेली असली पाहिजे. तसेच त्याने कोणते तरी कायक मनःपूर्वक स्वीकारलेले असले पाहिजे - अनुभव मंटपातील प्रवेश अशाप्रकारे काही मूल्यांवर आधारित होता. (*महात्मा बसवेश्वर : कार्य आणि कर्तृत्व,* जनशक्ती वाचक चळवळ, औरंगाबाद, मार्च २०१५, पृष्ठ २२३-२२४)

सिद्धरामेश्वर, चन्न बसवेश्वर, अक्कमहादेवी, अल्लम प्रभू, बसवेश्वर ह्या विद्वान स्त्री पुरुषांचा मंटपात सतत वावर असे. त्यांच्या उदात्त आचारांचा व उच्च विचारांचा उपस्थित सभासदांवर संस्कार होत असे. तेथील वातावरण शुद्ध, तात्विक व संस्कार संपन्न होते. या सर्वांच्या सहभागाने तेथील जीवनानुभूतीची व आध्यात्मिक अनुभूतीची चर्चा सखोल, गंभीर, व्यापक व धर्मकारण पोषक होत असे. या गंभीर व सखोल चर्चेतून शरण-शरणींचे वचन साहित्य आकाराला आले. लिंगायत धर्माच्या तत्त्वज्ञान व आचारप्रणालीवर प्रकाश टाकणारे हे वचन साहित्य शरण-शरणींची अंतःकरण शुद्धी करून सर्व समाजाचे चारित्र्य संवर्धन करणारे ठरले.

अनुभव मंटपाने समाज आणि धर्माला संघटीत व सुव्यवस्थित रूप देण्याचा आटोकाट प्रयत्न केला. इथेच नव्या धर्मतत्त्वांना सर्वसामान्य अनुयायांची मान्यता मिळाली. इथे अनेक प्रांतांतून, अनेक भागांतून सर्व जातीचे लोक जमा झाले. त्यात श्रीमंत-गरीब, पुरुष-स्त्रिया, राजे-सेवक तसेच विद्वान-अशिक्षित असे सारेच होते.

समाजातील सर्व जातीधर्मातील माणसे एका मनाने एका विचाराने एकत्रित येण्याचा तो अभूतपूर्व प्रयत्न होता. समता, मानवता, विचार, दया आणि प्रेम यांच्या आधारे ते सारे एकत्र आलेले होते. लोकशाही तत्त्वांवर आधारलेली ती धर्मसंसद होती. या मंटपाचे एकूण ७७० सभासद होते. त्यात ७० स्त्रिया होत्या. हे सारेजण एकत्र धर्मचर्चा करत असत. जग, जीवन, अध्यात्म व लोकव्यवहार यावर तेथे मोकळेपणाने चर्चा होत असे. स्त्रियाही या चर्चेत हिरीरीने सहभागी होत असत.

स्त्रियांना समान स्थान देण्याच्या भूमिकेने या चळवळीतून अनेक श्रेष्ठ स्त्री संत झाल्या. त्यात अक्कमहादेवीचे स्थान सर्वोच्च होते. त्या योगिनी असून, त्यांनी आपल्या इंद्रियांवर सहज विजय मिळविला होता. शिवशरणांवर त्यांचा नैतिक धाक

होता - अल्लमप्रभू आणि बसवेश्वर या दोघांनीही त्यांचे श्रेष्ठपण मान्य केले होते. या काळात स्त्रियांना शिक्षण मिळाले. त्या धीट झाल्या. त्यांनी वचनांची निर्मिती केली. त्या कालखंडातील ३३ स्त्रियांनी १३५१ वचनांची रचना केली आहे. स्त्रियांना मिळालेल्या स्वातंत्र्यामधून व प्रतिष्ठेमुळे ही साहित्यिक रचना होऊ शकली. त्यातून त्यांचा उदंड आत्मविश्वास जाणवतो. त्याचबरोबर त्यांची वैचारिक बैठक लक्षात येते.

या चळवळीतून अनेक कर्तृत्ववान स्त्रिया निर्माण झाल्या. त्यात मुख्यतः अक्कमहादेवी, नागलांबिका, आयदक्की लकम्मा, रायम्मा, लिंगम्मा, गंगांबिका, निलांबिका, सत्यवती, शिवप्रिया, सातव्वा, रेमव्वे अशा अनेकानेक स्त्रिया होत्या. अशा प्रकारच्या स्त्रियांना अनुभव मंटपात पुरुषांप्रमाणे स्थान दिले. त्या चर्चेत सहभागी होत होत्या. त्यांनी वचने लिहिली. ज्या स्त्रियांना धर्मग्रंथ वाचण्याची समाजाने मनाई केली होती, त्या स्त्रिया आता धर्मग्रंथांत मोलाची भर घालू लागल्या. अशा तऱ्हेने स्त्रिया ज्ञानसंपन व प्रतिभासंपन्न झाल्या. आपल्या मनात दबलेल्या भावनांना त्यांनी आपल्या वचनांतून वाट करून दिली. त्यामुळे लिंगायतांचे वचन साहित्य तेजस्वी आणि चौफेर बनले.

बसवेश्वरांनी स्त्रियांच्या पंखांना बळ दिले. यापूर्वीची स्त्री कुटुंबात दडपून गेली होती. त्या दृष्टीने पुरुषी वर्चस्वाला धक्का लावणारे बसवेश्वर हे भारतीय परंपरेतील पहिले महापुरुष होते. त्यांनी स्त्रियांना पुरुषाइतकेच अधिकार बहाल केले, सन्मान दिला व प्रतिष्ठाही दिली. निमूटपणे पुरुषी वर्चस्वाचे ओझे मानेवर घेऊन वावरणाऱ्या तत्कालीन स्त्रिया ताठ मानेने अभिमानाने आपले कर्तृत्व सिद्ध करू लागल्या, स्त्रीच्या व्यक्तिमत्त्वात झालेला हा बदल बसवेश्वरांच्या शिकवणुकीमुळेच झाला होता.

आपल्या विचारांनी, शब्दयोजनेने आणि कायकाने तिने आपल्या भोवतीचे वातावरण उजळून टाकले. ज्ञानाच्या तेजाने स्त्रीचे व्यक्तिमत्त्व उजळून गेले. वर्षानुवर्षे अंधारात वावरणाऱ्या आणि आपले अस्तित्वच संपवून बसलेल्या स्त्रियांसाठी ही नव्या युगाची पहाटच होती, अनुभव मंटपामुळेच हे सारे साध्य झाले.

'अनुभव मंटप' ही भारतातील पहिली धर्मसंसद होती, असेच म्हणावे लागेल. येथे सामान्य माणसाचे विचार ऐकले जात होते. त्यावर खुली चर्चा होई, आणि सर्वसंमतीने अशा विचारांचा अंतर्भाव धर्मसूत्रात केला जाई. हीच 'वचने' होत. अनुभव मंटपाचे सदस्य होण्यासाठी काही अटी होत्या. प्रत्येकाने उदरनिर्वाहासाठी कायक केले पाहिजे. अशा व्यक्तीला आपल्या जातीचा विसर पडला पाहिजे. स्त्री पुरुष असा भेदभाव करू नये. केवळ शिवाचीच भक्ती करावी. कायकाद्वारे मिळालेल्या धनातील उदरनिर्वाहास लागणारे धन ठेवून अतिरिक्त धन समाजासाठी 'दासोह' रूपात दान करावे. आपले आचरण शुद्ध असावे. अंगावर इष्टलिंग धारण करावे. प्रत्येकाने शाकाहार करावा. आपला देह, मन आणि आचरण शुद्ध ठेवावे. परधन व परस्त्री यांचा मोह ठेवू नये. या

निकषांवर उतरणाऱ्या व्यक्तींनाच अनुभव मंटपाचे सदस्य करून घेतले जाई.

अनुभव मंटपातील सदस्यांत धार्मिक, आर्थिक व सामाजिक बाबतीत चर्चा केली जाई. समाजातील समस्यांवर उपाय शोधण्यासाठी सर्वांगांनी विचार विमर्श होत असे. जो विचार स्वीकारला जाई तो वचनरूपाने साकार होई. हे सर्वमान्य विचार-वचन बसवेश्वर चन्नबसवेश्वरांकडे देत असत. त्यांच्या परीक्षणानंतर ते ताडपत्रावर लिहिण्यासाठी भांडारी शांतरस यांच्याकडे देत असत. अशी लाखो वचने लिहिली गेली आहेत. त्यातूनच 'शून्य संपादन'हा ग्रंथ साकार झाला असावा. वचने सामान्य माणसांनी लिहिली असल्याने वचनांची भाषा साधी, सोपी व अर्थपूर्ण आहे. अनुभव मंटपात कोणत्याही अन्य धर्मग्रंथावर चर्चा केली जात नसे. त्यामुळे वचनांची निर्मिती शरणांच्या अनुभूतीतून झालेली स्वतंत्र निर्मिती आहे.

अनुभव मंटपातील चर्चांमधून बसवेश्वरांना अपेक्षित असा समताधिष्ठित समाज निर्माण झाला. स्वातंत्र्य, समता, मानवता व बंधुता यांवर त्यांची श्रद्धा होती. अस्पृश्यता, संन्यास व शोषण या बाबींना त्यांनी फाटा दिला. 'कायक' आणि 'दासोह' यांचे आचरण ते सभासद निष्ठेने पार पाडत. मनुष्याच्या कर्तबगारीवर आणि कष्टावर त्यांचा विश्वास होता. जातिविहीन, समताप्रधान, न्यायशील व शोषणरहित समाज निर्माण करण्याच्या दृष्टीने त्यांची भरीव पावले पडत होती.

'अनुभव मंटप : एक जातीअंताचा लढा' या आपल्या लेखात प्रा. राजाभाऊ वैजनाथ विभुते अनुभव मंटपाचे स्वरूप स्पष्ट करताना म्हणतात -

> बाराव्या शतकात महात्मा बसवण्णांनी 'अनुभव मंटपा'ची स्थापना केली. मानवी जीवनात सामाजिक, सांस्कृतिक, राजनैतिक, धार्मिक व आर्थिक प्रश्नांची चर्चा करून उत्तर शोधणारे विचार केंद्र म्हणजे अनुभव मंटप होय. 'अनुभव मंटप' सर्व जाती, धर्म व पंथाच्या लोकांना एकत्र जोडणारे विवेक व विचार शक्ती प्रगल्भ करणारे मुक्त विद्यापीठ आहे. समता, स्वातंत्र्य, बंधुता, सामाजिक न्याय, स्त्रीमुक्ती, अस्पृश्यता निर्मूलन, अंधश्रद्धा निर्मूलन, श्रमप्रतिष्ठा, दासोह व विज्ञानवादी दृष्टिकोन या मूल्यांची जोपासना करणारे परिवर्तनवादी केंद्र म्हणून अनुभव मंटपाचा उल्लेख करावा लागेल. (*आद्य संसद अनुभव मंटप*, संपादक किरण कोरे, बसव विचार प्रतिष्ठान, देगलूर, नांदेड, जानेवारी २०१४, पृष्ठ २९-३०)

या अनुभव मंटपातच वचनांची निर्मिती झाली. त्या दृष्टीने ते लोकसाहित्य होते. ते लोकभाषेमध्ये म्हणजे कन्नडमधे लिहिले गेले आहे. व्यक्तीच्या म्हणजे शरण-शरणींच्या अनुभवातून हे वचन साहित्य साकार झाले आहे. सामान्य माणसाला खऱ्या धर्माचा

रस्ता दाखविणारे हे साहित्य आहे. आचरणशुद्धी आणि चारित्र्यसंवर्धन या शरणांच्या व्यक्तिमत्त्वातील पैलूंची जडणघडण करणारे साहित्य म्हणजे वचन साहित्य.

वर्तन विचारातील पावित्र्य, चित्ताचे उन्नयन, समाजाविषयीची तळमळ, समाजातील तळागाळातील व्यक्तींविषयी उत्कट प्रेमभाव यांच्या आधारे नवसमाज निर्मितीचे स्वप्न साकार करणारी 'जनशक्ती चळवळ' म्हणजे 'अनुभव मंटप' होय.

अनुभव मंटपाच्या कार्याची चर्चा करताना प्रा. डॉ. प्रभाकर पाठक म्हणतात -

> अनुभव मंटपाची महान देणगी म्हणजे, तेथे सामान्य माणूस जात-पात विसरून समानतेच्या तत्त्वांचा मुक्तपणे विचार करू लागला. तेथे बसवेश्वर, अल्लमप्रभू मुक्तपणे चर्चा करण्याला प्रोत्साहन देत. अनुभव मंटपामुळे श्रमिक-मालक, पुरुष-स्त्री, गरीब-श्रीमंत, उच्च-कनिष्ठ असे विविध जातीचे व वर्गाचे लोक एका मंचावर एकत्रित आले. डॉ. जत्तींनी म्हटले आहे, अनुभव मंटप हा एक तत्कालीन स्थितीने व्यथित झालेल्या हळुवार मनाला सातत्याने प्रेरणा देणारा एक दिव्य स्त्रोतच झाला होता. अनुभव मंटप हे जातीभेद नष्ट करणारे एक व्यासपीठ होते. स्वातंत्र्याची हमी देणारे केंद्र होते. स्वावलंबन महत्त्वाचे मानून स्थैर्य आणि शक्ती पुरवणारे प्रेरणास्थान होते. सर्व व्यवसाय समान असल्याचा तेथे उद्घोष असे. तेथे स्त्रीजातीविषयी उदात्त आणि उच्च संकल्पना वाढीस लागली. (चेतनाचिंतामणी श्री बसवेश्वर, सुविधा प्रकाशन, सोलापूर, पृष्ठ ८९)

अनुभव मंटपामुळे सामाजिक सामंजस्य वाढीला लागले. आपले वर्तन सुवर्तन असले पाहिजे. विद्यासंपन्न होऊन लोकांशी आपण विनयाने वागले पाहिजे. बसवेश्वरांनी केलेला हा उपदेश बहुतेक सदस्यांनी अमलात आणला. त्यादृष्टीने अनुभव मंटप समाजोन्नतीचे केंद्र बनले. शिवशरणांनी आपले स्वतःचे व्यवसाय करून स्वावलंबी व्हावे असे बसवेश्वरांना वाटे. त्यानुसार शरण लोक आपापले व्यवसाय निष्ठेने करू लागले. त्यांचात स्वावलंबी वृत्ती बाणली. समाजात आध्यात्मिक प्रगतीला पोषक वातावरण निर्माण झाले. त्यादृष्टीने अनुभव मंटपाने शरणांची भक्कम संघटना उभी केली. सुसंस्कृत, सुविद्य व सज्जन शरणांच्या या समुदायाने शुद्ध भक्तिसंपन्न वातावरण निर्माण केले. चांभार हरळय्याचा मुलगा शीलवंत आणि ब्राह्मण मधुवारसाची मुलगी कलावती यांचा विवाह या अनुभव मंटपातच झाला. बाराव्या शतकातील ही समाज सुधारणेची कळस असणारी घटना हे अनुभव मंटपात होणाऱ्या विचारजागृतीचेच फलित होय.

•••

आर्थिक सुधारणा

'कायक' व 'दासोह'

बाराव्या शतकात बसवेश्वरांनी कर्नाटकात समाजजीवनाच्या विविध क्षेत्रांत सकारात्मक परिवर्तन साकार केले. त्यांनी समाजात जशा धार्मिक, सामाजिक सुधारणा केल्या त्याप्रमाणे आर्थिक सुधारणाही घडविल्या. समाजातील बुरसटलेली मूल्ये उद्ध्वस्त करून त्यांनी नवीन मूल्यांची स्थापना केली. संघर्ष, संघशक्ती, विचारमंथन आणि नवनिर्मितीची तीव्र आस या माध्यमातून त्यांनी समाजात नवा उत्साह निर्माण केला. यातूनच त्यांनी आदर्श समाजाला गती दिली. त्यांनी समाजात त्यासाठी नव्या कल्पना रुजविल्या त्यामध्ये कायक आणि दासोह या आर्थिक सुधारणा करणाऱ्या नव संकल्पनांचा समावेश आहे.

कायकवे कैलास

बसवेश्वरांनी आपल्या काळातील उदासीन व आळशी समाजात 'कायक वे कैलास'

या तत्त्वाचा उंच आवाजात उद्‌घोष केला. या संकल्पनेतून त्यांनी श्रमाला, उद्योगाला, श्रमिकाला आणि कष्टकऱ्याला समाजजीवनात प्रतिष्ठा मिळवून दिली. 'कायक म्हणजे काम'. काया म्हणजे शरीर. शरीराने केली जाणारी कामे म्हणजे कायक आपल्या नेहमीच्या जीवन व्यवहारात कायक म्हणजे व्यवसाय, उद्योग, रोजगार, काम होय. माणसाने उपजिविकेसाठी केलेले श्रम आणि कष्ट म्हणजे कायक.

कायकात सचोटी आणि प्रामाणिकपणा असला पाहिजे. शारीरिक श्रमांना कमी लेखण्याच्या त्या काळात काम कोणतेही असो ते ताठ मानेने व न लाजता करावे ही शिकवण मोलाची आहे. कष्टकरी लोकांच्या श्रमात आणि त्यांच्या घामात परमेश्वर असतो, असेच बसवेश्वरांना सांगावयाचे आहे. त्यावेळच्या समाजातील ढोर, चांभार, माळी, कोळी, मोळी विक्या, सुतार, लोहार, धोबी, महार आणि ब्राह्मण या सर्वांना त्यांनी एका रांगेत आणले.

त्यातून सर्वांचे कष्ट समान किंमतीचे आहेत, हा संस्कार केला. यातून बसवेश्वरांची समतेवरील श्रद्धा आणि कष्टकरी वर्गाविषयीचे प्रेम लक्षात येते. श्रमिक माणूस हा समाजाच्या प्रगतीचा शिल्पकार असतो हा विचार यातून त्यांनी समाजाच्या मनावर ठसविला. बसवेश्वरांनी श्रमिकाचा गौरव करताना आपल्या वचनात म्हटले आहे -

ज्याने आपल्या घामाने ही काळी माती भिजवली
अखंड श्रमाने ज्याने आपला देह राबवला।
कष्ट उपसले पोटामारी।
ज्याने आपले तन आणि मन श्रमपूर्वक झिजविले।
प्रभावी पूजा करून ज्याने शिवाची पूजा केली।
श्रमिकाच्या झोपडीला जो कैलास मानतो।
ज्याची वाणी तशी करणी।
हे कुडलसंगमदेवा! तोच जगद्‌गुरू झाला।।

काळ्या मातीत राबणारा शेतकरी आणि मजूर यांनी आपले शरीर आणि मन झिजवले. हे श्रमिक जन श्रमाच्या माध्यमातून शिवपूजा करतात. म्हणून त्यांची झोपडी कैलास बनते. हा कष्टकरी माणूस जसा बोलतो, तसाच वागतो. म्हणून हा श्रमिक, कष्टकरी माणूस हा जगद्‌गुरूच आहे.

कार्लाईल 'काम हीच पूजा' (वर्क इज वर्शिप) होय, असे म्हणतो. तर बसवेश्वर 'कर्म हाच कैलास' (वर्क इज हेवन) असे म्हणतात - रोजगार, व्यवसाय, उद्योग न केल्यामुळे तरुणवर्ग चैनीसाठी अनैतिक मार्गाकडे वळतो. आपले वर्तमान जीवन हे पूर्वजन्मीच्या पापाचे फळ आहे, असे मानले जाते. पण हा कर्मविपाकाचा सिद्धांत

बसवेश्वरांनी अमान्य केला आहे. आपल्या एका वचनात ते म्हणतात -

देव जर माझ्याबरोबर तर मला कायकाची काय गरज?
अरे, असे जर तू म्हणत असशील तर तुला आहे शपथ।
शपथ तुझ्या वाड-वडिलांची, तुझ्या कुळाची।
आणि तुझ्या वास्तव्य ठिकाणाचीही।
कायक ना उच्च, ना कायक नीच।
कायक सर्व एकसमान, हे कुडलसंगमदेवा।।

मी देवाची भक्ती करतो मग मला कायकाची काय गरज? असे म्हणणारा भक्त चुकीच्या रस्त्यावरून निघाला आहे.

कोणतेही कायक श्रेष्ठ किंवा कनिष्ठ नसते. सर्व प्रकारचे कायक समान होय. चांभाराचे चांभार काम आणि ब्राह्मणाचे देवपूजेचे कर्म ही दोन्ही एकच आहेत. कायक म्हणजे केवळ श्रम किंवा कष्ट नव्हेत. श्रमाला बसवेश्वरांनी आध्यात्मिक गौरव प्राप्त करून दिला आहे. ऐहिक आणि पारमार्थिक जीवनाचे एक साधन म्हणून श्रमाला महत्त्व दिले गेले. शरण-शरणींचा व्यवसाय ही सन्मानाची व प्रतिष्ठेची बाब मानली जाई. अनावश्यक संपत्ती गोळा करणे कायकतत्त्वाला मान्य नाही. अतिरिक्त धनसंग्रह झाला असेल तर त्यातून गरीब व गरजू लोकांना साहाय्य करण्यासाठी दान करणे, यालाच 'दासोह' म्हणतात. श्रम न करता भिक्षा मागणे हे पापाचे वर्तन आहे.

बसवेश्वरांनी असेही सांगितले आहे की, पैसा मिळवायचा तो भ्रष्ट मार्गाने नव्हे तर नैतिक मार्गाने! मांस विक्री, व्याज मिळविणे, दारू विक्री, वेश्या व्यवसाय, चोरी, दरोडेखोरी या मार्गाने पैसा मिळवू नये. अनीतीच्या मार्गाने पैसा मिळविणे हा सामाजिक भ्रष्टाचार आहे. शुद्ध कायकाच्या मार्गाने आपल्याला पुरेल एवढा पैसा मिळविण्यास बसवेश्वरांची मान्यता आहे. कायकासाठी केलेले सर्व व्यवसाय समान आहेत. त्यात उच्चनीचता नाही.

'आयदक्की मारय्या' हा शरण परिवारातील गरीब शरण होता. गोडावून व दुकानात सांडलेले धन्य वेचणे हे त्याचे कायक होते. त्यानेही वचने लिहिली आहेत. आपल्या विचारप्रवर्तक वचनामध्ये तो म्हणतो -

हुकूम की। गुरुदर्शनाचा पडावा विसर।
लिंगपूजा करण्याचाही पडावा विसर। जंगम आले समोर।
तरीही हरवलेले असावे भान। उद्योग म्हणजे स्वर्ग।
उद्योगातच सामावले आहे सर्व। माझ्या अमरेश्वर लिंगा।।

उद्योगालाच स्वर्ग मानणाऱ्या आयदक्की मारय्याचे हे वचन प्रत्येक शरणाला अंतर्मुख करणारे आहे. शरणाने उद्योगात एवढे गर्क व्हावे की त्याला गुरू, लिंग आणि जंगम यांचा विसर पडला तरी चालेल. अंगीकृत कार्यात शरणाची समाधी लागली पाहिजे. तन-मन ओतून त्याने काम केले पाहिजे.

एक दिवस आयदक्की मारय्या सांडलेले धान्य गोळा करण्यासाठी गेले. त्या दिवशी त्याने नेहमीपेक्षा दुप्पट तांदूळ आणले. तेव्हा त्याची पत्नी लकम्मा त्याला परखड शब्दांत सांगते -

एक मणाऐवजी दोन मण आणलेत तांदूळ।
हा अधिक तुमचा मण की बसवण्णांचा मण?
हे तांदूळ पावणार नाहीत, मारय्या प्रिय अमरेश्वराला।
जा परत देऊन या हे तांदूळ।।

हे तिचे वचन म्हणजे कायक तत्त्वावरील छानशी टीकाच होय. आपल्या गरजेपेक्षा जास्त पैसे मिळविण्याचा मोह करू नये. गरजेपेक्षा जास्त धन मिळविणे अनैतिक आहे. या कष्टकरी पत्तीपत्नीलाही बसवेश्वरांचे कायकतत्त्व अंगवळणी पडले होते. यावरून हे लक्षात येते की सर्वसामान्य स्त्री पुरुषांचे वर्तन व विचार बसवेश्वरांच्या विचार-तत्त्वांना अमलात आणत होते. मानवी श्रमांना महत्त्व दिल्यामुळे समाजाचा - सर्वांगीण विकास होतो. मानवी श्रम हाच राष्ट्राच्या प्रगतीचा पाया आहे. मानवी परिश्रमाची महती गाणारे बसवेश्वर हे भारतातील आद्य समाजसुधारक आहेत. त्यांची ही दृष्टी म्हणून मौलिक आहे. जन्मावर आधारित व्यवसाय केलाच पाहिजे असे नाही तर प्रत्येकाने आपल्या आवडीचा व्यवसाय करावा असे त्यांचे मत होते.

बसवेश्वर कायकाविषयी का आग्रही होते याची चर्चा करताना डॉ. अशोक मेनकुदळे म्हणतात -

> उत्पादनाच्या प्रक्रियेत सजीव भावना असलेला महत्त्वाचा घटक म्हणजे श्रम करणारे लोक. बसवेश्वरांना कष्टकरी समाजाला जातिवर्णव्यवस्थेच्या जाचातून, छळातून व शोषणातून बाहेर काढून त्यांचा गमाविलेला आत्मविश्वास वाढवावयाचा होता. आळस, परावलंबित्व, भिक्षावृत्ती, ऐतखाऊपणा नष्ट करून प्रत्येकाला काम करण्यास प्रवृत्त करायचे होते. घाम गाळणाऱ्या समाजाची गरिबी दूर करण्यासाठीच त्यांनी स्त्री-पुरुषांनी दोघांनीही श्रम करावेत, कायक करावे असा त्यांचा आग्रह होता. एवढे खरे की, म. बसवेश्वरांना समाजाचे आर्थिक जीवनही सामाजिक समतेवर व सामाजिक न्यायावर आधारलेले हवे

होते. (*बाराव्या शतकातील आद्य समाज सुधारक महात्मा बसवेश्वर*, सुविधा प्रकाशन, सोलापूर, २००३, पृष्ठ ११३)

व्यक्ती, कुटुंब, समाज आणि राष्ट्र यांच्या प्रगतीचा पाया निर्मितीशील कष्टाचा असतो. म्हणूनच बसवेश्वरांनी प्रामाणिक श्रमाचा गौरव केला आहे. भारतीय तत्त्वज्ञानात ऐहिक जीवनाचा आणि श्रमाचा जोरदार गौरव बसवेश्वरांनी प्रथमच केला आहे. कष्टाने घाम गाळणाऱ्या श्रमिकाला समाज जीवनात त्यांनी भरघोस प्रतिष्ठा दिली. म्हणूनच बसवेश्वरांचे हे कार्य वेगळे आणि असामान्य आहे.

समाजाला कायक हे कसे आवश्यक आहे याची चर्चा करताना डॉ. सचितानंद बिचेवार म्हणतात -

महात्मा बसवेश्वर यांनी उपजीविकेसाठी आणि सर्व समाजाच्या उत्थानासाठी प्रत्येकाला कार्य करणे (कायक) आवश्यक मानले होते. याचबरोबर समाजहितासाठी विविध वर्गांनी जे कार्य करावयाचे आहे, त्या सर्वांच्या कार्याचे महत्त्व आणि मूल्य बसवेश्वरांनी समान मानले होते. म्हणजेच अध्यापनाचे, अध्यात्माचे कार्य करणारा ब्राह्मण पंडित आणि स्वच्छतेचे काम करणारा भंगी (मेहतर), दोघांच्याही सेवा समाजहिताच्या दृष्टीने तेवढ्याच उपयोगी असल्याने दोघांच्या सेवेचे मोल सारखे मानले होते. यामुळे प्राप्ती आणि सन्मान दोघांनाही सारख्या स्वरूपात मिळणार होता. त्यामुळे श्रमिकाचा आत्मविश्वास वाढून त्यांच्या आर्थिक स्थितीतही फरक पडणार होता. म्हणजेच समतेवर आधारित समाजनिर्मितीचे कार्य पूर्ण करताना हा श्रमसमतेचा विचार महत्त्वाचा ठरला. (परिवर्तनाचा महामेरू महात्मा बसवेश्वर, स्वाती प्रकाशन, पूर्णा, परभणी, एप्रिल २०१५, पृष्ठ ७९)

दासोह-विचार

माणसाने प्रामाणिकपणे मिळविलेल्या उत्पन्नातून काही भाग समाजातील गरजुंसाठी खर्च करणे म्हणजे दासोह होय. दान आणि दासोह यात मूलभूत फरक आहे. अहंकारविरहित दान किंवा सेवा म्हणजे 'दासोह' होय.

बसवेश्वरांनी विविध म्हणजे तीन प्रकारचा दासोह सांगितला आहे. व्यक्तीच्या जडणघडणीत गुरू, लिंग आणि जंगम (समाज) यांचा महत्त्वाचा वाटा असतो - म्हणून माणसाने गुरूला आपले तन, लिंगाला आपले मन व जंगमाला आपले धन अर्पण करणे म्हणजे त्रिविध दासोह होय.

व्यक्तीने ज्ञान मिळविण्यासाठी देहाचा अभिमान सोडून दिला पाहिजे - व्यक्तीने कष्ट करून सेवा केल्यास गुरू त्याला सर्व प्रकारची विद्या देऊन आत्मज्ञान मिळविण्याचा मार्ग दाखवतो व त्याला समर्थ बनवतो. हा गुरू 'दासोह' होय. व्यक्तीने लिंगाला आपले चंचल मन अर्पण केले तर लिंगाच्या सततच्या निरीक्षणाने मन एकाग्र व स्थिर होते. त्यामुळे त्याचे मानसिक सामर्थ्य वाढते. याला 'लिंग दासोह' म्हणतात. जंगम म्हणजे समाज. समाजाला धन अर्पण केले तर समाजाच्या विकासासाठी व कल्याणासाठी त्याचा उपयोग होतो.

माणूस जेव्हा आपल्या सत्तेचा वापर करून अवैध मार्गाने पैसा जमा करतो, तेव्हा तो पक्ष्यांपेक्षाही हीन वर्तन करतो. हे पाहून खंत व्यक्त करून बसवेश्वर म्हणतात -

भाताचे एक शित पाहता कावळा। हाक न मारी का आपुल्या परिवारास?
घासभर अन्न दिसताच कोंबडी। न जमवी का आपुल्या कुलबांधवांस?
शिवभक्त होऊन भक्तिपक्षविहीन असल्यास।
तो कावळ्या-कोंबडीतून हीन, कुडलसंगमदेवा।।

कावळ्या-कोंबड्यासारखे पक्षीसुद्धा आपल्याला मिळालेले अन्न आपल्या नात्यागोत्यातल्या जातभाईंना देतात. पण मानव मात्र गरज नसताना भरपूर संपत्ती मिळवतो आणि समाजात वितरित न करता साठवून ठेवतो. म्हणून पक्ष्यांपेक्षाही त्याचे वर्तन हीन आहे.

दासोहामध्ये प्रामाणिक मिळकतीचा काही भाग गरजू लोकांसाठी व समाजहितासाठी दान देणे बसवेश्वरांना गरजेचे वाटत होते. पूर्णतः समर्पित वृत्तीने आणि माणुसकीची भावना मनात बाळगून केलेले कोणतेही दान, योगदान म्हणजे दासोह. समाजातील गरजू आणि गरिबांच्या बाजूने घेतलेली न्यायाची भूमिका म्हणजे दासोह होय. पावन मनाने करावयाची दानवृत्ती म्हणजे दासोह होय.

आपण समाजात राहतो व वाढतो. आपण समाजाचे देणे लागतो ते दासोह रूपाने फेडत आहोत ही भावना दासोहात असते. दासोहामध्ये समाजाचे ऋण फेडण्याची संकल्पना आहे. दासोहात कर्तव्य भावना आहे प्रायश्चित भावना नाही. दासोह उत्साही मनाने करावा हे सांगताना बसवेश्वर म्हणतात -

देवा तुमच्या शरणांच्या दासोहात। तन-मन-धनाला।
आळशी होऊ देऊ नये देवा।
तनु दासोहात उत्साही करावे देवा।
मन दासोहात तल्लीन करावे देवा।

धन दासोहात समर्पित करावे देवा।
तुमच्या शरणांच्या प्रसादामध्ये।
निरंतर खेळत, गात, पाहत, मिळून-मिसळून भोगत।
आनंदी करावे कुडलसंगमदेवा।।

दासोह म्हणजे गुरू, लिंग आणि जंगम यांचा प्रसाद होय. म्हणून दासोह उत्साही मनाने, समर्पित भावनेने आणि तल्लीन होत, एकचित्ताने करावा. त्यात सेवाभाव असावा. स्वतःला विसरून दासोह करावा, तोही समर्पण भावनेने करावा.

दासोहाच्या स्वरूपाची चर्चा करताना सुभाष देशपांडे म्हणतात -

आपण दासोहाच्या रूपात जे लिंगाला अर्पण करणार आहोत ते पवित्र असले पाहिजे. त्याला आपल्या वासनांचा स्पर्श होता कामा नये. अशा दासोहातून आपले तन आणि मन प्रसादी बनले पाहिजे. इंद्रिय वासना दासोहात असता कामा नये. असे केले तर आपले दासोह सफल होते, असे बसवण्णा प्रतिपादन करतात. आपल्या दैनंदिन जीवनात निर्वाहासाठी आपण जे कायक करतो, त्यातून प्राप्त झालेले धन तत्काळ देण्याची कृती हीच दासोहाची खरीखुरी कल्पना.

तो आपल्या जीवनाचा नित्यनेम बनला पाहिजे, त्यात दांभिकता असू नये. द्रव्यसंग्रह करावयाचाच नाही हे तत्त्व उराशी बाळगून जो आयुष्यभर वागतो तो खरा दासोही असतो. दासोह ही उदात्त संकल्पना आहे. आपल्या प्राणप्रिय शिवापर्यंत जाण्याचे ते साधन आहे. पण ते साधन न समजता आपल्या तनमनात रुजले पाहिजे. बसवण्णांचे हे सूत्र शरणांच्या मनात दृढ झालेले होते. (*महात्मा बसवेश्वर : कार्य आणि कर्तृत्व*, जनशक्ती वाचक चळवळ, औरंगाबाद, मार्च २०१५, पृष्ठ २१९)

दासोह करणाऱ्या भक्ताचे तन आणि मन शुद्ध असते हे सांगताना प्रा. डॉ. प्रभाकर पां. पाठक म्हणतात -

'श्री बसवेश्वरांनी कायकवे कैलास' आणि 'कायक दासोह' या तत्त्वाने निष्क्रियतेचे आणि स्वार्थभावाचे उच्चाटन केले. कष्ट करून, घाम गाळून पोट भरणारा माणूस त्यांनी समाजासमोर ठेवला त्याचबरोबर निःस्वार्थ भावनेने, स्वतःपुरता विचार न करना गरजूंना साहाय्यभूत ठरणारा त्यागी कष्टकरी सर्वांसमोर उभा केला. अशांनाच प्रतिष्ठा दिली. आपण समाजाचे, राष्ट्राचेही काही देणे लागतो आणि आपण ते दिले पाहिजे हा उदात्त विचार त्यांनी समोर ठेवला

आहे. आत्मकल्याणापेक्षा समाजकल्याणाचा ध्यास लागायला हवा असे सुचवत असता त्यांनी व्यष्टिपेक्षा समष्टिला अधिक महत्त्व दिल्याचेही जाणवते.

अशा कायक दासोह करणाराचे तन, मन शुद्ध असते. त्याची चाल शुद्ध असते. बोलणे शुद्ध असते. अशाचे घर खरोखर कैलास असते. बसवेश्वरांचे एक वचन सुंदर आहे –

शेतात राबवुनि तनु-मन, आणुनि धन-धान्य।
दासोह करणाऱ्या परम सद्‌भक्ताचे चरण, दावी मज चिरंतन।
शुद्ध असे तयाची तनु शुद्ध असे मन। तयाची चाल शुद्ध बोली पावन।
तयास जो करी उपदेश। तो परमगुरू सर्वाधीश।
अशा सद्‌भक्ताचे घरच कैलास। हे उमजुनि जो तेथे करी लिंगार्चन।।
तोचि जंगम जगत् पावन। कुडलसंगमदेवा, अशांना मी निष्ठेने करितो वंदन! असा परिश्रमी, काबाडकष्ट करणारा कृषिकायक शेतात राबून तनाने, मनाने धन-धान्य मिळवतो. तोच खरा परम सद्‌भक्त होय. हा शेतकरी आपल्या सदाचरणाने या लोकीच कैलास निर्माण करतो. हा शेतकरी दासोह करणारा सद्‌भक्त आहे. (चेतना चिंतामणी श्री *बसवेश्वर*, सुविधा प्रकाशन, सोलापूर, पृष्ठ ६९-७०)

अशा तऱ्हेने निकोप व निरोगी समाजधारणेसाठी कायक आणि दासोह या संकल्पना बसवेश्वरांनी आपल्या काळात व समाजात उत्साहाने राबविल्या. त्यांच्या शिष्यांनी या दोन्ही संकल्पना मनापासून अमलात आणल्या. कायक म्हणजे श्रम! व्यक्तीच्या व समाजाच्या प्रगतीचा पाया म्हणजे परिश्रम! प्रत्येक व्यक्तीने जाणीवपूर्वक व श्रद्धेने श्रम केले पाहिजेत. श्रमाच्या मनःपूर्वक अंगीकाराने व्यक्ती व समाज संपन्न होतो. संपन्न समाजात सर्वांगीण प्रगती करू शकतो. दुसरे म्हणजे आत्मविकास महत्त्वाचा आहे पण त्याबरोबर समाजाचाही विकास होणे अत्यावश्यक आहे. म्हणून बसवेश्वरांनी दासोह ही संकल्पना समाजात राबविली.

•••

सामाजिक सुधारणा

बाराव्या शतकातील समाज जीवन अनेक प्रकारच्या भेदांनी भेगाळलेले होते. एका ठिकाणी बसलेल्या गावातील माणसांची व त्यांच्या गटांची तोंडे भिन्न भिन्न दिशांना वळली होती. एकीच्या भावनेला फाटा देऊन गाव बेकीच्या आहारी गेला होता. अनेक गट-तट पडून गावाचे तुकडे पडले होते. बसवेश्वरांना समाज जीवनाचे हे तडे गेलेले भेसूर चित्र दिसत होते. म्हणूनच समाज प्रबोधन करत समाजात सुधारणा करण्याचा त्यांनी यशस्वी प्रयत्न केला.

समतेची प्रस्थापना

बाराव्या शतकामध्ये भारतीय समाजव्यवस्थेमध्ये वर्णभेद, जातिभेद, स्त्रीदास्य, अस्पृश्यता, अंधश्रद्धा, असमानता, कर्मकांड व भ्रष्टाचार असे अनेक दोष निर्माण झाले होते. समाजव्यवस्था विषमतावादी व शोषणयुक्त बनली होती. त्यामुळे बसवेश्वरांनी समतावादी व मानवतावादी समाजव्यवस्था निर्माण करण्याचा प्रयत्न

केला. समाजातील वर्षानुवर्षांचा मागासलेपणाचा अंधार नाहीसा करून तेथे सुधारणांचा प्रकाश पसरविण्याचे कार्य बसवेश्वरांच्या 'शरण चळवळी'ने केले.

भेदभाव, जातिभेद, उच्चनीचता व शोषण यांच्या विरोधात जोरदार संघर्ष करून शरण चळवळीने समतेचे युद्ध जिंकले. या सामाजिक परिवर्तनाचे नेतृत्व बसवण्णांनी केले. त्यांच्या प्रभावी, प्रेरक, समन्वयशील, चारित्र्यसंपन्न व पुरोगामी व्यक्तिमत्त्वामुळेच हे यश त्यांना मिळाले. बसवण्णा समाजातील जातिअंताचा लढा जोरदारपणे व प्रामाणिकपणे लढले.

'हर ज्याचा आदिपुरुष आहे, पुरातन ज्याचा परिवार आहे। त्या घरात जन्मलेल्या मांगाचा मी पुत्र आहे।।', असे बसवेश्वरांनी जाहीरपणे स्पष्ट केले आहे. तळातील जातीच्या लोकांच्या मनातील कमीपणा पुसून टाकण्यासाठी आणि त्यांच्या मनात समानतेचा भाव निर्माण करण्यासाठी त्यांनी त्यांच्याशी आपले नाते जोडले. जातिनिर्मूलनाचे युद्ध फलद्रूप होण्यासाठी त्यांनी सर्व जातींमधील जनतेला संघटित केले होते. मानवी संबंध जातीच्या आधारे घडता कामा नयेत तर समता आणि बंधुता या मूल्यांच्या आधारे ते घडावेत असा त्यांचा आग्रह होता.

समाजातील तथाकथित प्रतिष्ठित लोकांचा त्यांना विरोध सहन करावा लागला. समतेचे हे मूल्य त्यांच्या हितसंबंधांना बाधा पोहोचविणारे होते; पण त्याचवेळी समाजातील मध्यम व खालच्या स्तरांतील बऱ्याच गटांचे व जनतेचे त्यांना साहाय्य लाभले. समाजातील विषमतेला त्यांनी कठोरपणे विरोध केला. त्याचवेळी सामान्य माणसांशी प्रेमाचे नाते जोडले. ज्या लोकांवर अन्याय होतो त्यांना त्यांनी जागे केले आणि जे लोक अन्याय करत आहेत त्यांचे त्यांनी प्रबोधन केले. अशी दुहेरी कार्यपद्धती त्यांनी अवलंबविली होती. बसवेश्वर सर्व जातीतील माणसांना महामनेमध्ये सहजपणे भेटत. त्यांची चौकशी करत. महामनेत भोजन घेतल्याशिवाय कोणी जात नसे. रस्त्यावर भेटलेल्या माणसाच्या नमस्काराचा आदरपूर्वक स्वीकार करून ते त्याला प्रति नमस्कार करत. या प्रेमळ वागणुकीमुळे बसवेश्वरांच्या सहवासात आलेला माणूस पुन्हा येऊन त्यांना भेटत असे. त्यांचे विचार जाणून घेत असे.

या जातिअंताच्या लढ्यामध्ये समाजातील कितीतरी जातींचे लोक सहभागी झाले होते. सुतार, लोहार, परीट, कुंभार, महार, चांभार, वादक, शिंपी, गायक, सोनार, ब्राह्मण, बुरुड, धनगर, कैकाडी, गुरव, तेली, विणकर, कोळी, माळी, चोर, वेश्या, हमाल, शेतकरी, मजूर, नावाडी, मोळीविक्या, ढोर, न्हावी अशा सर्व जातींच्या लोकांची त्या लढ्याला साथ होती. लिंगदीक्षा घ्यावी व आपले कायक प्रामाणिकपणे करावे. हेच लोक धर्मचर्चेमध्ये आपले मत निर्भयपणे मांडत. अशा वर्तनाने समाजातील पददलित बांधवांना नवी जीवनशैली लाभली होती. ब्राह्मण, क्षत्रिय, वैश्य वर्णातील

समजुतदार लोकांचा या चळवळीत सहभाग होता.

थोडक्यात, समाजातोल सर्वच स्तरांतील जाती-जमातीच्या सहभागामुळे या समतेच्या चळवळीला समाजमान्यता मिळाली होती - जातीकुळ श्रेष्ठत्वाचा निषेध आणि समतेचा स्वीकार अशी दोन्ही बाजूंनी त्यांनी ही लढाई केली आणि जिंकली. माणूस कोणत्याही जातीचा असो, त्याचे कोणतेही कायक असो, त्या आधारे माणसामाणसांमध्ये भेदभाव करणे त्यांना मान्य नव्हते. माणसांचे परस्परसंबंध प्रेमभावनेवर आधारित असावेत, असे त्यांना वाटे.

जातीच्या श्रेष्ठत्वावर गुण अवलंबून नसतात. त्यासाठी बसवेश्वरांनी ऋषीमुनींच्या जातींचे दाखले दिले आहेत. थोर ऋषिमुनी हे श्वपच (अस्पृश्य) मांग, बेरड, चांभार, लोहार व न्हावी होते. त्यांच्या जातीवरून त्यांचे मोठेपण कमी झालेले नाही. या सर्व व्यक्ती आपल्या कर्तृत्वाने मोठ्या झाल्या आहेत. हा विचार बसवेश्वरांनी समाजमनावर या वचनातून ठसाविला आहे.

जे शिवभक्ती करतात त्या शरण-शरणींनी समतेचा पुरस्कार केला पाहिजे. ती समता दैनंदिन जीवनात आपल्या वर्तनात उतरली पाहिजे, असा त्यांचा आग्रह होता. समाज जीवनातील अमंगल, खोट्या, अंधश्रद्धांना वाव देणाऱ्या व विषमता वाढविणाऱ्या बाबींना त्यांनी विरोध केला. याउलट जी मूल्ये उदात्त, कल्याणकारी, मंगलमय आहेत त्यांचा त्यांनी जोरदार पुरस्कार केला. त्यांनी आपण पुरस्कृत केलेली मूल्ये प्रत्यक्ष जीवनात उतरवून दाखविली.

हे सांगताना डॉ. अशोक मेनकुदळे म्हणतात -

> म. बसवेश्वर मंत्रीपदावर असतानाही अस्पृश्यांच्या घरी भोजनाला जात. त्यांचा खासगी चिटणीस 'हडपद अपण्णा' हा पूर्वाश्रमीचा न्हावी होता. राजाच्या पागेतील सेवक 'सोड्डळ बाचरस' यांच्याशी त्यांची उत्कट मैत्री होती. 'कक्कय्या' हा ढोर समाजातील शरण बिज्जळाच्या अश्वदलात अधिकारी होता. बसवेश्वरांचा विश्वासू शरण 'मडियाळ माचय्या' हा धोबी होता. नांदेडजवळील कंधार येथील अनुभव मंटपाचे सामाजिक धार्मिक केंद्र चालविणारा 'उरिलिंग पेद्दी' हा तेलंगी शूद्र होता. 'हरळय्या' हा चांभार होता. अशी कितीतरी उदाहरणे सांगता येतील. (*बाराव्या शतकातील आद्य समाजसुधारक महात्मा बसवेश्वर*, सुविधा प्रकाशन, सोलापूर, २००३, पृष्ठ ८७-८९)

धार्मिक सहिष्णुता निर्माण करण्यासाठी इष्टलिंगदीक्षा दिली जात असे. लिंग धारण केल्यानंतर त्या व्यक्तीची पूर्वीची जात नष्ट होते. मग त्यांच्यात रोटी-बेटी व्यवहार होण्यास काहीच हरकत नाही. इष्टलिंग धारण केल्यानंतर सर्वच लिंगायत झाले.

त्यांच्यात असे व्यवहार होऊ लागले. आशा तऱ्हेने जातीभेद नष्ट करण्याचे आंदोलन करण्यात आले. बसवेश्वर अस्पृश्य महार-मांगांच्या घरी जात. त्यांचे भोजन सहजपणे स्वीकारीत. ढोर कक्कय्याला ते आजोबा म्हणत. मांग चन्नय्याला ते वडील म्हणत. नागीदेव कांबळे यांच्याकडे त्यांनी शरणांसह भोजन केले. अशा तऱ्हेने सर्व समाजाला त्यांनी एकतेच्या धाग्यात गुंफले.

स्त्री स्वातंत्र्य-स्त्रीमुक्ती

बसवेश्वरपूर्वकालीन समाजात स्त्रीला परमार्थ मार्गातील धोंड मानली जाई. त्या स्त्रीच्या पायात परंपरेच्या बेड्या टाकल्या गेल्या होत्या. मनुवादी परंपरेने स्त्रीला पारतंत्र्याच्या अंधारात ढकलले होते. घर सारे तिनेच सांभाळावयाचे पण तिला कोणतेही हक्क नव्हते. तिला शिक्षणापासून वंचित ठेवण्यात आले होते. तिच्या वाट्याला फक्त गुलामगिरीच होती. सतत कष्ट हेच तिचे आयुष्य होते. स्त्रियांची ही हलाखीची स्थिती बदलण्याचा बसवेश्वरांनी निर्धार केला.

बसवेश्वरांनी स्त्रीजीवनात केलेल्या सुधारणांची चर्चा करताना डॉ. अशोक मेनकुदळे म्हणतात -

> महात्मा बसवेश्वर, अल्लमप्रभू, चन्नबसवेश्वर, अक्कमहादेवी व सिद्धरामेश्वर या प्रमथांनी (धुरिणांनी) बाराव्या शतकात स्त्रियांना अनुभव मंटपाच्या व्यापक व्यासपीठावर आणून त्यांच्या पायातील कर्मठांच्या बेड्या तोडल्या आणि मानवतेच्या व्यासपीठावर पुरुषांच्या जोडीला सर्व जातीच्या स्त्रियांनाही सन्मानाने बसविले. या सुंदर निसर्गसृष्टीचा व जीवनाचा आनंद घेण्याचा अधिकार पुरुषांप्रमाणे स्त्रियांनाही आहे, म्हणूनच त्यांना बोलते-लिहिते केले. त्याकाळी पंच्याण्णव टक्के स्त्री-समाज निरक्षर होता. त्यांना साक्षर करून त्यांच्या भावजीवनावर व प्रतिभेच्या कारंज्यावर पडलेले सनातनी दगडधोंडे बाजूला करून त्यांच्या दबलेल्या मूक भावनांची कारंजी थुई-थुई प्रवाहित होऊ दिली. अशा अनुभव मंटपातील तेजस्वी शिवशरणी कवयित्री झाल्या. (बाराव्या शतकातील आद्य समाजसुधारक महात्मा बसवेश्वर, सुविधा प्रकाशन, सोलापूर, २००३, पृष्ठ ८८)

समाजात स्त्रियांची प्रतिष्ठा पुरुषांनी राखावी यासाठी प्रत्येक माणसाने परस्त्री मातेसमान मानावी असा दंडक बसवेश्वरांनी घातला होता. या प्रगत दृष्टिकोनामुळेच स्त्रिया अनुभव मंटपाच्या धर्मचर्चेत उत्साहाने भाग घेऊ लागल्या. अनेक स्त्रियांनी उत्तम अशी वचने लिहिली. जीवनाच्या सर्व क्षेत्रांत स्त्रियांना समान स्थान असल्याचे त्यांनी

आपल्या वर्तनातून व्यक्त केले. पुरुषांच्या बरोबरीने त्यांनी आपला सहभाग नोंदविला. त्यातून स्त्रियांना आत्मविश्वास मिळाला.

स्त्रियांना धार्मिक स्वातंत्र्य देण्यात आले. त्यांना पूजा करण्याचा अधिकार देण्यात आला. अनुभव मंटपातील धर्मचर्चेत सहभागी होऊन त्या आपले मत ठामपणे मांडत. पुरुषाप्रमाणेच स्त्रीला भक्त म्हणून समान स्थान होते. स्त्री आणि पुरुष यांच्यात काही भेद नाही, हे सर्व शरणांनी मान्य केले होते. स्त्रीला कमी लेखण्याची भावना समाजातून पुसून गेली. समाज एकसंघ झाला. त्यात बंधुत्वाचा भाव दरवळू लागला. पारतंत्र्याच्या जोखडामधून स्त्री मुक्त झाल्यामुळे तिच्यात उत्साह संचारला. त्यामुळे या चळवळीतून अनेक स्त्रियांना संतत्व प्राप्त झाले. अक्कमहादेवी त्यांमध्ये श्रेष्ठ होत्या. त्या योगिनी होत्या. स्त्री आणि पुरुष हा भेद माणसांच्या मनात असतो, तो भेद शिव परब्रह्माकडे असत नाही, हे त्यांनी आपल्या उक्तीने व कृतीने सार्थ केले. शिवशरणांवर त्यांचा नीतिसंपन्न धाक होता. अनुभव मंटपात अनेक ज्ञानी स्त्रिया चर्चेत सहजपणे भाग घेत असत, हे लक्षात घेतल्यानंतर शरण चळवळीतील स्त्रियांचे स्थान श्रेष्ठ दर्जाचे होते, हे समजते.

या चळवळीतून अनेक कर्तृत्ववान स्त्रिया उभ्या राहिल्या, त्यात प्रामुख्याने अक्कमहादेवी, नागलांबिका, आयदक्की लिक्कम्मा, पद्मावती, शिवप्रिया, सातव्वा, रायम्मा, रेमव्वे, लकम्मा, सत्यवती, गंगांबिका, निलांबिका, लिंगम्मा या शरणींनी या चळवळीत हिरीरीने भाग घेतला. त्यांनी वचने लिहिली. त्या काळच्या स्त्रीवर्गाला बसवेश्वरांच्या शिकवणुकीनुसार पुरुषवर्गाने बरोबरीचे स्थान दिले होते. त्यादृष्टीने समतेचा हा प्रयोग भारतीय समाज जीवनातील एक आनंददायी पर्व होते.

अक्कमहादेवीच्या वचनावरून तिच्या विचारांची उंची कळते. एका वचनात ती म्हणते -

श्वासाला परिमळ असता, कुसुमाची गरज काय?
क्षमा, शांती-धीर सहनशीलता असता समाधीची गरज काय?
जगच आपले झाले असता एकांताची गरज काय? चन्नमाल्लिकार्जुना

'बसवेश्वर हे मध्ययुगीन भारताचे जनक होते. बसवेश्वरांच्या नेतृत्वाखाली बाराव्या शतकातील 'लिंगायत चळवळ' ही सामाजिक क्रांतीची चळवळ होती. भारताच्या सुधारणा कार्याचा तो पहिला स्फोट होता,' असा राजकीय विचारवंत मानवेंद्रनाथ रॉय यांनी महात्मा बसवेश्वरांच्या व्यक्तिमत्त्वाचा आणि कार्याचा गौरव केला आहे.

बाराव्या शतकात कर्नाटकात जाती-जातींमध्ये समाज विखुरला गेला होता. त्याकाळी एकीकडे श्रीमंत सुखाच्या राशीवर लोळत होते. तर दुसरीकडे भाकरीसाठी

रात्रंदिवस कष्ट उपसणारे गरीब लोक दिसत होते. त्या काळातील अस्पृश्य हे श्रीमंतांचे गुलाम होते. समाजात स्त्रियांना दुय्यम प्रतीचे स्थान होते. जनतेमध्ये अनेकानेक अंधश्रद्धा होत्या. कनिष्ठ जातीतील लोक असंख्य देवदेवतांच्या पूजाअर्चांमध्ये वेडे झाले होते. पुरोहित वर्ग समाजातील अशिक्षित स्त्री पुरुषांचे शोषण स्वैरपणे करत होता.

देवदेवतांना कोंबड्या बकऱ्यांचे बळी दिले जात होते. सतीची चाल, देवदासी, पोतराज यांची स्थिती भयावह होती. मंदिरे ही गोरगरीब स्त्री पुरुषांच्या शोषणांची केंद्रे बनली होती. भक्तीच्या क्षेत्रात कर्मकांडाचा पसारा मांडला गेला होता. बालविवाह रूढ होते. विधवाविवाह निषिद्ध होते. ही विस्कळीत झालेली सामाजिक व धार्मिक स्थिती सामान्य माणसाचा बळी घेणारी ठरत होती. या विदारक समाजस्थितीच्या डोळस निरीक्षणाने बसवेश्वर अस्वस्थ झाले. ह्या समाज व्यवस्थेत आमूलाग्र परिवर्तन घडविण्याचे स्वप्न बसवेश्वरांनी पाहिले आणि ते अमलातही आणले.

वीरशैव समाज गळ्यात इष्टलिंग सतत बाळगून एकांतात लिंगपूजा करून शिवयोग साधतो. यात भक्त व परमेश्वर यांच्यात मध्यस्थ नाही. वीरशैवात इष्टलिंग दीक्षाविधी स्त्री आणि पुरुष या दोघांतही आहे. यात होमहवन, आहुती, अनेक देवतोपासना नाही. त्यामुळे बसवेश्वरांनी नूतन जीवनमूल्यांची भर टाकून वीरशैव लिंगायत धर्माची पुनर्बांधणी केली. कोणताही भेदभाव न करता वीरशैव धर्माचा स्वीकार कोणालाही करता येईल, असे त्यांनी जाहीर केले. साधी, स्वच्छ व सात्विक राहणी हा या धर्माचा पाया होता. यात स्त्री-पुरुष, गरीब-श्रीमंत, उच्च-नीच हा भेदभाव अजिबात नाही.

बसवेश्वर, अल्लम प्रभू, अक्कमहादेवी, सिद्धरामेश्वर, नागांबिका, अशी थोर माणसे असलेला हा शरण-शरणी परिवार अन्य-पगड जाती-जमातींमधून संघटीत झाला होता - त्यात ढोर कक्कय्या, न्हावी अप्पण्णा, मांग चन्नय्या, धनगर रामण्णा, परीट माचिदेव, चांभार हरळय्या, सोनार बोमय्या, शिंपी शंकर दासीमय्या, दलित उरिलिंग पेद्दी, नावाड्या अंबीगर चौडण्णा इत्यादी अनेक तळागाळातील अनेक व्यक्तींचा समावेश होता. भारताच्या भक्ती क्षेत्रातील शिवशरणांची ही पहिली जनचळवळ होती. जातीभेदाचे उच्चाटन, अस्पृश्यता निर्मूलन व स्त्री-पुरुष समता ही तत्त्वे, भारतात प्रथमच आचरणात आणणाऱ्या चळवळीचे बसवेश्वर हे क्रांतिकारक समाजसुधारक होते.

महात्मा बसवेश्वर हे बाराव्या शतकातील गौतम बुद्ध होते. त्यांनी आपले सर्व आयुष्य रूढींचे भंजन करण्यात आणि सामाजिक समतेचे निशाण उंच उभारण्यात खर्ची घातले. त्यांनी समता, प्रेम व बंधुता ही मूल्ये शिकविली. त्यांनी अपरिग्रह व मानवता समाजाला शिकविली. माणसामाणसात स्पृश्य-अस्पृश्य असा भेद करू नये. स्त्री-पुरुषांना समान वागणूक मिळावी. सतीची क्रूर चाल बंद करावी. विधवांना सन्मानाने

वागवावे. त्यांचा पुनर्विवाह करावा, बालविवाह करू नयेत. आपल्या कुटुंबासाठी इष्ट ते धन ठेवून घेऊन उरलेले धन समाजासाठी खर्च करावे. इष्टलिंगाची पूजा करावी. शाकाहारच घ्यावा. त्यांनी आपली वचन-रचना लोकभाषेत लिहिली. त्यातून त्यांनी व साथीदारांनी कन्नड साहित्याचा पाया घातला. त्यांच्याभोवती अनुयायांचे मोहोळ तयार झाले. हे अनुयायी समाजाच्या सर्व थरांतून आले होते. त्यांच्या अनुभव मंटपात काश्मीर ते कन्याकुमारीपर्यंतचे विचारवंत चर्चा करण्यासाठी येत. इथे आलेल्या २१ हजार जंगम, १२ हजार भक्त व ३ हजार विरक्त अशा धर्मप्रसारकांचे जाळे त्यांनी उभे केले.

समाजाची प्रगती कधी होईल? जर समाज सुस्थितीमध्ये असेल तर! समाज म्हणजे व्यक्तीव्यक्तींचा समूह! व्यक्तीच्या सुसंस्कृत वर्तनाने समाज सुसंस्कृत होईल आणि सुसंस्कृत समाजच प्रगती करू शकतो. हे बसवेश्वरांचे विचार सूत्र आहे. व्यक्तीच्या अंतरंगाची आणि तिच्या बाह्य जगाची शुद्धी हाच समाजाच्या विकासाचा पाया आहे.

व्यक्ती सुसंस्कृत होण्यासाठी बसवेश्वरांनी सांगितलेली ही सप्तसूत्री आहे. आजकाल माणसाच्या आकारात दिसणारी पण त्यांच्याकडे माणसाचे मनच नसणारी अनेक माणसे आहेत. आजचे दहशतवादी, टोळीयुद्ध करणारे गुंड, गुन्हेगारी वृत्तीचे राजकारणी, भ्रष्टाचारी अधिकारी, शोषण करणारे धनिक व अत्याचार करणारे संस्थाप्रमुख - हे सारे आकाराने मानव पण वृत्तीने दानव आहेत.

बसवेश्वरांनी सांगितलेली सात तत्त्वे

१. चोरी करू नका

माणूस चोरी करतो म्हणजे दुसऱ्याची वस्तू, धन तो बळजबरीने स्वतःसाठी घेतो. यात त्या वस्तूविषयी-धनाविषयी त्या माणसाच्या मनात आकर्षण असते. दुसऱ्याच्या वस्तूची इच्छा मनात आणू नये, घाम गाळून मिळविलेली भाकरी केव्हाही गोड लागते. चोरी करणे शरणांना मान्य नाही. चोरी करताना व केल्यावर माणसाला भीती वाटते. काळजीचा भुंगा त्याचे मन पोखरत राहतो. त्यामुळे मनाचे आरोग्य धोक्यात येते.

२. हत्या करू नका

प्राणिहिंसा-जीवहिंसा केव्हाही त्याज्यच असते. कुणाची हत्या कोणत्याही कारणासाठी करणे हे क्रूरपणाचे लक्षण आहे. द्वेष-मत्सर-स्वार्थ यासाठी हत्या केली जाते. समाजसेवा करणाऱ्या नरेंद्र दाभोळकर, गोविंद पानसरे व कलबुर्गी या व्यक्तींचा आजच्या समाजात निर्घृण खून होतो, हे सडलेल्या समाजव्यवस्थेचे लक्षण आहे. समाजसेवक व्यक्तीचे कार्य समाजहिताचे असते. ते कार्य व्यक्तिस्वार्थाच्या आड येते म्हणून अशी हत्या केली

जाते. हे योग्य नाही. 'जनीं' वंद्य ते सर्व भावे करावे। जनीं निंद्य ते सर्व सोडोनी द्यावे 'जगा आणि जगू द्या' या मंत्राचे आपण सर्वांनी पालन केले पाहिजे.

३. खोटे बोलू नका

स्वार्थासाठी माणूस खोटे बोलतो. त्यामुळे निष्पाप माणसे संकटात सापडतात. क्षणिक सुखासाठी माणसे खोटेपणाचा आश्रय घेतात. यातूनच आर्थिक व सामाजिक गुन्हे घडतात. खऱ्याला मरण नाही तर खोट्याला सुख नाही, हे लक्षात घ्यावे.

४. आत्मस्तुती करू नका

आत्मस्तुती ही वाईट सवय आहे. आपली बढाई मारणे हे अयोग्य आहे. आपल्या दोषांवर पांघरुण घालण्याचा तो प्रयत्न आहे. ही आपलीच फसवणूक असते. आत्मस्तुतीमुळे माणसाची प्रगती थांबते. आपल्या मनाच्या आरशात पाहावे आणि आपल्या स्वभावातील व वागण्यातील दोषांचे प्रयत्नपूर्वक निराकरण करावे.

५. निंदानालस्ती करू नका

दुसऱ्याचे दोष दाखवताना त्याच्याकडे आपल्या हाताचे एक बोट असते तर त्यातील तीन बोटे आपल्याकडे असतात. आपल्या दोषांकडे आपण सोयीस्कर दुर्लक्ष करतो. निंदा ही दुसऱ्या व्यक्तीची मानसिक हिंसाच असते. म्हणून निंदा करू नका. समोरच्या व्यक्तीला देता आले तर प्रेम द्या. एखाद्याच्या घरी गेला तर तिथे चांदण्याची बरसात करा.'पेरिले तैसे उगवते। बोलण्यासारखे उत्तर येते। तरी मग वाईट बोलावे। ते काय निमित्त।।' हे नेहमी लक्षात ठेवावे.

६. रागावू नका

दुसऱ्यावर शुल्लक कारणासाठी संतापू नये. क्रोधामुळे - माणसाचे मानसिक आरोग्य बिघडते. माणसाच्या षड्विकारांपैकी हा एक विकार आहे. तो माणसाचा शत्रू आहे. ह्या विकारामुळे मानसिक संतुलन बिघडते. आपणच चिडचिडेपणा केल्यामुळे रक्तदाब वाढत राहतो. प्रेमाने जग जिंकता येते. क्रोधामुळे मन दुखावते. मन दुरावते. त्यासाठी संयम बाळगा. क्षमाशीलता ठेवा. नेहमी मन आनंदी ठेवावे.

७. दुसऱ्याचा तिरस्कार करू नका

अन्य व्यक्तीचा द्वेष-तिरस्कार ही बाब नेहमीच निषिद्ध होय. दुसऱ्याला टोचून बोलण्यामुळे शत्रुत्व वाढते. समोरच्या व्यक्तीचा तिरस्कार केल्याने तो माणूस दुखावतो.

तो आपला शत्रू होतो - परपीडा-परनिंदा ही मानसिक हिंसेची रूपे आहेत.

माणसाचे मन ही विचित्र गोष्ट आहे. जगातल्या अनेक गोष्टीचे मूळ माणसाच्या मनात आहे. शुद्ध मन हे आरोग्य संपन्नतेचे लक्षण आहे. म्हणून बसवेश्वरांनी माणसाचे मन आणि त्याने वर्तन स्वच्छ व शुद्ध करण्यासाठी हे सात मार्ग आपल्याला दिले आहेत. माणसामाणसांमध्ये असलेल्या भिंती पाडून त्यांनी भक्कम पूल उभे केले. हे समाज संघटन वैचारिक पायावर उभे होते.

बसवेश्वरांचे सुसंगत व सूत्रबद्ध विचार हा नवसमाज निर्मितीचा पाया होता. त्यांनी सांगितलेल्या साधक मार्गाने आपण गेलो तर या जगातील हिंसा-पाप-अन्याय-अत्याचार-अज्ञान-भ्रष्टता- दडपशाही-अनाचार ह्या काळ्या बाबी नष्ट होतील आणि अहिंसा-न्याय-ज्ञान-प्रेम-सेवा-परोपकार-चारित्र्य याबाबी वाढीला लागून समाज सुसंस्कृत व सेवाशील बनेल.

माणसामाणसांतील समता, स्त्री-पुरुष समता, एक देवतोपासना, अहिंसा, सत्यवचन, दानधर्म, इष्टलिंग भक्ती, श्रमाची उपासना व मनोविग्रह अशा सकारात्मक बाबींचा वचन-साहित्यात जागर करण्यात आला आहे. वाणी, हात आणि जीवन यांची शोभा कशात आहे यांचे मर्म उलगडून दाखवताना अक्कमहादेवी म्हणतात -

वाचेचा शृंगार : सत्यवचन बोलणे।
संभाषणाचा शृंगार : सद्‌भक्तांचे बोल उच्चारणे।
हातांचा शृंगार : सत्पात्री दान देणे।
जगत असलेल्या जीवनाचा शृंगार : शरण गण संग करणे।
याविना जीवन जगणे काय कामाचे, चन्नमल्लिकार्जुना?।।

स्तुती-निंदा केली गेली तरी शांत राहण्यास शिकले पाहिजे, हे सांगताना अक्कमहादेवी म्हणतात-

वनात घर करून। हिंस्र पशूंना भिऊन कसे चालेल?
समुद्र किनारी घर करून। लाटांना भिऊन करते चालेल?
भर बाजारी घर करून। आवाजाला भिऊन कसे चालेल?
चन्नमल्लिकार्जुन देवा ऐका या लोकी जन्मल्यावर।
स्तुती-निंदा झाली तरी मनात क्रोध न आणता।
समाधानी होऊन राहायला पाहिजे।।

अति-आहारामुळे विविध विकार उद्‌भवतात हे सांगताना अक्कमहादेवी म्हणतात -

आहार कमी करा अण्णा, आहार कमी करा।
आहारामुळे व्याधी वाढूनी बलिष्ठ होती देवा।
आहारामुळे निद्रा, निद्रेमुळे तामस-अज्ञान देह।
विस्मरण अज्ञानामुळे कामविकार वाढती।
कायाविकार, मनोविकार, इंद्रियविकार।
भावविकार, वायुविकार, निर्माण होती।
सृष्टी निर्मितीचे कारण कामेचे अतिपोषण नको।
अतिपोषणाने मृत्यू येई।।

अक्कमहादेवींच्या या वचनात अति आहारामुळे मनुष्याच्या शरीरात व्याधी वाढतात, अनेक प्रकारचे विकार बळावतात हे सांगून माणसाला सावध करण्याचा प्रयत्न केला आहे. अक्कमहादेवीच्या वचनांतून त्यांच्या संवेदनशील कविमनाची जाणीव होते. त्याचबरोबर मानवी जीवनाला उन्नत करणारा उपदेशही त्यांनी केला आहे. सतपात्री दान करणे हा हाताचा शृंगार आहे तर खरे बोलणे हा मानवी वाचेचा शृंगार आहे. समाजजीवनात जगायचे असेल तर निंदा-स्तुती ऐकायला लागणारच. तेव्हा मनात राग न आणता ती ऐकली पाहिजे असा सहनशीलतेचा उपदेश इथे अक्कमहादेवी करताना दिसतात. आयदक्की लक्कम्मानेही वचने लिहिली आहेत. तिच्या पतीने नेहमीपेक्षा जास्त तांदूळ आणले. त्यावर ती म्हणते, 'जा परत, देऊन या हे तांदूळ!' बसवेश्वरांनी सामान्य माणसांच्या मनात केलेली ही सद्‌गुणांची पेरणी हेच त्या शरण चळवळीचे यश आहे.

अनुभव मंटपातील शरणींचा जीवनानुभव त्यांच्या वचन साहित्यात व्यक्त झाला आहे. त्यात एक देवतोपातना, इष्टलिंगभवती, ढोंगी भक्ती, परस्त्री-परधन विषयी अनासक्ती, मनाची चंचलता, आचरणातील नैतिकता, स्त्री-पुरुष भेदभाव, प्रामाणिक व्यवसाय, दासोह, विकार नियंत्रण, मनोनिग्रह अशा अनेक वचनातून शिवभक्तीची आर्तता अनुभवास येते. समाजातील सर्व वर्णातील व जातीतील स्त्रिया एकत्र येऊन चर्चा करत, वचने लिहीत, सहभोजन करत. कल्याणक्रांतीनंतर याच स्त्रियांनी वचनांचा संग्रह जिवापाड मेहनत करून वाचविला आहे. स्त्रियांची ही कार्ये खरोखरच लक्षणीय व स्फूर्तिप्रद होती. अर्थातच या सर्वांमागे बसवेश्वरांची प्रेरणा होती.

त्या काळच्या समाजात विधवा स्त्रीला जिवंतपणी मेल्यासारखे आयुष्य कंठावे लागे. सणसमारंभात-उत्सवात तिला भाग घेण्यास मनाई होती. अंगावरील अलंकारांचा

तिला त्याग करावा लागे. स्त्री जातीवरील हा अन्याय बसवेश्वरांना मान्य नव्हता. त्यांनी वीरशैव धर्मातील विधवा स्त्रियांना धार्मिक समारंभात, विवाहविधींमध्ये विधवा स्त्रियांना सहभागी होण्यास प्रवृत्त केले. विधवांना अशुद्ध अगर अस्पृश्य मानू नये. त्यांना समाजातील समारंभात सामावून घ्यावे, असा बसवेश्वरांनी प्रयत्न केला होता. त्यामुळे वीरशैव संस्कृतीमध्ये विधवा स्त्रीचे जिणे हलाखीचे झाले नाही. अन्य स्त्रियांप्रमाणेच ती स्त्री आपले जीवन जगत असे.

पती निधनानंतर स्त्रीने सती जाऊ नये. कारण स्त्रीचा त्यात कोणताच दोष नसे. पत्नीच्या मृत्यूनंतर पुरुष दुसरे लग्न करू शकतात मग विधवा स्त्रीने लग्न का करू नये असे बसवेश्वरांचे मत होते. त्यामुळे त्यांनी सतीबंदी व विधवा विवाहास प्रोत्साहन दिले. आर्थिक हलाखीमुळे समाजात काही स्त्रियांना नाइलाजाने पोट भरण्यासाठी वेश्या व्यवसाय करावा लागे. अशा स्त्रियांचे शरणांनी प्रबोधन करून त्यांचा विवाह करून दिला होता. त्यांना उदरनिर्वाहाचे साधन त्यांनी मिळवून दिले होते. वेश्या असलेल्या संकव्वाने तो व्यवसाय सोडून दिला. शिवशरणांनी केलेल्या मार्गदर्शनामुळे व प्रयत्नामुळे ते शक्य झाले. पश्चात पयुक्त संकव्वा आपल्या एका वचनात म्हणते -

जे कर्म सोडून नवे व्रत घेतले।
ते पूर्ण न करता पुन्हा जुनेच कर्म करू लागले।
तर तापलेल्या सुरीने कान कापतील माझे।

बसवेश्वरांनी आंतरजातीय विवाहाचा खंबीरपणे पुरस्कार केला आहे. इष्टलिंग दीक्षा घेतल्यानंतर पूर्वाश्रमीची कोणतीही जात नष्ट होते. ती व्यक्ती लिंगायत होते. सर्व लिंगधारी स्त्री पुरुषांत एकमेकांत रोटी-बेटी व्यवहार सहज शक्य आहेत.

माणूस इथून-तिथून एकच! बसवेश्वरांनी समता भाव जागविण्यासाठी जाती-जातींची बंधने धुडकावून लावली. सत्वशून्य समाजात त्यांनी आत्मतेज निर्माण केले. सर्व जाती वर्णात विवाह होऊ लागले. पुरुषांसारखेच आनंदी व कर्तृत्वसंपन्न जीवन स्त्रिया जगू शकतात असे सांगून बसवेश्वरांनी स्त्रीला अनुभव मंटपात मानाचे स्थान दिले. धर्मचर्चेत सहभागी होण्यास त्यांना प्रोत्साहन दिले. त्यांतील योग्य विचार वचन साहित्यात समाविष्ट केले. स्त्रिया ज्ञानसंपन्न झाल्या. त्यांच्यातील प्रतिभा जागी झाली. त्यांनी आपल्या वचनातून मनातील कोंडलेल्या भावनांना वाट करून दिली. त्यामुळे वचन साहित्य संपन्न होण्यास मदत झाली.

बसवेश्वरांनी समाजातील पंचसुतकांमधून माणसांची सुटका केली हे स्पष्ट करताना सुभाष देशपांडे म्हणतात -

बसवण्णा सांगतात की, ऋतुस्नान रजस्वलेला अशुद्ध मानू नये. एकूणच जातीचे सुतक, उच्छिष्टाचे सुतक, रजोसुतक, जन्माचे व मरणाचे सुतक अशी पाचही सुतके माणसांनी पाळू नयेत. त्यांनी या सुधारणा अमलात आणली. आजही लिंगायतात ही पाच सुतके पाळली जात नाहीत. यावरून हे स्पष्ट होते की, कोणत्याही ठिकाणी आणि कोणत्याही कारणाने समाजात अस्पृश्यता होती, त्यावर त्यांनी घाव घातले आणि समाजाला नवी दिशा दिली. (*महात्मा बसवेश्वर : कार्य आणि कर्तृत्व,* जनशक्ती वाचक चळवळ, औरंगाबाद, मार्च २०१५, पृष्ठ १३६)

बसवेश्वरांनी स्त्रियांना साक्षर केले. परिणामी त्यातील प्रतिभाशाली स्त्रिया वचनांमधून अभिव्यक्त झाल्या. स्त्रियांना कायक करण्यास उद्युक्त केले गेले. त्यातून त्यांना स्वावलंबनाचा मंत्र दिला गेला. बालविवाहास मनाई, विधवा विवाहास उत्तेजन, आंतरजातीय विवाहास प्रोत्साहन, वेश्यांचे पुनर्वसन, धर्मचर्चेत स्त्रियांचा सहभाग, अशा विविध उपक्रमांमधून त्या काळची स्त्री बऱ्याच बाजुंनी विकसित झाली, सुधारली. विशेष म्हणजे यात समाजातील तळागाळातील स्त्रियांचा सहभाग लक्षणीय होता, त्यात चांभार, महार, सूत कातणारी, दोर वळणारी, वेश्या, सुतारकामात मदत करणारी, महाराणी, मंत्रिपत्नी अशा सर्व वर्गातील स्त्रिया होत्या.

थोडक्यात, बसवेश्वरांनी घडविलेली स्त्री आपल्या आचार-विचारांनी नवसमाज-निर्मिती करू लागली होती.

अंधश्रद्धा निर्मूलन

अतिवृष्टी, दुष्काळ, नैसर्गिक संकटे यांमुळे देशातील ग्रामीण भागात दारिद्र पसरले होते. त्यातून लोक दैववादी झाले होते. ज्योतिष, नशीब, जारणमारण विद्या यांच्यावर लोकांचा विश्वास वाढत होता. अंगारे-धुपारे, नवस-सायास यांच्यामागे लोक लागले होते. लोकांच्या या विश्वासाचा गैरफायदा घेणारे लोक होते. ते पूजा-अर्चा करण्यासाठी भरपूर पैसे-धान्य घ्यायचे. लोकांमध्ये शुभाशुभ, शकुन-अपशकून यांच्या कल्पना जोर धरत होत्या. शुभ दिवस, शुभ नक्षत्र, मंगळ-शनी, राहू-केतू यांचाही विचार प्रबळ होत राहायचा.

समाजाची ही मानसिकता लक्षात घेऊन बसवेश्वरांनी आपल्या वचनांतून हे सांगताना त्यावर हल्ला केला आहे. हे सांगताना डॉ. अशोक मेनकुदळे म्हणतात -

मारय्य, बिरस्य, अंतर बिंतर, डिंबुग इत्यादी भुतांची पूजा करण्यात आयुष्य कशाला घालवता? नवस कशाला करता? पशुबळी का देता? भूतग्रस्त व्यक्तीचे कपडे घातल्याने आपल्याला भूतबाधा कशी होणार! जमिनीखाली गाडलेल्या संपत्तीवर भूत कसा पहारा देणार?

त्या काळी बहुतांश समाज अनेकानेक प्रकारच्या देवी-देवतांच्या मूर्ती, प्रतिमा यांच्या उपासनेत मश्गुल होता. 'मैलार', मल्हारीचे उपासक गळ्यात कवड्यांच्या माळा घालून शरीरावर हळद, कपाळावर कुंकू लावून रानोमळ भटकत. अशा चित्रविचित्र साधकांपासून समाजाला जागृत करण्यासाठी आपल्या वचनातून त्यांनी टीका केली आहे. ते म्हणतात, ज्योतिष, शुभाशुभावर विश्वास ठेवू नका. सर्वच दिवस आणि रात्री शुभ आहेत. कर्मकांड करू नका, तीर्थाटने, पवित्र नद्यांचे स्नान, कुंभमेळे इत्यादी ठिकाणी विशिष्ट दिवशीच परमेश्वर असतो असे नाही. तो सर्वत्र न सर्व काळीच असतो. म्हणून अशा स्थळांच्या ठिकाणी पैसा व वेळ खर्च करून जीव धोक्यात घालून गर्दी करू नका. (बाराव्या शतकातील आद्य समाजसुधारक महात्मा बसवेश्वर, सुविधा प्रकाशन, सोलापूर, फेब्रुवारी २००३, पृष्ठ १०४-१०५)

बाराव्या शतकात अज्ञान, अंधश्रद्धा व भीतीपोटी लोक भूताखेतांची पूजा करत होते. नद्या, नाले, वृक्ष, एखादा मोठा दगड, मारी, मसणी, तूप, धनुष्य या बाबीही देवता बनल्या होत्या. त्यांची संख्या खूपच वाढली होती. या साऱ्यांतून पुरोहित वर्ग सामान्य माणसांचे शोषण करत होता. त्यामुळे बसवेश्वरांनी यज्ञयाग, प्राणीबळी, तीर्थयात्रा, उत्सव, बहुदेवताबाद या संदर्भात विवेकाच्या जोरावर सामान्य माणसाला जागे केले. या संदर्भात बसवेश्वर एका वचनात म्हणतात-

दगडाचा नागोबा पाहून, दूध वाहा म्हणती।
जिवंत नागाला पाहून 'मारा ठेचा' म्हणती।
भुकेला जंगम येता 'चला, पुढे व्हा' म्हणती।
न खाणाऱ्या लिंगाला 'नैवेद्य धरा' म्हणती।
आमच्या कुडलसंगमाच्या शरणांना उपेक्षिती।
तयांची शिळेखालील ढेकळापरी दुर्गती।।

बसवेश्वरांना शुभ घटी, शुभ लग्न, राशी, चंद्रबल, ताराबल या धार्मिक कर्मकांडाच्या बाबी अजिबात मान्य नव्हत्या. त्या जुन्या पण टाकाऊ बाबी समाजाने टाकून द्याव्यात. प्रत्येक क्षण चांगला आणि शुभ समजून कार्य करा असा त्यांचा उपदेश होता. आपल्या वचनात ते म्हणतात -

पुसता स्वजन, सांगा हीच शुभ घटी, शुभलग्न।
सांगा हो जमल्या राशी, ऋणसंबंधही जुळले।
अन् सांगा हो, चंद्रबल ताराबलही लाभले।
सांगा हो, उद्यापेक्षा आजचाच दिन मंगल।
हे आहे तुमचे, कुडलसंगमदेवाच्या पूजनाचे फल।।

विनाकारण शुभलग्न, राशी, चंद्रबल, ताराबल या बाबींच्या मागे लागून आपल्या कर्मावरचा विश्वास कमी करू नका. आलेला प्रत्येक क्षण चांगला आणि शुभच असतो, त्यामुळे चांगले कार्य करा. तुम्ही यशस्वी व्हाल.

कोणत्याही कारणासाठी कोंबड्या आणि बकऱ्यांचा बळी देऊ नका. तसे करून परमेश्वर प्रसन्न होत नाही तर सत्कर्माने ईश्वर प्रसन्न होतो. प्राण्यांचा बळी देणे अजिबात योग्य नाही. हे सांगताना आपल्या वचनात ते म्हणतात -

झाडाच्या ढोलीत राहणाऱ्या क्षुद्र देवाला।
बकरीचा बळी देऊन नाचतात।
बकरी मारून शिवाचा कोप दूर होणार आहे काय?
बकरी नको, कोकरू नको।
फक्त बेलपत्र आणून न विसरता पूजा कर।
आमच्या कुडलसंगमदेवाची।।

परमेश्वराला प्राणीहिंसा मान्य नाही. शिवाला फक्त बेलपत्र पुरेसे आहे. परमेश्वर हा भक्ताच्या मनातील भावाचा भुकेला आहे. भक्ताचा समर्पण भाव त्याला पुरेसा आहे.

नशिबावर भरवसा न ठेवता दैववादाला बाजूला सारून प्रयत्न करा, कष्ट करा असा त्यांनी उपदेश केला आहे. अंधश्रद्धांनी माणूस लुळा पांगळा होतो. म्हणून त्या दूर केल्या पाहिजेत, असे बसवेश्वर समाजाला टाहो फोडून सांगत होते. समाजात रूढ असलेल्या चुकीच्या परंपरांवर प्रहार करून बसवेश्वरांनी अंधश्रद्धा निर्मूलनाचे उत्तम कार्य केले आहे.

लोकभाषेचा वापर

पूर्वीचे धर्मग्रंथ संस्कृत भाषेत आहेत. संस्कृत ही देवभाषा मानली जात असे. स्त्रिया आणि सामान्य माणसांपासून ती खूप दूर होती. म्हणून बसवेश्वरांनी सांगितले - "संस्कृत भाषेचा आग्रह धरू नका- आपली लोकभाषा कन्नड आहे. तिचा ठामपणे स्वीकार करा. आपल्या कन्नड भाषेत विचार करा. वचने कन्नडमध्येच लिहा. आपले जीवनानुभव आणि आध्यात्मिक अनुभव कन्नडमध्येच व्यक्त करा."

अनुभव मंटपातील सर्व स्त्री पुरुषांना, अस्पृश्य, ब्राह्मण, श्रीमंत, गरीब या सर्वांना कन्नड भाषेचा मुक्तपणे वापर करण्याचा त्यांनी सल्ला दिला. स्वतः वचने लिहिली ती कन्नडमधूनच! सामान्य माणसाला आपले विचार कळण्यासाठी बसवेश्वरांनी कन्नड भाषेचाच पुरस्कार केला. त्या काळात कितीतरी शरण-शरणींनी हजारो वचने कन्नड भाषेत लिहून कन्नड भाषेला समृद्ध केले.

गुन्हेगारांना सुधारण्याची संधी

समाजविघातक कृती करणारे अनेक गुन्हेगार त्या काळात होते. गुन्हेगारीच्या मार्गाला लागलेल्या गुन्हेगारांना आपली चूक कळून आली, त्यांनी आपल्या कुकर्माबद्दल पश्चात्ताप व्यक्त केला आणि सन्मार्गाला लागण्याची खात्री दिली तर अशा माणसाला बसवेश्वरांनी सन्मार्गावर येऊ दिले. एवढेच नव्हे तर त्यांनी त्यासाठी विशेष प्रयत्न केले. गुन्हेगारांना या मार्गाने त्यांनी नवीन आयुष्य दिले. मारय्या हा दारूचा गुत्ता चालवत होता. दारूविक्री हा त्याचा व्यवसाय होता. तो मात्र निर्व्यसनी होता. दारुबाज लोक नशेत अंतर्मनातील विचार त्याला मोकळेपणाने सांगत- आणि ते ऐकून त्यांना तो मार्गदर्शन करत असे. तो त्यांना दारूचे दुष्परिणाम सांगत असे. त्यांच्याकडून दारू न पिण्याची शपथ घेत असे. त्यामुळे मारय्याला अनुभव मंटपाचा सभासद करण्यात आले होते.

नांदेडमध्ये उरिलिंग देवांना सुरय्याच्या घरी प्रवचन देण्यासाठी बोलवले होते. त्याच रात्री पेद्दी नावाचा एक तेलगु अस्पृश्य चोरी करण्यासाठी त्या घरात लपून बसला होता.

उरिलिंगदेवाच्या प्रवचनाने त्याचे कान तृप्त झाले. त्याच्या मनात बदल झाला. यापुढे चोरी न करण्याचे त्याने ठरवले. त्याने नंतर बसवेश्वरांची भेट घेतली. त्याने धर्मग्रंथांचा अभ्यास केला. तो चळवळीचा अनुयायी बनला. पुढे कंधार मठाचा तो प्रमुख झाला. बसवेश्वरांच्या विचारांमुळेच चोर असलेला पेद्दी मठ प्रमुख उरिलिंग पेद्दी झाला.

काश्मिरात मांडव्यपूर येथे महादेव नावाचा राजा राज्य करत होता. तो शिवभक्त होता. तो दररोज दहा हजार जंगमांना अन्नदान करत असे. एकेदिवशी त्या जंगमांना कल्याणमधील अनुभव मंटपाचे कार्य कळले. दुसऱ्याच दिवशी ते सर्व जंगम कल्याणनगरीकडे निघून गेले. राजाला राग आला. त्याने बसवेश्वरांकडे गेलेल्या

जंगमांचा शोध घेतला. त्याने चिक्कय्या नावाच्या मारेकऱ्याला पैसे देऊन बसवेश्वरांची हत्या करण्यास सांगितले. चिक्कय्या कल्याणला आला. त्याने अनुभव मंटपातील समतेची चळवळ, विविध जातींचे लोक व त्यांचे कार्य, स्त्रियांचे कार्य स्वतःच्या डोळ्यांनी पाहिले. बसवेश्वरांचे उदात्त कल्याणकारी विचार ऐकले. चिक्कय्या तेथील वातावरण पाहून व अनुभवून आपले क्रौर्य विसरला- लिंगदीक्षा घेऊन तो तेथेच राहिला- हा वृत्तांत काश्मीरमधील राजा-राणीस कळविला. कल्याणमधील जगावेगळे वातावरण ऐकून मुलाकडे राज्य सोपवून तो राजा व राणी कल्याणला आली. चिक्कय्या ताडपत्रे आणत होता तर राजा लाकडांच्या मोळ्या विकून निर्वाह करत होता - काश्मिरमधील चिक्कय्या व राजा-राणी शरण-शरणी बनून कल्याणमध्ये आनंदाने राहू लागले.

साडेआठशे वर्षांपूर्वी ओरिसा प्रांतात कर्णिकापूर गावी सुज्ञानी देव हा शिवभक्त होता. तो बसवेश्वरांच्या कार्यावर विश्वास ठेवून परिसरातील गावागावांत जाऊन इष्टलिंग दीक्षा देऊन लिंगायत विचारांचा प्रसार करत असे. जवळच्या जंगलात मातंगतम्म नावाचा क्रूर दरोडेखोर राहत होता. तो वाटसरू यात्रेकरूंना छळायचा. तो लुटालुट, चोऱ्या व दरोडेखोरी करायचा. भागातील जनता भयभीत झाली होती. त्याला वठणीवर आणण्यासाठी सुज्ञानी देवाने एक मजेशीर युक्ती केली. सुज्ञानी देव मातंगतम्माकडे गेले आणि म्हणाले, "तम्मा, तू कल्याणला बसवेश्वरांकडे चल. तुझ्यात पूर्ण बदल होईल. ही छोटी वस्तू इष्टलिंग तुझ्या बायकोला द्यायची आहे, तिला बोलावून घे!" मातंगतम्माने साथीदार कन्नूगला त्यासाठी पाठवले.

तेवढ्यात सुज्ञानी देवाने कन्नूगला भेटून सांगितले, "कन्नुगा, तुझा पती मारामारीत मरण पावला असे तिला सांग आणि ती काय म्हणते ते याला येऊन सांग!" कन्नुगाने त्याच्या पत्नीला तसे सांगितले. त्यावर तिने आनंद व्यक्त केला. "फारच छळलं त्यानं मला!" असे ती म्हणाली. कन्नुगाने सुज्ञानी देवाच्या सांगण्याप्रमाणे मातंगतम्मला सांगितले, "तुझी बायको तिच्या प्रियकराबरोबर पळून गेली." हे ऐकून मातंगतम्म थयथयाट करू लागला. तो पाहून सुज्ञानी देव त्याला म्हणाले, "अरे, आतापर्यंत तू भ्रमात होतास. तुझ्या बायकोचे तुझ्यावर प्रेम नाही. कशासाठी तू लोकांना छळून पैसे दागिने मिळवतोस?" हे ऐकून मातंगतम्माचे मनच पालटले. त्याने सुज्ञानी देवांचे पाय धरले. त्याने इष्टलिंग दीक्षा घेतली. सुज्ञानी देवांनी त्या पतीपत्नींना कल्याणला आणले. बसवेश्वरांनी अनुभव मंटपात त्यांचा विशेष गौरव केला. त्यांनी मातंगतम्माचे नाव बदलून 'नन्नय्या' नाव ठेवले. नन्नय्या म्हणजे 'माझे पिताजी!'

पूर्वाश्रमीच्या दुष्ट, दुर्जन लोकांचे मन परिवर्तन घडवून आणले. गुन्हेगारी ही त्या व्यक्तीची आर्थिक गरज असते. गुन्हेगारी सोडल्यानंतर तो राक्षसी प्रवृत्ती सोडून देतो. त्याला संधी देऊन त्याचे जीवन बदलण्यास बसवेश्वरांची मान्यता व प्रोत्साहन होते.

माणूस कायमचा गुन्हेगार नसतो. त्याचे मन बदलले की त्याचा जीवनाचा रस्ता बदलतो. तो नव्या चांगल्या रस्त्यावरून सुजाण नागरिक बनून पुढे चालत राहतो. रस्ता चुकलेल्या माणसाला संधी देऊन त्याला सन्मार्गावर आणण्याचे कार्य बसवेश्वरांनी केले.

बसवेश्वरांनी केलेल्या समाज सुधारणांचे फळ त्यांच्या जीवनकाळात त्यांना पाहता आले. त्या दृष्टीने ते एक समाज सुधारणेचे सोनेरी पर्व होते. त्यांची समतेची चळवळ आगळीवेगळी होती. या चळवळीने जाती-वर्णावर आधारित उच्चनीच भाव झिडकारून लावला. शरणांनी श्रमाला प्रतिष्ठा दिली. 'कायक वे कैलास' हे नवे तत्त्व समाजाला दिले.

माणसाचे मोठेपण त्याच्याकडील पद, संपत्ती, अधिकार, जाती, वर्ग यावरून ठरत होते. ही भावना दूर करून माणूस मोठा होतो तो आपल्या शुद्ध चारित्र्याने, वर्तनाने व नीतिमत्तेने ही नवी जाणीव समाजात त्यांनी रुजविली. समाजाच्या आकाशात भरारी मारण्याचे सामर्थ्य स्त्रियांना आपल्या आचार विचारांनी दिले. या नव्या व्यवस्थेत अस्पृश्यता नव्हती, विषमता नव्हती. कायक करणे सर्वांना सक्तीचे होते. 'दासोह' करणे हाही त्यांच्या कार्याचा भाग झाला होता. थोडक्यात समाजात एक नवे सुधारणेचे पर्व बसवेश्वरांनी सुरू केले. त्या सुधारणा पर्वाचा तत्त्व होते – समता आणि समानता!

•••

बसवेश्वरांचे सहकारी

बसवेश्वरांनी बाराव्या शतकात समतेची सशक्त चळवळ उभी केली. बसवेश्वरांची ध्येयनिष्ठा, वैचारिक बैठक, संघटन कौशल्य, समाजाविषयीचे प्रेम आणि दीनदलितांविषयी कळवळा या अनेक तेजस्वी पैलूंनी त्यांना नेतृत्व बहाल केले. असे असले तरी नवसमाज निर्मितीसंबंधीची त्यांची तत्त्वे अमलात आणणारे व समाजात त्यांचा प्रसार करणारे खंदे समर्थक व भक्कम सहकारी असावे लागतात. कारण चळवळीचे कार्य हे जनसमूहाचे काम असते. असे गुणवंत सहकारी व आज्ञाधारी अनुयायी त्यांना लवकर आणि भरपूर मिळाले. म्हणून त्यांची समता चळवळ ही फलदायी ठरली, बसवेश्वरांच्या समाजपरिवर्तनाच्या या कार्यात अनेक स्त्री-पुरुषांनी झोकून देऊन काम केले. हे स्त्री-पुरुष कर्तृत्वसंपन्न होते, विचारवंत होते आणि नवतेचे पाठीराखे होते. म्हणून बसवेश्वरांची ही चळवळ गुणवत्तेच्या आधारावर यशस्वी ठरली. त्यांनी तत्त्वांच्या विचारांच्या जोरावर समाजमन आपल्याकडे आकर्षित केले.

आपल्या स्वप्नाच्या पूर्ततेसाठी अनेकानेक स्त्री-पुरुषांना त्यांनी कौशल्याने कामाला

लावले. या स्त्री-पुरुषांनीही हातचे काही न राखता संपूर्ण ताकदीनिशी बसवेश्वरांचा नवसमाज रचनेचा लक्षणीय प्रयोग यशस्वी करून दाखविला. या कसदार चळवळीमध्ये महायोगी अल्लमप्रभू, सिद्धरामेश्वर, चन्नबसवेश्वर, अक्कमहादेवी, हरळय्या, मधुवारस, मडिवाळ माचय्या, महादेव, मारय्या, कक्कय्या, बोमय्या, शांतरस, रामण्णा, दसरय्या, नागीदेव कांबळे, रेमव्वा, शिवप्रिया, सत्यवती, पद्मावती, दानम्मा, संकव्वे, मुक्तायक्का, लिंगम्मा, लक्कम्या, नागलांबिका, गंगांबिका, नीलांबिका अशा अनेकानेक स्त्री-पुरुषांचा मनस्वी सहभाग होता. यातील सहकारी व्यक्तींच्या कार्याचा इथे आपल्याला परिचय करून घ्यायचा आहे.

महायोगी श्री अल्लमप्रभू

अल्लमप्रभूंना 'शुद्धतेचे सम्राट', 'माया कोलाहल' आणि 'निरंजन चक्रवर्ती' म्हणूनही ओळखले जाते. बसवेश्वरांच्या चळवळीला अल्लमप्रभूंनी वैचारिक, आध्यात्मिक व नैतिक अधिष्ठान प्राप्त करून दिले. बसवेश्वरांनी अल्लमप्रभूंना अनुभव मंटपाचे अध्यक्ष पद बहाल केले होते. त्या शून्य सिंहासनावर विराजमान होण्याचा अधिकार त्याकाळी केवळ अल्लमप्रभूंचाच होता. त्यामुळे हे पद भूषविण्यासाठी बसवेश्वरांनी अल्लमप्रभूंची वाट पाहिली आणि त्यांनीही भरपूर वर्षे परिभ्रमण करून बसवेश्वरांच्या विचारांचा जोरकसपणे प्रचार केला.

कर्नाटकातील शिवमोग्गा (शिमोगा) जिल्ह्यातील शिकारीपूर तालुक्यातील 'बक्कीगावी' हे अल्लमप्रभूंचे जन्मस्थान होय. सुज्ञानी व निरहंकार हे त्यांचे आई-वडील बालपणापासूनच विरक्त जीवनाकडे त्यांचा कल होता. त्यांच्या 'नटवू' कुळास त्या काळी शूर मानत. विवाहास नकार देऊन सत्याच्या शोधासाठी ते घराबाहेर पडले. ते मृदंग वादनात निष्णात होते. संचार करत ते बनवासी या गावी येतात. तिथल्या मधुकेश्वर देवालयात ममकार राजाची कन्या माया ही नृत्यसेवा देत असते. तेथे अल्लमप्रभू मृदंग वादन करतात. प्रभूदेवांच्या मृदंग वादनापुढे माया पराजित होते. त्यानंतर ती प्रभूदेवांना आपल्या सौंदर्याच्या बळावर मोहित करण्याचा प्रयत्न करते. लग्नाचा प्रस्तावही ठेवते, प्रभूदेव त्या सर्वच बाबींना ठोकरून अरण्यात निघून जातात.

देशभर भ्रमण करत ज्ञानसाधना करत ते विरक्तच राहिले. संचार करत जात असताना प्रभूदेवांना एक गुहा दिसते. तिथे अनिमिष योगी हातात इष्टलिंग ठेवून शिवयोगात मग्न असतात. लिंगाचा तेजःपुंज प्रकाश पाहून प्रभूदेव ते इष्टलिंग आपल्या हातावर घेतात – अनिमिषांनी प्रभूदेवांना दिलेली ही इष्टलिंग दीक्षा असे मानले जाते. पुढे प्रभूदेव सोलापूरला जातात. तेथे, विहिरी, तलाव, मंदिर बांधून अन्नदान करणाऱ्या सिद्धरामांची भेट घेतात. त्यांना ते कर्मयोगाची निरर्थकता पटवून देतात व त्यांना घेऊन कल्याणला

येतात. बसवेश्वर प्रभूदेव व सिद्धराम यांचे आपल्या महामनेत स्वागत करतात. बसवेश्वर प्रभूदेवांना बारा वर्षे अध्यक्षस्थान रिक्त राहिलेल्या अनुभव मंटपाचे अध्यक्षस्थान स्वीकारण्याची विनंती करतात. शूद्र जातीत जन्मलेल्या ज्ञानी व्यक्तीला नवधर्मपीठाचे सर्वोच्च स्थान देऊन बसवेश्वरांनी समतेचे रणशिंग फुंकले.

प्रभूदेवांचा धर्मशास्त्रांचा गाढा व्यासंग होता. अध्यात्म जगतातील प्रज्ञासंपन्न महापुरुष ही त्यांची ओळख होती. त्यांनी अनेक विद्वानांना वाद विवादात पराभूत करून लिंगायत तत्त्वज्ञानाची महती पटवून दिली. अल्लम प्रभू आणि गोरक्षनाथ यांची भेट झाली होती. त्यावेळी प्रभूदेवांनी गोरक्षनाथांना हठयोगातील फोलपणा पटवून दिला होता. प्रभूदेवांच्या ज्ञानाधिकाराने अनुभव मंटपातील तत्त्वचर्चेस नवा दर्जा मिळाला. अनुभव मंटपातील प्रत्येक विचार चिंतन, मंथन होऊन त्यांचे वचनात रूपांतर होई. प्रभूदेवांची १६४५ वचने उपलब्ध आहेत. त्यांची वचन रचना अर्थसंपन्न व तात्त्विक होती. त्यांची बरीच वचने 'बेडगिन वचने' आहेत. बेडगु म्हणजे गूढ, कूट रचना. बेडगु म्हणजे सुंदरता असेही सांगतात. ही त्यांची रचना रहस्यमय आहे. प्रभूदेवांच्या वचनांमधून षट्स्थल दर्शन घडते. त्यांच्या वचनात अज्ञान, अंधश्रद्धा, दांभिकता यांच्यावर बोट ठेवले गेले आहे. एका वचनात ते म्हणतात -

जपमाळेचे माजी मोजून काळ घालवू नको रे।
दगड-धोंडे पुजून-पुजून दिवस घालवू नको रे।
क्षणभरासाठी झाले तरी सत्याचे स्मरण पुरे।
अग्नीचे गुण उष्ण जलात कोठून बरे गुहेश्वरा।।

आयुष्यभर जप करत बसण्यापेक्षा सत्याचे क्षणभर स्मरणच ईश्वरप्राप्तीला पुरेसे आहे, असे येथे प्रभूदेव सांगतात. त्यांच्या दृष्टीने मद्य-मांस कोणते ते लक्षात घ्या. मद्य मांसादीस स्पर्श करत नाही म्हणणाऱ्यांनो ऐका! अष्टमद काय मद्य नव्हे काय? संसारसंग काय मांस नव्हे काय? या दोन्हींपासून दूर असणाराच गुहेश्वर लिंगात समरत होई.

अष्टमद म्हणजे कुलमद, छलमद, धनमद, रूपमद, यौवनमद, विद्यामद, राज्यामद आणि तपमद यांच्या नशेतही माणूस अंदाधुंद वर्तन करतो. संसारसंग म्हणजे विषयोपभोग लालसा होय. बाह्य मद्य मांसासोबत अंतरंगातील अष्टमद व संसारसंग मांसाचा स्पर्श त्याज्य मानला पाहिजे.

प्रभूदेवांनी बसवेश्वरांना जगद्गुरू म्हणून गौरविले आहे. *महामहिम संगन बसवण्णा। मलाही गुरू, तुम्हालाही गुरू। साऱ्या जगतालाच गुरू पाहा गुहेश्वरा।।* सोड्डळ बाचरस *'प्रभूदेवास देखता तुटली मम भववेलीची मुळी'* असा प्रभूदेवांचा गौरव करताना दिसतात. लिंगायत धर्मातील आष्टवरण, पंचाचार आणि षट्स्थलाच्या सिद्धांताला

पूर्ण रूप दिले ते प्रभूदेवांनी! लिंग, गुरू व जंगम यांचे मोठेपण त्यांनी शरणांच्या मनावर बिंबविले. एकंदरित लिंगायत धर्माचे तत्त्वज्ञान आणि आचार धर्म ठरविण्यात सिंहाचा वाटा प्रभूदेवांचा होता. ते स्वतः शून्यावस्थेस पोहचले होते म्हणून त्यांना 'शून्य सिंहासनाधिश्वर' ही पदवी जनतेने दिली होती. परशिवाशिवाय इतर देवतांची पूजा करणे त्यांना मान्य नाही. भक्तीमधील अवडंबर त्यांना मान्य नव्हते. प्रभूदेवांनी आपल्या आध्यात्मिक साधनेला मानवता व समता यांची जोड दिली होती. सामान्य शरणांना प्रपंच आणि परमार्थ योग्य रितीने कसा करावा हे समजून दिले. सामान्य माणसाच्या जीवनात त्यांनी चैतन्य निर्माण केले. सामान्य संसारी जीवनाचे त्यांना आकर्षण नव्हते. ते योगी होते. नव्या धर्माला आणि शरण कार्याला त्यांनी व्यापकता आणि सार्वकालिकता मिळवून दिली.

थोर भकर, महायोगी, धर्मप्रसारक, सामान्य माणसांच्या उद्धाराची तळमळ आणि बसवेश्वरांविषयी असीम आदर हे प्रभूदेवांच्या व्यक्तिमत्त्वाचे सोनेरी पैलू त्यांना अनुभव मंटपाचे अध्यक्षपद बहाल करून गेले. बसवेश्वर आणि अल्लम प्रभू हे दोघेही स्वयंभू होते. शरीरे दोन पण मन एक असे त्यांचे आचरण होते.

अल्लमप्रभूंच्या मोठेपणावर प्रकाश टाकताना प्रा. डॉ. प्रभाकर पां. पाठक म्हणतात-

> श्रीअल्लमप्रभू कमालीचे प्रामाणिक, निर्भय, निःसंग वृत्तीचे व विद्रोही होते. जुनाट, कुजलेल्या रूढी परंपरा व अंधविश्वास त्यांच्या टीकेचे विषय होते. धार्मिक धोकेबाजी विरुद्ध त्यांनी विद्रोह केला. मनुष्यामनुष्यातील भेदाविरुद्ध बंड पुकारले. समाजाला नवी दृष्टी दिली. खऱ्या धर्माचा अर्थ सांगितला. श्री बसवेश्वरांनी ज्या जातिप्रथेविरुद्ध, स्पृश्य-अस्पृश्य भेदाविरुद्ध जे रान उठविले होते त्याला अल्लमप्रभूंचे समर्थन लाभले होते. त्यांनी समाजात समतेची भावना वाढीला लावण्याचा प्रयत्न केला. (*चेतनाचिंतामणी श्रीबसवेश्वर,* सुविधा प्रकाशन, सोलापूर, २००८, पृष्ठ १३७)

अल्लमप्रभूंनी 'शून्य संपादने' नावाचा ग्रंथ लिहिला आहे. शून्य म्हणजे निर्गुण-निराकार, अंग आणि लिंग एकात्म होणे म्हणजे जीवात्मा व लिंगात्मा यांची एकरूपता होणे होय. अशी एकरूपता झाल्यावर वैयक्तिकतेचा लोप पावून अंग व लिंग त्यांचे सामरस्य होते. यालाच लिंगांग सामरस्य म्हणतात. आदि आणि अंत या स्थितीचे द्योतक म्हणजे 'शून्य' होय. लिंगभक्ती ही पावन पूजेचे प्रतीक आहे. ती कोणालाही करता येते. अशा भक्तीचा या ग्रंथात उहापोह करण्यात आला आहे. हा ग्रंथ मानवी जीवनातील अध्यात्म व प्रपंच यांची सांगड उत्तम पद्धतीने घालतो. हे जग शिवव्याप्त आहे व आपण त्याचे अंश आहोत ही जाणीव निर्माण करणे हे या ग्रंथाचे ध्येय आहे. यात एकूण २२

प्रकरणे असून १६०० वचने आहेत. यात प्रभूदेव-बसवण्णा, बसवण्णा- चन्नबसवेश्वर, मडिवाळ माचिदेव-प्रभूदेव व अल्लमप्रभू-अक्कमहादेवी अशा व्यक्तींचे संवाद आहेत. या ग्रंथातून प्रभूदेव आणि बसवेश्वर यांच्या संपन्न व ज्ञानशील व्यक्तिमत्त्वाचे दर्शन घडते. या ग्रंथातील तत्त्वज्ञानामुळे मानवी जीवन समृद्ध होऊ शकेल असे सामर्थ्य या ग्रंथात आहे.

अल्लमप्रभूंच्या अध्यक्षतेखाली शरण तत्त्वज्ञान आकार घेत होते. दूरदूरहून शरण कल्याणला आले. अनुभव मंटपात वचनांचा संग्रह जोरकसपणे पण शिस्तबद्ध रितीने होत होता. कल्याणमध्ये प्रतिक्रांती झाली. समता आणि मानवता यांची घडी विसकटली. शरण सैरभैर झाले. अल्लमप्रभूंना परिस्थितीचे गांभीर्य लक्षात आले. त्यांनी शरणांना कल्याण सोडून जायला सांगितले. वचन साहित्याचे रक्षण करण्यासाठी काही शरण उळवीकडे गेले. काही शरण श्रीशैलच्या दिशेने गेले. अल्लमप्रभू श्रीशैलच्या कदळीवनात जाऊन विसावले. त्यांच्याबरोबरच त्यांचे ज्ञान आणि वचन साहित्य थांबले.

अल्लमप्रभूंनी अक्कमहादेवीच्या संदर्भात एक विशेष कार्य केले होते. राजा कौशिकाचा त्याग करून अक्कमहादेवी दिगंबर अवस्थेत अनुभव मंटपाच्या दारात येऊन उभी राहिली होती. तिच्याशी आध्यात्मिक संवाद साधून त्यांनी तिला अनुभव मंटपाचे सदस्यत्व देण्याचा निर्णय घेतला. त्यांच्या या कृतीला वैचारिक आणि तात्त्विकदृष्ट्या फार महत्त्व आहे. बसवेश्वरांनी स्त्रियांना अनुभव मंटपात प्रवेश देण्याचे निश्चित केले होते. असे असले तरी एका पूर्णतः निर्वस्त्र स्त्रीला अनुभव मंटपातील चर्चेत सहभागी करून घेणे हे असाधारण साहसाचे कार्य होते.

अल्लमप्रभूंची वैचारिक बैठक पक्की व ठाम असल्यानेच ते हा त्या काळाशी विसंगत पण पूर्ण पुरोगामी निर्णय घेऊ शकले. ह्या त्यांच्या निर्णयाने समाजातील तळागाळातील महार, मांग, चांभार, कोळी, वेश्या अशा स्त्रियांचा अनुभव मंटपातील प्रवेश सहज आणि सुलभ झाला. स्त्रीमुक्तीच्या दिशेने शरण आंदोलनाने टाकलेले हे पहिले भरीव व प्रगतीपर पाऊल होते.

अल्लमप्रभूंची दुसरी विशेष कामगिरी म्हणजे अस्पृश्य हरळय्या आणि ब्राह्मण मधुवय्या यांच्या मुलामुलीच्या विवाहाला तत्कालीन समाजात मान्यता नसताना अनुभव मंटपाचा अध्यक्ष म्हणून मान्यता देऊन त्याला तात्त्विक पाठिंबा देणे ही होय. ही मान्यता म्हणजे तत्कालीन सनातनी समाजासमोर एक आव्हान होते तर समतावादी समाजासमोर आदर्श होता. हा परिवर्तनाचा संदेश देणारा अनोखा विचारप्रवाह थोपविण्यासाठी विरोधक मानकऱ्यांनी राजा बिज्जळाला आग्रह केला. त्याचे कान भरले. यातूनच कल्याण क्रांतीचा भडका उडाला व शरण आंदोलकांच्या कल्याण प्रतिक्रांतीची आग उसळली. यातील बिज्जळ सैन्याच्या हल्ल्यातून वचन साहित्य वाचविण्यासाठी अल्लमप्रभूंनी सर्व शिष्यांना सुरक्षित ठिकाणी जाऊन ही क्रांतिज्योत तेवत ठेवण्याची

आज्ञा दिली. याचवेळी ते स्वतः श्रीशैलच्या कदलीवनाकडे जाऊन लिंगवैय पावले.

सारांश, बसवेश्वरांच्या ह्या धार्मिक व सामाजिक लढ्यात सहभागी होऊन त्या लढ्याची धुरा सांभाळणारे तत्कालीन थोर विचारवंत अल्लमप्रभू यांचे योगदान असामान्य आहे. बसवेश्वरांच्या धार्मिक, आर्थिक, सामाजिक व सांस्कृतिक लढ्याला अल्लमप्रभूंचे फक्त अनुमोदन नव्हते तर विशेष मार्गदर्शन होते. बसवेश्वरांनी बहुजन कुळातील व्यक्तीला अनुभव मंटपाचे अध्यक्षपद देऊन त्यांच्या ज्ञानाचे मोल केले, तसेच सामाजिक समतेच्या लढ्याची धुरा ह्या बहुजन पण ज्ञानी, अनुभवी व्यक्तीकडे देऊन समाजापुढेही मोठा आदर्श ठेवला. त्यामुळे अल्लमप्रभू बसवांच्या शरण आंदोलनाला विशेष साहाय्यकारी ठरलेले दिसतात.

विचार दर्शन

अल्लमप्रभूंनी वेळोवेळी कन्नड भाषेमध्ये अनेक वचने लिहिली आहेत. त्या वचनांमधून भक्त-भक्ती-तत्त्वविचार-सदाचार या घटकांवर प्रकाश टाकलेला आहे. आपल्या एका वचनात त्यांनी ज्ञान आणि दासोह यांचा विचार मांडला आहे. ते म्हणतात -

पणती आहे, वातही आहे। परि ज्योत तेवविण्या तेल नसता।
प्रकाशमान होणार कोठून?

हा व्यवहारातील दाखला देऊन पुढे ते विचारतात -

'गुरू आहे, लिंगही आहे, परिशिष्याचे सुज्ञान अंकुरित।
होईतोवर भक्ती कोठून?(वचन क्र. ५६१)

म्हणजे पणती व वात तेलाशिवाय व्यर्थ आहे. तसे माणसाच्या मनात आध्यात्मिक ज्ञान नसेल तर गुरू आणि लिंग ह्या गोष्टी व्यर्थ आहेत. म्हणून माणसाने सोडहं म्हणजे 'तो मी आहे' या तत्त्वाचे ज्ञान मिळविले पाहिजे मगच तुमच्या उत्पन्नातील काही भाग गरजूंना तुम्ही कर्तव्य भावनेने द्याल. तसे झाले नाही तर गुहेश्वर-देव तुम्हाला दूर लोटतील. हा विचार सांगताना प्रभूदेव म्हणतात -

'सोडहं हे तत्त्व जाणून। दासोह न केल्यास, गुहेश्वर।
दूर लोटतील अव्हेरून।' (वचन क्र. ५६१)

येथे 'दासोह' या बसव विचाराचा आग्रह धरलेला आहे. त्याचबरोबर भक्तीच्या क्षेत्रात बाह्य साधने (धूप-दीप-उदबत्ती इ.) कमी महत्त्वाची आहेत. माणसाच्या मनात भक्तिभाव असेल तरच तो भक्त होतो. हे येथे उदाहरणांनी स्पष्ट केले आहे.

अल्लमप्रभू आपल्या अन्य वचनात म्हणतात -

दूरदूरपर्यंत क्षेत्रभ्रमंती करूनही नच लाभे गंगातिर्थी लक्ष स्नान करूनही नच लाभे। मेरुगिरीच्या शिखरावरून सादवूनही नच लाभे। नित्य व्रत नेमांनी तनू शिणवूनही नच लाभे। शेकडो मैलांचे भ्रमण करून, गंगानदीत कित्येक वेळा स्नान करून, मेरुपर्वताच्या शिखरावरून हाक मारून आणि दररोज नवनवी व्रतें करून देह शिणवूनही आध्यात्मिक ज्ञान मिळणार नाही. नित्य विषयस्मरणात रमणारे। विषयांमागे क्षणोक्षणी धावणारे। चंचल मन चित्तात स्थिर केल्यास। गुहेश्वरलिंग केवळ परमज्ञानप्रकाश।।, (वचन क्र. ६२५)

तर नेहमी विषयवासनेत बुडणारे चंचल मन शिवभक्तीत स्थिर केले तरल परमज्ञानप्राप्ती होईल. येथे भक्तीच्या क्षेत्रात बाह्योपचारांना महत्त्व नाही तर स्थिर चित्तातील भक्तिभावनेला महत्त्व आहे, हा विचार पटवून दिला आहे. प्रभूदेव एका वचनात म्हणतात -

स्तुति-निंदेबाबत बहिरा होऊन राहावे। परधन परस्त्रीबाबत अंध होऊन राहावे। बोलून परब्रह्माच्या गोष्टी करणाऱ्या कुतर्कीसमोर। शिशिरातील कोकिळेपरी मूक होऊन राहावे। 'एक' ऐसे जाणल्यावर निस्संदेही होऊन राहावे। गुहेश्वर लिंगाठायी आपण आपल्यास विस्मरून राहावे।। (वचन क्र. ६२८, कन्नड संपादक, डॉ. एम. एम. कलबुर्गी, मराठी अनुवाद : शंकर म. पाटील व सविता सि. नडकट्टी, बसव समिती, बेंगळुरू, प्रथम आवृती, २०१२)

म्हणजे तुमची निंदा आणि स्तुती तुम्ही ऐकू नका. परधन आणि परस्त्री यांचा लोभ धरू नका. शिव परब्रह्माविषयी चुकीच्या तर्काने बोलणाऱ्यासमोर मौन बाळगा. शिव परब्रह्म एक आहे याविषयी निःशंक होऊन स्वतःला विसरून त्याची भक्ती करावी. येथे समाचाराचे पैलू स्पष्ट करून भक्तासाठी भक्तीचा मार्ग प्रशस्त केला आहे. दुसऱ्या एका वचनात प्रभूदेव म्हणतात -

सोने, स्त्री आणि जमीनजुमला म्हणजे माया नव्हे. तर मनी उपजे जी आसक्ती, तीच जाणावी माया, पाहा हो 'गुहेश्वरा' (वचन क्र. ६४८)

जगातील सोने, स्त्री आणि जमीनजुमला ह्या बाबी माया नसून त्यांच्याविषयी आपल्या मनात जी आसक्ती असते ती माया होय, असे इथे स्पष्टपणे सांगितले आहे.

'परमज्ञानरूपी रोपट्यास' ह्या वचनात अल्लमप्रभू म्हणतात -

परमार्थज्ञानाच्या रोपट्याला गुरुभक्तीची माती आणून आळे घातले. लिंगभक्तीचे खत घालून त्या रोपाला जंगम-भक्तीचे पाणी घातले, त्यामुळे भक्तीचे झाड बहरले आणि त्याला फळ आले, त्यामुळे गुहेश्वर लिंगाठायी मी मुक्त झालो. (वचन क्र. ५५६)

ही सर्व रूपके भक्तीच्या क्षेत्रातील आहेत.

'गगन कलश' या वचनात अल्लमप्रभूंनी शिव परब्रह्माची पूजा वर्णिली आहे. ते वचन याप्रमाणे -

गगन कलश, मेघ शुद्धोदक। चंद्र-सूर्य उभय पुष्प पाहा। ब्रह्म धूप, विष्णू दीप, रुद्र नैवेद्य,। गुहेश्वरलिंगाची ही पूजा पाहा। (वचन क्र. ५२१)

शिवलिंगाच्या पूजेचे हे भव्य दिव्य चित्रण अल्लमप्रभूंच्या उच्च प्रतिभेने दर्शन घडवते.

'श्रेष्ठ चित्रात सुंदर रूप चितारता येईल' (वचन क्र. ५२२) ह्या वचनात शिव परब्रहमास भक्तीच प्रिय आहे हे स्वांगताना प्रभूदेव म्हणतात -

ती (भक्तिन्मयता) जिथे असे, तिथे तू वसशी।
जिथे नसे, तिथे तू नसशी, गुहेश्वरा।।
जलधारा नव्हे मज्जन (वचन क्र. ४७०)

ह्या वचनात शिवलिंग पूजनाचे चित्र रेखाटले आहे. जलधारा म्हणजे शिवलिंगाचे स्नान नव्हे, बिल्वदल वाहणे म्हणजे पूजा नव्हे. धूप हा सुवास नव्हे, तबक ही आरती नव्हे. अन्नपदार्थ म्हणजे नैवेद्य नव्हे शिवलिंगाची खरी पूजा अशी आहे - सज्जनता हे त्या लिंगाचे स्नान आहे. सदाचाराने वर्तन करणे हे बिल्वदल व फुल आहे. अष्टमर, जाळले म्हणजे धूप जाळणे. भक्ताचे डोळे ह्याच ज्योती आहेत आणि भक्तीमध्ये तृप्त होणे म्हणजे नैवेद्य होय. धूप-दीप, फुले-पाने यांनी पूजा करण्यापेक्षा सत्प्रवृत्त होऊन सदाचाराने वर्तन करणे ही खरी शिवपूजा आहे, असे येथे स्पष्टपणे सुचविले आहे. *'असो कोणत्याही जातीचा'* (वचन क्र. ४६४) या वचनात समता हे तत्त्व पेरले आहे.

माणूस कोणत्याही जातींचा असला आणि तो मनापासून शिवशरण झाला असेल व त्याने अहंकाराचा त्याग केला असेल तर त्याचा मी दास होईन. गुरुलिंग व जंगम यांची मनोभावे सेवा करणाऱ्या त्या शरणाची पादत्राणे मी डोक्यावर ठेवून घेईन, असे सांगून अल्लमप्रभूंनी अशा मनस्वी भक्ताचा इथे गौरव केला आहे. याउलट 'शुद्धोदक,

बेल, पुष्प, धूप, दीपारती' (वचन क्र. ४४३) या वचनात बेल-फूल, धूप-दीप ह्या बाह्योपचारांनी वारंवार लिंगपूजा करणाऱ्या अविचारी जनांचा निषेध केला आहे. 'पूजिले पूजिले परि दर्शन ना घडले' असे इथे म्हटले आहे. माणसाने मानवतेच्या भूमिकेतून वर्तन करणे हीच खरी शिवपूजा आहे.

षट्स्थल चक्रवर्ती चन्नबसवेश्वर

बसवेश्वरांची थोरली बहिण अक्कनागलांबिका व पत्नी शिवदेव यांच्या पोटी इ.स. ११४३मध्ये चन्नबसवेश्वर यांचा जन्म झाला. तो कुडलसंगमदेवाच्या पायाशी व मामा बसवेश्वरांच्या सान्निध्यात लहानाचा मोठा झाला. त्याच्या व्यक्तिमत्त्वाच्या जडणघडणीत मामा बसवण्णांचा प्रभाव महत्त्वपूर्ण राहिला आहे. चन्नबसवेश्वर हे ज्ञानी पुरुष होते. त्यांच्यात बुद्धीचे प्राबल्य अधिक होते. त्या दृष्टीने ते अल्लमप्रभूंच्या अधिक जवळ जातात. प्रभूदेव जेव्हा भ्रमणास गेले, देशाटनासाठी ते बाहेर पडले तेव्हा तरुण चन्नबसवण्णांना अनुभव मंटपाचे दुसरे अध्यक्ष म्हणून स्थानापन्न केले गेले. अतिशय कार्यक्षमपणे ते पद त्यांनी सांभाळले.

आपल्या कार्यकालात त्यांनी अनुभव मंटपात बाह्य वेषभूषा व बाह्य आचरण यांना महत्त्व न देता अंतरंग शुद्धीवर भर दिला. आत्मज्ञान आणि बाह्य आचार यात समरसता असली तरच भक्तीचा मार्ग प्रशस्त होतो, असे ते स्पष्टपणे सांगत. अनुभव मंटपातील चर्चा, संवाद, विचार मंथन यांतून कुशाग्रबुद्धिमता असलेले चन्नबसवेश्वर परिपक्व अवस्थेला पोहचले. तेथील ज्ञान ग्रहण करून स्वतंत्र चिंतन मनन करून त्यांनी नवे विचार प्रसृत केले. शरणांनी सांगितलेल्या तत्त्वांना नवा आयाम देऊन प्रभूदेवांच्या साक्षीने लिंगायत धर्म सिद्धांताला त्यांनी अंतिम रूप दिले. चन्नबसवण्णांच्या ज्ञानाच्या तेजात न्हाल्यामुळेच शिवयोगी सिद्धरामांनी त्यांच्याकडून इष्टलिंगदीक्षा घेऊन त्यांना गुरुत्व दिले. बसवण्णांच्या सामाजिक व धार्मिक कार्यात त्यांचा सहभाग मोठा होता.

चन्नबसवण्णांची १७६३ वचने उपलब्ध आहेत. त्यातील ८४२ वचने षट्स्थल वचने आहेत. याशिवाय करणहसुगे, मिश्रार्पण, हिरिय मंत्रगोप्य, पद मंत्रगोप्य, सकिलद वचन, कालज्ञान व घटचक्रवचन असे ग्रंथ त्यांनी लिहिले आहेत. त्यांचे ब्रह्मचर्य व्रत, उच्च प्रतिमा, दृढ शिवभक्ती व प्रकांड बुद्धिमत्ता यां गुणविशेषांमुळे शरण परिवारात त्यांचे मोठेपण सर्वमान्य झाले होते. महायोगी अल्लमप्रभू त्यांच्याबद्दल म्हणतात -

> *सद्गुरू आणि सत्शिष्य यांचा मेळ होऊन साक्षात ज्ञानच चन्नबसवेश्वरांच्या रूपाने जन्माला आले आहे. आता ज्ञानाची साक्षात प्रतिमा असणारे चन्नबसवेश्वर आज माझे गुरू झाले आहेत.*

चन्नबसवेश्वरांची वचने सहज आणि सरळ आहेत, त्यामुळे ती मनाचा ताबा घेतात. शरणांची तत्त्वे आणि आचरण यांतील विसंगती ते स्पष्टपणे सांगतात. त्यांच्या वचन रचनेत भक्तिरसाचा प्रवाह, ज्ञानाची बैठक आणि अनुभवाचा आविष्कार आहे. त्यात समाजकल्याणाची तीव्र इच्छा आहे. बसवण्णांनी इष्टलिंग शरणाला दिले ते लिंगांग सामरस्य साधण्यासाठी ! पण सामान्य माणसे त्याच्या पूजेतच हरवून गेली. एका वचनात चन्नबसवण्णा म्हणतात -

ज्ञान जाणून घेण्यास सांगून। सद्गुरुनाथांनी हाती लिंग दिले।। आपले ज्ञान
विसरून लिंगच पुजणारी। मानवरूपी मेंढरे पाहा, कुडल चन्नसंगमदेवा।।

इष्टलिंग हे परशिव हे साध्य मिळविण्यासाठीचे साधन आहे. पण हा माणूस साधनाला साध्य समजून त्याच्या पूजनातच वेळ घालवतो आहे, अशी खंत चन्नबसवण्णा इथे व्यक्त करतात. काही लोक दिवसातून तीन वेळा लिंगपूजेचा नेम करतात त्यातून मुक्तीची अपेक्षा करतात. पण ते सारे खोटे आहे, हे सांगताना चन्नबसवेश्वर म्हणतात -

पहाटेची पूजा, दिवसाची पूजा, तिन्ही सांजेची पूजा।
नित्य नित्य पुजूनी व्यथित झाले सारे।
निश्चिंत, प्रशांत, निजेक्यलिंग, त्या त्या वेळी आणता येईल का?
वेळच पुजुनी, वेळेचीच अर्चना करुनी इकडचेच झाले सारे।
निश्चितता जाणून निजस्थिती प्राप्त करता। सुचित समाधान होय।
कुडलचन्नसंगरूपी लिंग निश्चिंत निजैक्य होय।।

वेळेवर तिन्ही वेळा पूजा करणारे लोक त्या इष्टलिंगाची पूजा करत नाहीत, तर ते वेळेचीच पूजा करत असतात. अशा पूजेसाठी केलेल्या पूजेत म्हणजेच कर्मकांडात निश्चितता, प्रशांतता, निजैक्यता व समरसता त्या त्या वेळी येणे अगर आणणे शक्य नाही. म्हणून वेळेची पूजा करण्यापेक्षा निश्चिंत मनाने पूजा करावी. त्यातच सामरस्याचा आनंद भरलेला असतो, असे चन्नबसवेश्वर सांगतात. जंगम कोणाला म्हणावे हे सांगताना ते म्हणतात -

भगवी कफनी घातलेला जंगम असे का?
कर्णकुंडल, हस्तमुद्रिका बाळगलेला जंगम असे का?।।

भगवी कफनी घालणारे, कर्णकुंडल, हस्तमुद्रिका धारण करणारे, संन्यासी ह्यांना जंगम म्हणता येणार नाही. याउलट जंगम कोण? हे सांगताना ते म्हणतात -

सीमा नसलेला निस्सीम हा जंगम काही लोक दिवसातून तीन वेळा लिंगपूजेचा नेम करतात त्यातून मुक्तीची आशा नसलेला निरासक्त हा जंगम, चिंता नसलेला निश्चिंत हा जंगम।।

त्यांनी आपल्या एका वचनात प्रश्न विचारले आहेत. ते म्हणतात - जो ईश्वरनिष्ठ आहे त्याला आणखी वेगळे नित्यनियम व्रतवैकल्ये आवश्यक आहेत का? जे नेहमी सत्यच बोलतात त्यांच्यासाठी वेगळे तत्त्वविवेचन असावे का? ज्यांचे मन निर्मळ झाले आहे त्यांच्यासाठी मंत्र श्लोकोच्चार गरजेचे आहेत काय? ज्ञानसंपन्न व्यक्तीसाठी पूजासाधने असावी काय? ज्यांचा भाव शुद्ध असतो त्यांनी आणखी वेगळी फुले देवाला वाहावी का? जो आपल्या आराध्याला जाणतो - अनुभवतो त्याने त्या 'परम' आधाराचे इतरांपुढे प्रदर्शन मांडावे का?

चन्नबसवेश्वर जप तप मंत्र तंत्र यांच्याविरुद्ध होते. तसेच ते फळे, फुले, गंध, धूप, उदबत्ती इत्यादी सामग्रीच्याही विरोधी होते. पूजनात निष्ठा असावी. अवडंबर नसावे.

चन्नबसवेश्वरांच्या कार्यावर व विचारांवर प्रकाश टाकताना डॉ. अशोक कामत म्हणतात -

> चन्नबसवेश्वर हे जन्मतःच प्रज्ञाप्रतिभासंपन्न होते. ब्रह्मचर्यव्रताचे त्यांनी पालन केले. बसवेश्वरांच्या मार्गदर्शनानेच त्यांनी शिवसाधना केली. पुढे त्यांच्या अनुभव मंटपाचे आणि त्या निमित्ताने धर्मक्रांतीचे नेतृत्व केले. सामाजिक सुधारणा, जातीयता आणि अंधश्रद्धा निर्मूलन अशा कार्यात ते नेहमीच आघाडीवर राहिले आणि त्यांनी नव्या जुन्या पिढीचे नेतृत्व केले.
>
> चन्नबसवेश्वर जसे आचार-विचाराने परिपक्व तसेच ते कर्तव्यकठोर आणि परखड बोलणारे होते. लिंगायत जर परस्त्री, परधन, परनिंदा, अहंकार, चौर्य, कामभावना यांकडे वळला तर तो लिंगपूजकच नव्हे असे ते म्हणत. जिव्हेने केवळ रुची घेऊ नये. योग्य ते बोलण्यासाठी तिचा आधी उपयोग करावा. बोलल्याप्रमाणे करायला हवे. शिवशरणांनी सर्वसंगपरित्यागाची भाषा कधी करू नये. लिंगायत धर्मसिद्धांताप्रमाणे व्यवहार करून प्रपंच-परमार्थाचे ऐक्य साधावे. (*महात्मा बसवेश्वर,* सत्संग प्रतिष्ठान, पुणे, ऑगस्ट १९९९, पृष्ठ २०७-२०८)

खऱ्या भक्ताने नेहमी शांत चित्त राहावे. त्याने सत्यवादी असावे. त्याने गुरू, लिंग, व जंगम यांचा आदर करावा. त्याचे तन आणि मन शुद्ध असले पाहिजे त्याची उक्ती व कृती समान हवी. असे चन्नबसवण्णांचे मत होते. चन्नबसवेश्वरांच्या व्यक्तिमत्त्वावर

प्रकाश टाकताना सुभाष कि. देशपांडे म्हणतात -

> थोडक्यात चन्नबसवेश्वर हे थोर भक्त, षट्स्थलाचे विवेचक, बसवण्णांच्या कार्यातील कर्तबगार साथीदार, शून्य सिंहासनाचे अधिपती, अनुभव संपन्न शिवशरण, वचनांचे संग्राहक अशा विविध नात्याने बाराव्या शतकातील कर्नाटकातील शरण-क्रांतीतील एक क्रांतिकारक असे व्यक्तिमत्त्व होते. बसवण्णांशी असलेल्या नातेसंबंधावर ते मोठे झाले नव्हते, तर आपल्या कार्याने, ज्ञानाने आणि भक्तीने सामान्य शिवशरणांमध्ये त्यांनी आदराचे स्थान प्राप्त करून घेतले होते. ते स्वयंभू होते. ('महात्मा बसवेश्वर: कार्य आणि कर्तृत्व,' जनशक्ती वाचक चळवळ, औरंगाबाद, २०१५, पृष्ठ ३५६)

चन्नबसवेश्वरांनी 'करणहसुगे' हा कन्नड ग्रंथ लिहिला आहे. त्यात त्यांनी मानवी देहावर ३७ संस्कृत श्लोकांचे लेखन केले आहे. या ग्रंथात त्यांनी आपल्या संस्कृत श्लोकांवर गद्यातून कन्नड भाषेतून निरुपण केले आहे. या ग्रंथाचा विषय पंचीकरण हा आहे. मानवी देहातील पाच कर्मेंद्रिये आणि पाच ज्ञानेंद्रिये यांचे विश्लेषण करून देहातील आत्मरूपाचे ज्ञान करून देणे हा आहे. चन्नबसवेश्वरांच्या ३७ संस्कृत श्लोकांवर इ.स. सोळाव्या शतकाच्या उत्तरार्धात होऊन गेलेल्या शिखर शिंगणापूर येथील शांतलिंगणा या पहिल्या लिंगायत संतकवींनी 'कर्णहंस' हा काव्यग्रंथ लिहिला. यात ३७७ ओव्यांमधून निरुपण केले आहे. चन्नबसवेश्वरांनी आपल्या संस्कृत श्लोकांवर गद्यातून विवरण केले आहे. शांतलिंग स्वामींनी हे निरूपण मराठी ओवीरचनेतून केले आहे. या ग्रंथाचे प्रकाशन शरण संस्कृती अध्ययन केंद्र - श्रीसिद्ध संस्थान मठ, निडसोसी, बेळगावी यांनी जानेवारी, २०२०मध्ये केले आहे.

अशा या कन्नड-मराठी भाषांचा व संस्कृतीचा संगम असलेल्या 'कर्णहंस' काव्याचे संपादन प्रा. डॉ. शिवशंकर उपासे यांनी केले आहे. त्यांनी ग्रंथाच्या प्रारंभी 'आशय विवरण' मध्ये ग्रंथातील आशय सोप्या पद्धतीने मांडून 'काव्यसौंदर्य' या भागात काव्याचे विविध पैलू रेखीवपणे मांडले आहेत. ग्रंथातील ३७७ ओव्यांचा अर्थ सुगम व सुबोध पद्धतीने मांडला आहे. थोडक्यात चन्नबसवेश्वरांच्या 'करणहसुगे' या ग्रंथाला आधारभूत मानून मराठीत शांतलिंगस्वामींनी 'कर्णहंस' हा ग्रंथ ओवीरूपात रचला आहे.

विशेष म्हणजे बसवेश्वरांच्या शरण आंदोलनाची सैद्धांतिक व तात्त्विक भूमिका चन्नबसवेश्वरांनी तयार केली आहे. अल्लमप्रभू देशसंचार करण्यासाठी जात तेव्हा त्यांच्या अनुपस्थितीत अनुभव मंटपाची जबाबदारी चन्नबसवेश्वरांनाच सांभाळावी लागे. शरणांना संघटित करणे आणि त्यांच्याशी लिंगायत धर्माची तत्त्वचर्चा करणे हे

करत त्यांनी समग्र क्रांतीचे कुशल नेतृत्व केले. चन्नबसवेश्वरांच्या व्यक्तिमत्त्वावर आणि कार्यावर प्रकाश टाकताना डॉ. सचितानंद बिचेवार म्हणतात -

> बसवधर्माच्या नवीन संविधान निर्माणकार्याचे आधारस्तंभ म्हणजे चन्नबसवेश्वर होत. त्यांच्या महानतेचा गौरव म्हणून त्यांना विद्वानांनी षट्स्थल चक्रवर्ती, सम्यकज्ञानी, दुसरे जगद्गुरू, निर्मल चेतना उपाधी दिल्या आहेत. ते वयाने लहान असले तरी ज्ञानामध्ये अत्यंत प्रगल्भ होते. शरण धर्म व संस्कृतीच्या रक्षणार्थ त्यांनी दिलेले योगदान अपूर्व असे मानले जाते. बसवेश्वरांनी कल्याण सोडल्यानंतर संपूर्ण चळवळीची जबाबदारी अक्कनागम्मांच्या मार्गदर्शनाखाली स्वतः वाहणे, ही कर्तृत्वाची यादी पाहिली तर लक्षात येते की, खरोखरंच चन्नबसवेश्वर या ज्ञानी, विरागी महामानवाचा महिमा किती थोर आहे! (*परिवर्तनाचा महामेरू महात्मा बसवेश्वर,* स्वाती प्रकाशन, पूर्णा, परभणी, प्रथम आवृत्ती, एप्रिल २०१५, पृष्ठ १२८-१२९-१३१)

सोलापूरच्या सिद्धरामांना इष्टलिंग दीक्षा देण्याचे कार्य सिद्धरामांपेक्षा वयाने लहान असतानाही चन्नबसवेश्वरांना करावे लागले- सिद्धरामेश्वरांच्या अनेक वचनांमध्ये 'चन्नबसवण्णा माझे गुरू आहेत' असा संदर्भ येतो. चन्नबसवेश्वरांनी लिहिलेल्या वचनांमध्ये कुडल चन्नसंगमदेव ही त्यांची नाममुद्रा आहे. त्यांच्या १७६३ वचनांमध्ये सामाजिक आणि पारमार्थिक आशय भरला आहे. याशिवाय त्यांनी करणहयुगे, मिश्रार्पण, पदमंत्रगोप्य, कालज्ञान, सकीलंगळु, षट्स्थलरहस्य, हिरीय मंत्रगोप्य, अनुभवगीते अशा अनेक ग्रंथांनी कन्नड साहित्य समृद्ध केले आहे. चन्नबसवेश्वरांची खरी कसोटी लागली ती कल्याण क्रांतीवेळी! बिज्जलपुत्र रायमुरारी सोविदेवाने निःशस्त्र शरणांवर हल्ला करून त्यांची कत्तल सुरू केली. अशावेळी शत्रूशी लढत बसण्यापेक्षा शरणांनी वचन साहित्याचे रक्षण करण्यासाठी कल्याणनगर सोडण्याचे ठरविले. यावेळी वचन साहित्याची रक्षक नागम्मा हिला खरी साथ दिली ती चन्नबसवेश्वरांनीच!

कल्याणम्मा, कक्कय्या, मडिवाळ माचय्या अशा शूर शरण-शरणींनी कल्याणमधील वचन साहित्य पाठीवर घेऊन सोलापूरमार्गे उळवी क्षेत्र गाठले. नागम्मा आणि चन्नबसवेश्वर सोबत होतेच. उळवीला पोहचून वचन साहित्य सुरक्षित ठेवून या दोघांनी तेथेही अनुभव मंटपाचे कार्य सुरू केले. तेथील व आसपासच्या लोकांना त्यांनी इष्टलिंग दीक्षा दिली. त्यांच्याशी नव्या बसवधर्माची चर्चा केली. उरलेल्या वेळेत चन्नबसवेश्वर शिवयोग साधना करत. सर्व जीवनभर ते विरक्त राहिले. त्यांनी आपले सर्व आयुष्य शरण आंदोलनाला समर्पित केले होते. त्यांना सव्वीस वर्षांचे आयुष्य मिळाले. त्यांनी

आपल्या आयुष्याच्या अखेरच्या पर्वात वीरवृत्तीने राजाच्या अन्यायाविरुद्ध लढा दिला. वचन साहित्याच्या रक्षणासाठी त्यांनी केलेला आटापिटा आणि धडपड केवळ अलौकिक होती म्हणूनच आज हे वचन साहित्य आपण वाचू-अनुभवू शकतो.

शरण आंदोलनातील अल्लमप्रभू हे वयाने, अनुभवाने व ज्ञानाने वडील होते. त्यांनाही चन्नबसवेश्वरांबद्दल स्नेहशील आदर वाटत असे. ते म्हणतात -

> *'सद्‌गुरू आणि सत्‌शिष्य यांचा मेळ होऊन साक्षात ज्ञानच त्यांच्या रूपाने जन्माला आले. आता ज्ञानाची साक्षात प्रतिमा असणारे चन्नबसवच माझे गुरू झाले आहेत.'*

अशा तऱ्हेने आपली अवघी हयात आनंदाने आणि कर्तव्यभावनेने शरण आंदोलनाला वाहणारे षटस्थल चक्रवर्ती चन्नबसवेश्वर ज्ञानयोगाचे आणि कर्मयोगाचे मूर्तिमंत प्रतीक होते. 'मूर्ती लहान पण कीर्ती महान' असे त्यांचे कर्तृत्व होते.

चन्नबसवेश्वरांच्या कार्याची व व्यक्तिमत्त्वाची थोरवी गाताना डॉ. जयश्री दंडे म्हणतात-

> चन्नबसवण्णाने मानवी मूल्यांचा गौरव केला. सामाजिक जीवन स्तराची उंची वाढविली. शिवशरणांच्या नीतीप्रमाणे श्रमप्रतिष्ठेला (कायक) महत्त्व दिले. त्यांनी जे काही सांगितले ते भावनावश होऊन सांगितले नाही. विचारपूर्वक व प्रामाणिकपणे सांगितले आहे. आपल्या काळातीलच नव्हे तर सार्वकालिक महान वैचारिक, सात्त्विक, साधक व आचार्यकूल शिरोमणी होते, त्यांच्या वचनात प्रखर प्रतिभा, सत्यता व प्रगाढ पांडित्याचे मधुर-मीलन आहे.

चन्नबसवेश्वरांच्या महत्तेचे वर्णन समकालीन महाकवी पालकुरिके सोमेश्वर (इ.स.१२००) हे आपल्या 'रगळे छंद' या महाकाव्यात सर्वांलिंगी, संसार निःसंगी, सर्वसमावेशक तत्त्ववेत्ता' या शब्दांत चन्नबसवेश्वरांची प्रशंसा केली आहे. (षट्‌स्थल चक्रवर्ती चन्नबसवेश्वर, मूळ कन्नड लेखिका डॉ. जयश्री दंडे, अनुवादक राजेंद्र शंकरप्पा जिरोबे, बसव समिती, बसव भवन, श्रीबसवेश्वर सर्कल, बेंगळूरू, २००७, पृष्ठ : २२)

चन्नबसवेश्वर हे अनुभव मंटपाचे दुसरे अध्यक्ष होते. बसवेश्वरांचे समतेचे आंदोलन नेटाने पुढे नेणारे हे तत्त्व ज्ञ व बुद्धिप्रधान व्यक्तिमत्त्व! षट्‌स्थलाचे प्रभावी भाष्यकार म्हणून ते विख्यात आहेत. त्यांचे विचार पक्के व बोलणे परखड होते. ते अल्पायुषी असूनही कर्तबगारीने महान होते. तत्कालीन सर्व शरणांच्या मनात त्यांच्याविषयी आदर होता तर त्यांच्या बुद्धिमत्तेविषयी कौतुक होते. त्यांच्या वचनांनी भक्तांच्या - शरणांच्या मनामनांत षट्‌स्थल विचार चांगल्या तऱ्हेने रुजविला. ते जसे प्रज्ञावंत होते तसे प्रतिभावंतही होते. त्यांचे व्यक्तिमत्त्व स्वयंभू व बुद्धिप्रधान होते.

विचारदर्शन

चन्नबसवेश्वरांनी शरणांचे व जनतेचे प्रबोधन करण्यासाठी अनेक वचने लिहिली 'चन्नसंगमदेव' हे त्यांच्या वचनांचे अंकित आहे. त्यांच्या वचन साहित्यात मानवी मनाचे सूक्ष्म निरीक्षण आहे. त्यांची बरीच वचने लिंगायत तत्त्वांचे स्पष्टीकरण करणारी आहेत. ते आपल्या एका वचनात म्हणतात -

> *शूद्र-शूद्र म्हणून दूर राहा म्हणती। तो कसा शूद्र? स्वतःचे शूद्रत्व स्वतः न जाणता। समोरच्याचे शूद्रत्व शोधणाऱ्या भ्रष्टांना काय म्हणावे। महादानी कुडल चन्नसंगमदेवा।। (कन्नड संपादक डॉ. एम. एम. कलबुर्गी, मराठी अनुवाद : शंकर म. पाटील व सविता सि. नडकट्टी, कर्नाटक सरकार द्वारा प्रायोजित प्रकाशक,* बसव समिती, बेंगळुरू, प्रथम आवृत्ती, २०१२, पृष्ठ क्र. २६९)

या वचनात स्वतःचे शूद्रत्व न कळलेले भ्रष्ट लोक दुसऱ्याला शूद्र म्हणून दूर राहायला सांगत आहेत. हे लोक स्वतःचे हात काळे करून दुसऱ्याच्या तोंडाला काळे फासू पाहत आहेत.

काही माणसे शिवलिंगाची पहाटे-दुपारी-तिन्हीसांजेला व रात्री पूजा करतात. अशा कर्मकांडातून त्यांना शिव परब्रह्माची प्राप्ती होईल काय? या घटनेवर प्रकाश टाकताना चन्नबसवेश्वर म्हणतात -

> *पहाटेची पूजा, दिवसाची पूजा, तिन्हीसांजेची पूजा। नित्य नित्य पुजुनी व्यथित झाले सारे। निश्चिंत, प्रशांत, निजैक्य लिंग। त्या त्या वेळी आणता येईल का? असा त्यांचा प्रश्न आहे. (वचन क्र. ९३८)*

भक्ती आणि पूजा यांचे अवडंबर अगर ढोंग नको. कारण त्यात सत्य आणि निष्ठा यांचा अभाव असतो - हा विचार स्पष्ट करताना चन्नबसवण्णा म्हणतात -

> *सत्य नसलेली भक्ती हजारो वर्षे केली तरी काय? निष्ठा नसलेली पूजा कितीही काळ केली तरी काय? कारण त्यात सहजता नाही, सम्यकता नाही, सत्यता नाही।*

या कारणे, अशांना भक्त म्हणता येणार नाही. (वचन क्र. ९२०) असे त्यांचे स्पष्ट मत आहे.

शील किवा चारित्र्य ह्या गुणावर प्रकाश टाकताना चन्नबसवण्णा म्हणतात -

शील, शील म्हणून अहंकाराने बोलत आहेत। परंतु शील कोणते हे नाहीत जाणत. असलेल्याची वंचना न करणेच शील। नसतानाही उसने न मागणेच शील, परधन, परस्त्रीकडे ओढ नसणेच शील। परदैवत परधर्माकडे ओढ नसणेच शील, गुरुनिंदा, शिवनिंदा, जंगमनिंदा न ऐकणेच शील। कुडल चन्नसंगाच्या शरणांचे आगमन होता। प्रीतीपूर्वक सामोरे जाणे जाणल्यास। तेच शुद्ध शील। (वचन क्र. ९१३)

शील कशाला म्हणतात, हे इथे स्पष्टपणे मांडलेले आहे. शरणाची ही जीवनपद्धती आहे.

'मोत्यांच्या राशीने...' या वचनात उत्तम शिवभक्ताचा विचार मांडला आहे. ते म्हणतात -

निष्ठाहीन हीनजीवाला इष्टलिंग बांधले तरी काय।
तो श्रेष्ठ शिवभक्त होईल का?
या कारणे उत्तमाधिकारीस जाणून इष्टलिंग दिलेल्या गुरूचा।
कुडल चन्नसंगय्या प्रसन्न होऊन गौरव करतात। (वचन क्र. ८७७)

येथे इष्टलिंग अश्रद्ध व्यक्तीस बांधले तर तो शिवभक्त ठरत नाही. म्हणून गुरूंनी अधिकारी व्यक्तींनाच इष्टलिंग द्यावे असे येथे सुचविले आहे.

भक्त हा शांत असायला हवा, (वचन क्र. ८५३) या वचनात चन्नबसवेश्वरांनी भक्ताची लक्षणे सांगितली आहेत. भक्त हा शांत, सत्यवादी, समाजहिताचे बोल बोलणारा, जंगमांची निंदा न करणारा, सर्व प्राणिमात्रांना स्वतःप्रमाणे मानणारा, तन-मन-धन हे गुरू, लिंग व जंगम यांच्यासाठी वेचणारा, अयोग्य दान न करणारा, सर्व इंद्रियांना आपल्या ताब्यात ठेवणारा असा असावा. म्हणजेच तो सुस्वभावी आणि सुसंस्कृत असावा, हाच विषय 'निष्ठा असणाऱ्यास नित्यनेमाची काय आवश्यकता' (वचन क्र. ८२२) या वचनात वेगळ्या तऱ्हेने मांडला आहे.

अंतरंगातून भक्ती करणाऱ्या भक्ताला शिवलिंगाच्या पूजेतील तीर्थ, मंत्र आणि फुले यांची काय आवश्यकता आहे? असे इथे विचारले आहे. व्यक्ती कोणत्याही जातीची असेल आणि ती मनस्वी शिवभक्त असेल तर ती पूजनीय ठरते, हा विचार *'नारळातील*

गर सेवन करता येतो' (वचन क्र. ८०३) या वचनात मांडला आहे. चांडाळ जातीतील व्यक्ती शिवभक्त असून ती ज्ञानशील असेल तर तिचा देह आणि वृत्ती दोन्ही पूजनीय होतात.' असे इथे म्हटले आहे. ज्ञान आणि क्रिया म्हणजे काय हे सांगताना चन्नबसवण्णा म्हणतात - *'क्रिया हेच ज्ञान, ते ज्ञानच क्रिया' या वचनात* (वचन क्र. ७५८) *'ज्ञान म्हणजे जाणणे। क्रिया म्हणजे जाणल्याप्रमाणे आचरणे।'* असे सांगितले आहे.

'अंगावरील लिंगाचा वियोग होऊ देऊ नये' (वचन क्र. ६५२) या वचनात 'देह कायक करत असतानाही' मन लिंगाशी एकरूप झाले पाहिजे. मडिवाळ माचय्या हे असे मनस्वी शरण आहेत, असा त्यांचा गौरव इथे केला आहे. भक्ताने अनाचाराचा त्याग करून सदाचाराचा आग्रह धरावा, असे जो असे अंगसंगी, तया नाही लिंगसंग (वचन क्र. ६६०) या वचनात मांडले आहे. *'अजकोटी कल्पवर्षांचे सारे श्रेष्ठ का?'* (वचन क्र. ६७०) या वचनात *'श्रेष्ठ-कनिष्ठ असा भेद विसरून। कुडल चन्नसंगय्यात समरस होऊन। अभिन्नतेने राहिलेल्या। आमच्या महादेवी अक्कास श्रेष्ठत्व लाभले।'* असा अक्कमहादेवीचा गौरव केला आहे. *'ज्ञान जाणून घेण्यास सांगून...'* (वचन क्र. ६८३) या वचनात सद्गुरुंनी व्यक्तींना ज्ञानाची कास धरा असे सांगून हातात लिंग दिले. पण दुर्दैव असे की, *आपले ज्ञान विसरून लिंगासच पुजणारी। मानवरुपी मेंढरे पाहा, कुडल चन्नसंगमदेवा!*

अशा तऱ्हेने चन्नबसव यांनी आदर्श शरणांचा गौरव केला आहे, तसेच अनाचारी, भ्रष्ट भक्तांवर मात्र शब्दांचे कोरडे ओढले आहेत. त्याचवेळी अंतरंगातून शिवभक्ती करा. भक्तीचे अवडंबर माजवू नका - अशी रोखठोक शिकवण त्यांनी दिली आहे.

शिवयोगी सिद्धरामेश्वर

शिवयोग साधनेत विशेष प्राविण्य मिळवून शिवयोगी ही बिरुदावली ज्यांनी मिळविली ते थोर शरण म्हणजे सोलापूरचे सिद्धरामेश्वर होत.

सिद्धरामेश्वर हे तिसरे शून्य सिंहासनाधीश होत - लोककल्याणदायी तत्त्वांचे त्यांनी प्रतिपादन केले. योगसाधनेतील गौरीशंकर म्हणजे सिद्धरामेश्वर! 'योगीयांचा योगी शिवयोगी सिद्धराम एकटाच योगी' अशी त्यांची थोरवी सोडूळ बाचरस यांनी गायिली आहे. बाराव्या शतकातील सोन्नलगी म्हणजे आजचे सोलापूर येथील पाटील मुद्दुगौडा आणि सुग्गला या दांपत्याच्या पोटी सिद्धरामांचा जन्म झाला. त्यांचा जीवनकाल सामान्यपणे इ.स. ११३० ते ११८० असाच मानला जातो.

बालपणी सिद्धराम शेतात गेले होते. तेथे त्यांना मल्लिनाथ थोडावेळ दर्शन देऊन अदृश्य होतात. सिद्धराम त्यानंतर त्याच्या शोधार्थ श्रीशैलला जातात. तेथे मल्लिकार्जुनाचे दर्शन घेऊन तृप्त होतात. ते सोलापूरला येऊन अभिनव श्रीशैल निर्माण

करू पाहतात. त्यांनी भव्य देवालय निर्माण केले. जवळच तलाव बांधणीचे नियोजन त्यांनी केले. त्याच दरम्यान महाज्ञानी अल्लमप्रभू त्यांच्या भेटीसाठी आले. प्रभूदेव आणि सिद्धराम यांच्यात तात्त्विक विचार मंथन होते. दोघांनाही एकमेकांच्या भेटीचा आनंद झाला. अल्लमप्रभू त्यांना बसवेश्वरांच्या कल्याणमधील समतेच्या चळवळीतून नवसमाजरचनेच्या प्रयोगाबदल सांगतात. 'आपण कल्याणला जाऊ!'

असा प्रस्ताव प्रभूदेव सिद्धरामांसमोर ठेवतात. ते लगेचच होकार देतात. दोघेही कल्याणमधील बसवेश्वरांच्या महामनेच्या दारापुढे येऊन थांबतात. तेथील वातावरणातील वेगळेपणा व चैतन्य त्यांना जाणवते. ते सर्व पाहून सिद्धराम सहज सांगून जातात -

तुमचा संगन बसवण्णा, येऊन कल्याणात वसविल्याने घर।
मृत्युलोक झाले हो भक्तिसाम्राज्य।
त्या घरात जे मस्तक नमवून, करिती प्रवेश।
ते सारे संपादिती निजलिंग पद जाणा।
ते गृह पाहण्यास्तव मी कितिक काल केले तपाचरण।
महामनेस नमो नमो म्हणून जगत आहे।।

त्या दोघांच्या आग्रहास्तव स्वतः बसवेश्वर येऊन त्यांचे आदरपूर्वक स्वागत करून महामनेत घेऊन जातात. या दोघांच्या आगमनाने कल्याण नगरीत आनंदी-आनंद होतो. बसवेश्वर - प्रभूदेव आणि सिद्धराम म्हणजे भक्ती-ज्ञान आणि कर्म यांचा अपूर्व संगम होय. कल्याणमधील या तीन महापुरुषांची भेट म्हणजे अनुभव मंटपातील शुभ व मंगल पर्वाचा उत्साही प्रारंभ होय. तेथील वैचारिक चर्चेमध्ये सिद्धराम सहभागी होतात. त्यांच्या जीवनास नवे वळण मिळते. सिद्धराम चन्नबसवण्णांकडून इष्टलिंग दीक्षा घेतात.

सिद्धराम हे प्रतिभाशाली वचनकार आहेत. *'अडुसष्ट सहस्र वचने गाऊनी शिणले माझे मन'* असे सिद्धराम म्हणतात. पण आजवर त्यांची १९९२ वचने उपलब्ध झाली आहेत. 'कपिलसिद्ध मल्लिकार्जुन' ही नाममुद्रा ते वचनांच्या अखेरीस वापरतात तर त्रिविधीच्या अखेरीस 'योगीनाथ' ही नाममुद्रा योजताना दिसतात. याशिवाय 'मंत्रगोप्य' आणि 'कालज्ञान' हे ग्रंथही त्यांनी रचले आहेत. त्यांनी आपल्या वचनांमधून दांभिकपणा, कैलासाचे स्त्रोम, गंगास्नान, अंधश्रद्धा, कर्मकांड, आळस, स्वर्ग-नरक भ्रम या अनेक गोष्टींवर प्रहार केले आहेत. आपल्या एका वचनात ते म्हणतात -

एखाद्याचे मन दुखवून, दुसऱ्याचे घर बुडवून।
गंगेत न्हाल्यास काय होणार त्याने?

गंगेच्या किनारी चंद्र असल्यास। नाहीसे होतील का कलंक त्याचे?
जो नाही मन दुखवत, नाही दुसऱ्यांचा घात करत।
परमपावन तोच जाणा, कपिलसिद्ध मल्लिकार्जुना।।

एखाद्याच्या मनावर शब्दांचे वा कृतींचे प्रहार करून आणि दुसऱ्याच्या कुटुंबाला भरपूर त्रास देऊन आपण गंगास्नान केले तर ते व्यर्थ आहे. चंद्र गंगाकिनारीच राहिला तर त्याच्यावरील डाग नाहिसे होतील काय? गंगास्नानाने मनाची कुटिलता कशी नष्ट होणार? माणसाचे मन न दुखवणारा व दुसऱ्यांचा घात न करणारा माणूस पवित्र होय.

सिद्धरामांची समतादृष्टी विशाल आणि व्यापक आहे. एका वचनात ते म्हणतात -

कुणी काहीही म्हणोत। मनावर न घेणे हीच समता।
कुणी निंदा केली तरी। मनाची मलिनता काढली असे मानणेच समता।
कुणी स्तुती केली तरी। जन्मजन्मांतरीचे शत्रू असे मानणेच समता।
काया वाचा मनाने शुद्ध राहून। तुझ्या भक्तांना तूच मानणे हीच समता।
अशी आहे ही गुरुकरुणा, कपिलसिद्ध मल्लिकार्जुना।।

कुणी अपशब्द वापरले तर ते मनावर न घेणे हीच समता. कुणी निंदा केली त्याने मनातील घाण काढून टाकली, असे मानणे हीच समता होय. एखाद्याने स्तुती केली तर तरी त्याकडे नम्र भावाने पाहावे. आपले शरीर, मन आणि वाणी शुद्ध ठेवून ईश्वरभक्तांना ईश्वरच मानणे हीच समता होय. सर्वांभूती समदृष्टी ठेवणे हाल सिद्धरामांचा समताभाव आहे. सिद्धरामांनी स्त्रीसंबंधी पूज्यभाव व्यक्त केला आहे. स्त्री केवळ भोग्य वस्तू नव्हे, राक्षसी नव्हे तर प्रत्यक्ष कपिलसिद्ध मल्लिकार्जुनच होय. ते म्हणतात -

म्हणून स्त्री ही स्त्री नसून ती राक्षसी नसून।
साक्षात् कपिलसिद्ध मलिकार्जुनच होय।।

सिद्धराम संन्यासी होते तरी गृहस्थाश्रमाकडे उदार दृष्टीने पाहताना दिसतात ते म्हणतात-

'भक्ताचे मन स्त्रीवर मोहित झाल्यास विवाह करून एकरूप व्हावे!' सामान्य लोक स्वर्ग-नरक, वैकुंठ व कैलास यांच्या भ्रमात इहलोकीचे जीवन जगणेच विसरून जातात. परलोकीच्या स्वर्गसुखाची अपेक्षा करतात आणि आपल्याला मिळालेल्या सुंदर जीवनात देहाला कष्टवतात. कैलासाची अपेक्षा करणाऱ्यांना सिद्धराम कैलासाचे खरे रूप उलगडून सांगतात व त्यातून मुक्त करतात. ते म्हणतात -

'कैलास कैलास' म्हणून धडपडणाऱ्या बांधवांनो ऐका।
कैलास असे एक भूवरील ओसाड पर्वत,
असती तेथे राहणारे आळशी मुनीजन।
तेथील चंद्रशेखर हा सुंदर परि ठकडा।
त्याचा मोठेपणा तो कसला?
सदाचाराने राहून, लिंगांग सामरस्य समजून।
कपिलसिद्ध मल्लिकार्जुनाच्या चरणकमली।
एकरूप होण्याची पदवीच असे कैलास।
आमच्या पुरातन शिवशरणास।।

कैलास हा जगातील ओसाड पर्वत आहे. तेथे आळशी मुनी राहतात. तिथल्या चंद्राचे मोठेपण ते काय? भक्ताने सदाचाराचे पालन करून ईश्वराच्या चरणी एकरूप होणे हाच कैलास आहे. खोट्या गोष्टींच्या मागे न लागता भक्तीचे खरे स्वरूप भक्ताने जाणावे, असेच इथे सिद्धराम सांगताना दिसतात.

सिद्धारामांच्या वचनांचे आणखी एक वैशिष्ट्य म्हणजे त्यांनी वचनांतून उच्च स्वरात गायिलेला बसव महिमा! ते म्हणतात -

करुणाकर बसवा, कालहर बसवा। कर्महर बसवा, निर्मल शिवज्ञानी बसवा।
हा पथ भक्तीचा, असे धर्म तुमचा। दयाधन कपिलसिद्ध मल्लिकार्जुना।
बसवा, बसवा, तवकारणे अनुभविले भक्ती, ज्ञान, वैराग्य-गुरू।
बसवण्णांनी दिले निर्वाण पद मज।
तुम्हाला, मला, तुमच्या शरणांना बसवण्णाच हवा।
निराकाराची मूर्ती आकारास आणिलीस तू बसवा।
कपिलसिद्ध मल्लिकार्जुनास दाविलेला गुरू बसवण्णा।

अशा तऱ्हेने सिद्धरामांच्या लेखणीला बसवण्णांची थोरवी गाताना एक वेगळेच तेज येते. कारण सिद्धरामांचा श्वास म्हणजे बसव, सिद्धरामांचा प्राण म्हणजे बसव. त्यांच्या देहात आणि मनात बसव आणि बसवच भरून व्यापला आहे.

याच बसवेश्वरांनी सिद्धरामांचे वैराग्य वाखाणले आहे. शरण संस्कृतीचा प्रचार करण्यासाठी सिद्धराम कल्याणहून सोलापूरला येतात ते आपल्या कितीतरी शिष्य समुहांना इष्टलिंग दीक्षा देतात. तेथील चामला राणी आणि त्यांचा फार मोठा शिष्यसमुह यांना सामुदायिक दीक्षा देण्याचा कार्यक्रम ठरविला जातो, या कार्यक्रमास बसवेश्वर

व चन्नबसवण्णा यांना सोलापूरास निमंत्रित केले जाते. हा भव्य कार्यक्रम झाल्यानंतर सिद्धराम बसवेश्वरांनी सांगितलेली मानवी मूल्ये सर्वत्र पेरित राहतात. त्या प्रयत्नातूनच सोलापूरला कल्याणचे रूप आले.

कल्याणला क्रांती झाली हे कळताच सिद्धराम कल्याणला गेले. त्यांच्याच अध्यक्षतेखाली सर्व शरणांची बैठक होऊन वचन साहित्याचे संरक्षण करण्याचे ठरले. त्यासाठी काही शरण वचन साहित्य घेऊन उळवीला निघाले. सोलापूरला परत येऊन सिद्धरामांनी त्या शरणांच्या रक्षणासाठी चामला राणीला सांगून काही सैनिकांना पाठविले. चन्नबसवण्णा उळवीला निघाल्यानंतर शून्यपीठाचा अधिकार सिद्धरामांना देऊन जातात. त्यापुढे सिद्धराम बसव धर्माचा प्रसार शांतपणे करत राहतात. शेवटी ते लिंगांग सामरस्यात विसावतात.

सिद्धरामांच्या काळात सोलापूरात 'नन्नप्पा' हा राजा आणि पत्नी चामलादेवी यांचे राज्य होते, त्यांनी सिद्धरामांना पाच कोस क्षेत्रफळाची जमीन दान दिली होती. दुष्काळी सोलापूरात पाण्याचे दुर्भिक्ष होते. त्यासाठी सिद्धरामांनी स्वतः व त्यांच्या सहकाऱ्यांनी विशाल तलाव खोदला. गाई-गुरांना पाणी झाले. दुष्काळात होरपळणाऱ्या लोकांसाठी त्यांनी अन्नछत्र चालविले. मुला-मुलींच्या लग्नासाठी माणसे कर्जबाजारी होत - हे लक्षात घेऊन सिद्धरामांनी हजारो वधु-वरांना एकत्र आणून कमी खर्चात सामुदायिक विवाह सोहळा घडवून आणला. अखिल भारतातील सर्व जातिवर्णातील वधु-वरांचा असा हा पहिलाच सामुदायिक विवाह सोहळा होता. सोलापूरच्या पंचक्रोशीत अनेक सामाजिक कार्ये करून सिद्धरामांनी आपला वेगळाच आदर्श जनतेसमोर ठेवला.

सिद्धरामांच्या व्यक्तिमत्त्वाची व त्यांच्या कार्याची थोरवी स्पष्ट करताना डॉ. अशोक मेनकुदळे म्हणतात -

> महात्मा बसवेश्वरांपासून प्रेरणा घेऊन सोलापूरच्या पंचक्रोशीत जातिवर्णभेद मिटविणारे, स्त्री-पुरुषात समानता आणणारे, सामुदायिक विवाह सोहळा आयोजित करणारे, दुष्काळाला तोंड देण्यासाठी तलाव निर्मिती करणारे, श्रमिकांच्या हाताला काम देणारे, अन्नछत्रे उघडणारे, गुराढोरांना चारापाणी देऊन जगविणारे, सामाजिक उत्तरदायित्वाचे भान ठेवणारे, लोक संवेदनांशी समरस होणारे सिद्धरामेश्वर हे आध्यात्मिक संत आणि तळमळीचे सामाजिक बांधिलकी मानणारे समाजसुधारक होते. अशी थोर विभूती आज सोलापूर परिसराचे पूजनीय असे ग्रामदैवत झालेली आहे. (*बाराव्या शतकातील आद्य समाजसुधारक महात्मा बसवेश्वर,* सुविधा प्रकाशन, सोलापूर फेब्रुवारी २००३, पृष्ठ १४५)

विचारदर्शन

महात्मा बसवेश्वर आणि त्यांच्या सहकारी शिवशरणांनी बाराव्या शतकात कर्नाटक व महाराष्ट्र भागांत एक धार्मिक क्रांती घडवून आणली. सिद्धरामेश्वर हे त्यांचे सहकारी, सोलापूरचे! अल्लमप्रभूसह ते कल्याणला आले. अनुभव मंटपात बसवण्णांनी त्यांचे स्वागत केले. सिद्धरामांच्या काही निवडक वचनांमधून त्यांचे विचार समजून घ्यायचे आहेत. आपल्या एका वचनात ते म्हणतात -

> *मनात भेद असतो पण वस्तूमध्ये भेद नाही। क्रियेक्रियेत भेद आहे पण शास्त्रात भेद नाही। रूपरूपात भेद आहे पण चैतन्यात भेद नाही। हे कपिलसिद्ध मल्लिकार्जुना! (सिद्धवाणी, वचन क्र.४, अनुवादिका, जयदेवी लिगाडे,* महाराष्ट्र बसव परिषद, हिरेमठ संस्थान, भालकी, बीदर, कर्नाटक, २००४, पृष्ठ २)

शिव परब्रह्म हे विश्वव्यापी आहे. हे विश्वव्यापी त्याचेच रूप आहे. आपण माणसामाणसांत जात, संपत्ती, कुळ, सत्ता यांच्यावरून उच्च-नीच असा भेद करतो. हा भेद व्यक्ती व्यक्तीच्या मनात असतो पण परब्रह्माच्या-परमेश्वराच्या ठायी भेदाची भावना नसते. त्याला सर्व जीव समानच कारण ती त्याचीच उत्पत्ती असते. आचरण पद्धतीत आपण भेद करतो. एखाद्या पंथामध्ये जो आचार श्रेष्ठ असतो तोच आचार अन्य एखाया पंथात कनिष्ठ मानला जातो, पण शास्त्रामध्ये भेद नसतो. मानव, पशु, पक्षी, कृमी, कीटक यांच्यात भेद असतात पण त्यांच्या ठायी वास करणारे जे चैतन्य असते ते एकच असते. सिद्धरामांनी या वचनात परमेश्वर एक आहे. त्याच्या ठायी भेदाची भावना नसते. तो चैतन्यरूप असतो. मग आम्ही माणसांनी आपसात भेद-विषमता का पाळायची? असा इथे उपदेश केला आहे.

'लीला म्हणजे...' या वचनात सिद्धरामेश्वर म्हणतात -

> *लीला म्हणजे परब्रह्माची इच्छा। त्या इच्छेनेच सकल जीवजालाची उत्पत्ती। सकल जलोत्पत्तीनेच जगाची रचना। जगाच्या रचनेनेच जगाचा प्रलय जाण। कपिलसिद्ध मल्लिकार्जुना। (वचन क्र.९, सिद्धवाणी, पृष्ठ ५)*

परब्रह्माची लीला किंवा क्रीडा म्हणजेच त्याची इच्छा. त्याच्या इच्छेनेच जगतातील सर्व प्राणिमात्रांची, जीवांची निर्मिती होते. या उत्पत्तीमुळेच विश्वाची रचना झाली. ज्याचा जन्म त्याचा मृत्यू या न्यायाने जगताचाही लय होणारच! त्यातूनच प्रत्येक पदार्थाचे स्थित्यंतर होते. शरण तत्त्वानुसार विश्वात नाशिवंत काहीच नाही. त्या

प्रत्येकाची अवस्था बदलते.

'बोलता येते अद्वैत' या वचनात सिद्धरामांनी उक्तीप्रमाणे कृती या विचारावर भर दिला आहे. ते म्हणतात - *सद्भक्ती आचाराने बोलल्यासारखे चालणारा। चालण्यासारखे बोलणाऱ्याची सद्भक्ती* (वचन क्र. १७, सिद्धवाणी, पृष्ठ ११) म्हणजे बोलल्याप्रमाणे वागणे आणि वागण्यासारखे बोलणे म्हणजे सद्भक्ती होय. म्हणून सदाचारयुक्त महात्म्यांचे चरण धरावे असे इथे सिद्धराम म्हणतात - सदाचार हा शरण जीवनाचा पाया आहे, असे इथे सांगितले आहे. 'जातीने शूद्र असेना' या वचनात सिद्धरामांनी समतेचा विचार स्पष्टपणे मांडला आहे. ते म्हणतात, *जातीने शूद्र असेना! मनात महादेवाचे। वास्तव्य असणाराच लिंगायत होय।* (वचन क्र. ४६, सिद्धवाणी, पृष्ठ २६) म्हणजे शूद्र जातीमध्ये जन्म घेऊनही भक्त सद्भक्तीचे आचरण करून सद्गुणसंपन्न बनून शिवज्ञानशील होतो तेव्हा तो लिंगायत होतो. *फल पदादी भक्तांना द्यावे म्हणतोस। ते त्यांना नको आहे. ते तुला। तन-मन-धन देतात* (वचन क्र. ४९, सिद्धवाणी, पृष्ठ २७) *शिवशरणांना फळ, पद अशा गोष्टी हे परमेश्वरा।* तू देतोस. त्यांची त्यांना गरज नाही. त्या शरणांनी तुला तन-मन- धन हे सारेच वाहिले आहे. म्हणजेच शिवशरणांची भक्ती निष्काम असते. त्यात शिवार्पण भाव असतो. अनन्य भावाने तो शिवावर दृढ विश्वास ठेवतो.

बसवेश्वरांनी संन्यासधर्माला लिंगायत भक्तीमध्ये स्थान नाही, असे स्पष्टपणे सांगितले आहे. शरणांनी प्रामाणिक व चोख संसार करावा. त्यासाठी दररोज 'कायक' करावे असे स्पष्टपणे सांगितले आहे. शरणांनी संसार अवश्य करावा पण त्यात आकंठ बुडू नये, असे सिद्धरामांनी स्पष्टपणे सांगितले आहे.

ते म्हणतात, *शरण हा संसार प्रपंचात असूनही। त्या संसार प्रपंचात गुरफटत नाही।* (वचन क्र. ५४, सिद्धवाणी, पृष्ठ ३०) शिवशरण हा लौकिक जीवन व परमार्थ यांचा सुंदर समन्वय साधतो. शरण हा अनासक्त राहून संसार करतो त्यामुळे त्यात मायेचे बंधन त्याला राहत नाही. हाच विचार स्पष्ट करताना सिद्धराम 'अग्नीच्या स्पर्शाने लाकूड कोळसा बनतो' (वचन क्र. ५८, सिद्धवाणी, पृष्ठ ३३) या वचनात म्हणतात, *भक्त हा विरक्त होतो, विरक्त हा भक्त होतो.* म्हणजे सदभक्ती आणि सदाचरणाने भक्ताला वैराग्य किंवा विरक्ती प्राप्त होते, याउलट एखादा मनुष्य विरक्त असला तरी तो भक्त होऊ शकतो. सत्यवचन, नम्रता, दान करणे, निंदा न करणे असा सद्गुणयुक्त भक्त विरक्त होतो.

शरण हा शिवपूजेच्या अवडंबरात अडकत नाही, तो अंतरंगातून भक्ती करतो - हा विचार स्पष्ट करताना सिद्धराम म्हणतात, 'पाणी आणि फूल वाहून, होईल का लिंगपूजा? तुझ्या मनाच्या पाण्याने, ज्ञानाच्या फुलाने पुजल्यास। त्याला भक्त म्हणेन।।' (वचन क्र. ९९७, पृष्ठ २८३) पाणी ओतण्यास तो ईश्वर उन्हात थकला आहे काय?

त्याला फूल वाहण्यात तो विटलेला पुरुष आहे काय? असे सिद्धराम त्या वचनात विचारतात. थोडक्यात पाणी, फुले, धूप, दीप, विभुती। उदबत्ती, गंध, हळद-कुंकू अशा बाह्योपचारातील पूजेपेक्षा माणसाने भक्तीशील अंतरंगाने व ज्ञानाने इश्वराची पूजा करावी असा सिद्धरामेश्वरांचा भक्तांना संदेश आहे.

वीर-वैराग्यनिधी अक्कमहादेवी

बसवेश्वरांनी आपल्या क्रांतिकार्याचे अर्धे अंग स्त्री सामर्थ्याला मानले. त्यामुळे अनुभव मंटपरूपी आकाशात अनेकानेक स्त्री-नक्षत्रे तेजाळली. त्यातीलच एक तेजस्वी नक्षत्र म्हणजे वीर वैराग्यनिधी अक्कमहादजी होय. अक्कमहादेवी हे अध्यात्म क्षेत्रातील उत्तुंग गौरीशंकर शिखर होय. ती शिवयोगिनी होती. मधुराभक्तीत रममाण झालेली मयुरी होती. बसवण्णांच्या शरण परिवाराची ती प्रेमळ अक्का होती.

अक्काचा जन्म ११४६मध्ये कर्नाटकातील शिवमोग्गा जिल्ह्यातील उडुतडी येथे झाला. सुमती आणि निर्मलशेट्टी यांच्या पोटी आलेल्या या कन्येचे मातापित्याने प्रेमळपणाने संगोपन केले. बाल महादेवीला देवाची पूजा करण्यात आनंद वाटत असे. गावाजवळच्या गुरुलिंगदेवांच्या मठात ती आई वडिलांबरोबर जात असे. बालवयापासूनच तिला अध्यात्माचे विशेष आकर्षण होते. तिने गुरुलिंगदेवांकडून इष्टलिंग दीक्षा घेतली. शरणांची वचने तिच्या ऐकण्यात आली. त्यातील समतेच्या मंत्राने ती प्रभावीत झाली. वचनातील उदात्त विचार, स्त्री-स्वातंत्र्याचा उद्घोष व अनिष्ट रूढींचा धिक्कार या वेगळ्या बाबींमुळे ती बसवण्णांच्या चळवळीकडे आकृष्ट झाली. तिचे जीवन म्हणजे वैराग्य-कवित्व आणि भक्ती यांचा त्रिकोणी संगम होय. याच सद्‌गुणी अक्काला अप्रतिम लावण्य लाभले होते.

अक्काच्या याच लावण्यावर मोहित होऊन कौशिक राजा तिच्याशी लग्न करण्याचा हट्ट धरतो- ती धैर्याने त्याला नकार देते. राजा तिच्या आई-वडिलांना त्रास देऊ लागतो. हे लक्षात आल्यावर अक्काने तीन अटींवर विवाहास संमती दर्शविली.

१. देहावर बळजबरी करणार नाही
२. इष्टलिंग पूजा-साधनेत व्यत्यय आणणार नाही
३. राजाने भक्तिमार्गाकडे वळावे

यातील एका अटीचा भंग झाला तरी आपण राजवाड्या बाहेर पडू असे तिने निक्षून सांगितले. राजाच तो! त्याला वाटले आपल्या राजवाड्याच्या ऐश्वर्यात महादेवी आपल्या अटी विसरून जाईल. तरीही तो काही दिवस संयम बाळगतो. पुढे त्याला कठीण होत जाते. तो अभिलाषेने तिच्याशी लगट करून तिला मिठी मारण्याचा प्रयत्न

करतो. विरागिणी महादेवी त्याचक्षणी दिगंबरा होऊन राजवाड्याबाहेर पडते. यापुढे तिचा प्रवास कल्याणकडे सुरू होतो. उडुतडी ते कल्याण हा तिचा प्रवास म्हणजे अग्निपरीक्षा होती. लोकनिंदा, तहान, भूक, अपमान, एकाकीपण, उष्णता व थंडी हे सर्व सोसत अक्का वाटचाल करत राहते. तिचे मनोबल शक्तिमान होते. ती आपल्या वचनात म्हणते -

भूक लागली तर गावात भिक्षान्न असे।
तहान लागली तर नदी-तलाव असे।
थंडी झोंबता टाकून दिलेली वस्त्रे असती।
झोपण्यासाठी पडकी देवालये असती।
चन्नमल्लिकार्जुना, माझ्या जोडीला।
तू आत्मसांगाती असशी।।

असा हा प्रवास कष्टप्रद, जीवघेणा व छळणारा होता. मनात चन्नमल्लिकार्जुनाचा अहोरात्र जप करत, आलेल्या बिकट परिस्थितीला धीराने सामोरे जात अक्का कल्याणनगरीच्या वेशीवर येऊन पोहोचली. आणि इच्छित ध्येय साध्य झाल्याच्या आनंदाने त्या भूमीला ती वंदन करते. सारे शरण मनातून तिचे स्वागत करतात. प्रभूदेवांनी किन्नरी बोम्मय्याला पाठवून तिची परीक्षा घेण्यास सांगितले. त्याप्रमाणे तो तिच्या वैराग्याची परीक्षा घेतो. यावेळी अक्काच त्याला मार्मिक उपदेश करते. ते दोघेही अनुभव मंटपात येतात. त्यावेळी ती सर्व शरणांना हात जोडून शरण-शरणार्थी करते. त्यानंतर प्रभूदेव तिला प्रश्न विचारतात -

सांग तव पतीचे नाव, बैस मग येऊनी। हे ताई, ना तरी जाई परतुनी।।

या प्रश्नाला अक्का शांतपणे उत्तर देते -

लिंगमुखी अंग अर्पुनी, अंग अनंग जाहले। पती चन्नमल्लिकार्जुनाच्या अंतरी। लीन होऊनी समरसले।। यावर अल्लमप्रभू विचारतात - *तू कामाला जिंकले असता, हे शरीर केशसंभाराने का झाकले आहेस?* त्यावर महादेवी उत्तर देते, *सालीचा रंग न बदले फळ पिकल्याविना। बघुनी काममुद्रा होतील तुम्हा वेदना। या भावे झाकले मम शरीर। बांधवांनो, छळु नका मज। चन्नमल्लिकार्जुन देवाच्या अधीन झाले मी।।*

अशा उत्तरांनी तेथील शरण समुदाय थक्क झाला. यापुढे शरण परिवाराची ती अक्का होते. अक्कनागम्मा व निलांबिका तिचे स्वागत करतात. प्रभूदेव, बसवण्णा,

चन्नबसवण्णा, सिद्धराम व अन्य शरणांनी तिला प्रणाम करून तिच्या वैराग्याचा गौरव केला. बसवण्णा तिचा गौरव करताना म्हणतात -

प्रभूदेव, अक्कमहादेवीचे दिव्य वैभवसंपन्न स्वरूप पाहा।
विसरुनी कायेची लज्जा, त्यजिला प्राणांचा मोह।
दग्ध करुनी मनाची स्मृती, लौकिक व्यवहार त्यागिले।
कुडलसंगमदेवा, ऐशी अक्कमहादेवी जननी माझी।।

चन्नबसवण्णा म्हणतात - लहान-मोठा भेद विसरूनी कुडल चन्न संगतात समरस झालेली महादेवीअक्का सर्वात महान आहे.

विविध शरण जशी तिची प्रशंसा करतात तशीच प्रशंसा अक्काही करताना दिसते. ती म्हणते -

बसवण्णांची भक्ती, चन्नबसवण्णांचे ज्ञान,
मडिवाळय्याची निष्ठा, प्रभूदेवांचे जंगमस्थल,
अनगण्णांचे ऐक्यस्थल, निजगुणांचे आरूढस्थल,
सिद्धरामांचे समाधिस्थल, या शरणांचे
करुणा प्रसाद लाभले मज, देवा चन्नमल्लिकार्जुना।।

बसवण्णांच्या कृपेने आपल्याला कोणत्या अमूल्य बाबी प्राप्त झाल्या हे सांगताना महादेवी म्हणते-

कामांतकासी जिंकिले बसवा तव कारणे।
शशिधराशी नश केले बसवा, तव कृपेने।
संबोधन नारी ऐसे, म्हणून काय जाहले?
भावात असे नररूप, बसवा, तव दयेने।
अतिकामी चन्नमल्लिकार्जुनासी आव्हान देऊन।
द्वैत विसरून समरसले बसवा, तव कृपेने।।

आपल्या अनेक वचनांतून बसवण्णांचा आदरपूर्वक उल्लेख अक्काने केला आहे. शरण परिवारातील आदरणीय शरणांचा ती गौरव करताना दिसते. अक्का बसवण्णांना पिता मानते, गुरू मानते. ज्ञान-भक्ती आणि वैराग्य यांच्या तेजाने तिचे जीवन व व्यक्तिमत्त्व उजळून निघाले. अनुभव मंटपातील आध्यामिक चर्चेने तिच्या वैचारिक परिपक्वतेची जडण घडण झाली. त्यामुळे तिची वचन संपदा अधिकच रेखीव व समृद्ध झाली.

अक्काच्या वचन साहित्याची महत्ता सांगताना राजू जुबरे म्हणतात -

अक्कमहादेवी वचन उद्यानातील भावमधुर कोकिळा! कन्नड साहित्य विश्वात प्रथम स्त्री-शक्तीचा आविष्कार तिच्या वचनांतून घडून आला. आध्यात्मिक प्रेमाची अभिव्यक्ती, भावगीतांचे सौंदर्य, मधुरता, काव्यात्मकता, अंतरात्म्याचे संगीत, उत्कटता, बिरह-मिलनाचे सुख अशा अनुभवांचे मर्मज्ञ वर्णन तिने वचनांमधून केले आहे. प्रेमातील अनुबंध शब्दांत व्यक्त करण्याचे तिचे सामर्थ्य वाखाणण्याजोगे आहे. वचनांत उपयोजिलेल्या उपमा, दृष्टांत व अलंकार हे साहित्य सौंदर्याची साक्ष देतात. अध्यात्म अंगाने बहरत जाणारी अक्काची साहित्यवेल समाजाभिमुख होऊन गगनावर गेली आहे. भक्ती आणि प्रीतीची अप्रतिम भाषा अभिव्यक्त करणारी तिची प्रतिभा तेवढ्याच समर्थपणे समाजातील अज्ञान, अंधश्रद्धा, कर्मकांड, जातिभेद, लिंगभेद, विषमता, वेदप्रामाण्य आदी विषयांवर कठोर प्रहार करते. (*शरण जीवन दर्शन,* महाराष्ट्र बसव परिषद, हिरेमठ संस्थान, भालकी, बीदर , कर्नाटक, दुसरी आवृत्ती, २०१६, पृष्ठ २१-२२)

अक्काची ४३४ वचने उपलब्ध आहेत. याशिवाय 'योगांगत्रिविधी,' 'कालज्ञान' 'स्वरवचन' व 'सृष्टिवचन' या तिच्या ग्रंथरचना आहेत. या रचनांमुळे ज्ञानीजन प्रभावित झाले आहेत. आयुष्याची सार्थकता कशात आहे, हे सांगताना अक्का म्हणते -

आयुष्य सरते आहे, भविष्य दुरावते आहे।
जमलेले सती-सुत जाती आपापल्या वाटेने।
व्यर्थ संसारात निष्फळ होऊन नाश पावू नको रे मना।
चन्नमल्लिकार्जुनाच्या शरणांच्या सत्संगात।
निश्चयपूर्वक जगावे सफल जीवन रे, मना।।

आयुष्य क्षणकालचे आहे. जीवनाच्या वाटेवर पत्नी, मुले, आप्तजन व इष्टमित्र भेटतात व त्यांचे काम संपल्यावर ते निघून जातात. अशा तात्पुरत्या स्वकीयांसाठी जीवन व्यर्थ न घालवता शरणांच्या सत्संगात निश्चयपूर्वक जगावे. खऱ्या जीवनाची सफलता शरणांच्या संगात आहे. अंग लिंगरूपात विलीन करणेच जीवनाचे ध्येय आहे, असे अक्का म्हणते.

मनुष्य जीवन ही एक लढाई आहे. जीवन जगताना माणसाला सुख-दुःख, आशा-निराशा, आनंद-विषाद, तसेच निंदा-स्तुती या बाबी अनुभवाव्याच लागतात. संघर्ष म्हणजेच जीवन, जीवनातील संकटांना शक्य त्या ताकदीने तोंड दिले पाहिजे. अशीच शिकवण अक्काने आपल्या वचनातून दिली आहे. ती म्हणते -

घर केले जर गिरीवरती, बाळगावी का पशूंची भीती?
घर केले जर सागरकिनारी, बाळगावी का लाटांची भीती?
घर केले जर भर बाजारात, कोलाहलाने का व्हावे लज्जित!
ऐक बा चन्नमल्लिकार्जुना।
जन्मल्यावरी या जगती, येता जरी निंदा नि स्तुती।
मनी न होता कोपायमान, चित्ती असो द्यावे समाधान।।

या वचनातील दृष्टांत अत्यंत समर्पक आहेत. आनंद-विषाद व निंदा-स्तुती या जीवनातील सहज बाबी आहेत. त्यामुळे माणसाने आपली वृत्ती स्थितप्रज्ञ ठेवली पाहिजे.

अक्काच्या वचन रचनेत विविधता आहे. त्यात तिच्या व्यक्तिमत्त्वाची व विचारांची अभिव्यक्ती झाली आहे. प्रभूदेव आणि बसवण्णा यांच्या मार्गदर्शनाखाली तिने अध्यात्म साधनेत उंची गाठली होती. तिच्या वचनात त्यामुळेच अध्यात्म, काव्य, तत्त्वज्ञान व लालित्य यांचा सुरेख संगम आहे. चन्नमल्लिकार्जुनाला पती मानून तिने केलेली वचन रचना मधुराभक्तीने भरून राहिली आहे. बसवेश्वर, अल्लमप्रभू, सिद्धरामेश्वर इत्यादी थोरांनी तिचा गौरव करणारी वचने लिहिली आहेत. कौशिक राजासारख्या ऐश्वर्यसंपन्न पतीला झिडकारणाऱ्या महाराणी महादेवीला बसवेश्वरांनी आश्रय दिला आणि तिचे मनोबल वाढविले. अनुभव मंटपातील प्रेमळ वातावरणाने तिची भावभक्ती फुलली.

अक्काच्या व्यक्तिमत्त्वावर व तिच्या वचन रचनेवर प्रकाश टाकताना डॉ. अशोक कामत म्हणतात -

> महायोगिनी अक्कमहादेवीमुळे अनुभव मंटपाला अधिकच दिव्यत्व प्राप्त झाले. काही काळ महादेवी शिवशरणांत रमली. तिची साधना फुलत होती. अंतर्मुख वृत्ती अधिक उत्कट होत होत्या. अलौकिक प्रीतीची वचने स्फुरत होती. त्यातून 'योगांग त्रिविधी' आणि 'कालज्ञान' या ग्रंथांची निर्मिती झाली. यात महादेवीची वचने एकत्रित आहेत. या वचनांत बहारदार निसर्गवर्णने आहेत. शिवाविषयीच्या अपार प्रीतीची मनोहर गाणी आहेत. अलौकिकाच्या सहवासाचे दिव्य अनुभव शब्दबद्ध करण्यात आले आहेत. (महात्मा बसवेश्वर, सत्संग प्रतिष्ठान, पुणे, प्रथमावृत्ती, ऑगस्ट १९९९, पृष्ठ १२६)

अक्कमहादेवीच्या व्यक्तिमत्त्वाची थोरवी स्पष्ट करताना सुभाष देशपांडे म्हणतात -

> अक्कमहादेवीच्या वचनांचा अभ्यास केल्यानंतर त्यांचे ज्ञानसंपन्न, भक्तीने भारलेले, अंधश्रद्धांना विरोध करणारे, स्त्री-पुरुष समानतेचा पुरस्कार करणारे, सर्व

प्रकारच्या मोहापासून दूर असणारे, वैराग्यसंपन्न आणि अनुभवसंपन्न, भेदभावांना नाकारणारे आणि समतेचा पुरस्कार करणारे असे श्रेष्ठ दर्जाचे व्यक्तिमत्त्व जाणवत राहते. त्या जितक्या निर्भीड आणि परखड आहेत तितक्याच प्रेमळ आणि संवेदनक्षम आहेत. सामान्य शिवशरणांवर त्यांचे प्रेम होते. त्यांचा उद्धार व्हावा अशी त्यांना तळमळ होती. त्यांच्या प्रार्थनेतून आर्तता जाणवते. परशिवाविषयी त्यांच्या मनात एकनिष्ठ अशी अनन्यसाधारण भक्ती होती. त्या शिवास आपला पती मानत असत. त्यांच्या अनेक वचनांमधून सतिपती भावाचे विलोभनीय दर्शन होते. त्यांच्या ज्ञानाचा, तपाचा भक्तीचा, श्रद्धेचा शुद्ध व पवित्र आचरणांचा प्रभाव सामान्य शिवशरणांवर जसा होता तसाच तो श्रेष्ठ शिवशरणांवरही होता. (म. बसवेश्वर : कार्य आणि कर्तृत्व, जनशक्ती वाचक चळवळ, औरंगाबाद, प्रथमावृत्ती, मार्च २०१५, पृष्ठ ३०८-३०९)

कल्याण क्रांतीपूर्वी प्रभूदेवांच्या सांगण्यावरून पत्ती चन्नमल्लिकार्जुनाच्या भेटीच्या ओढीने अक्का श्रीशैलच्या कदळी वनाकडे निघाली. सर्व शरणांनी तिला अश्रूपूर्ण नयनांनी निरोप दिला. कल्याण ते श्रीशैलच्या कदळी वनापर्यंतचा तिचा प्रवास भक्तिपूर्ण व तृप्त आनंदयात्रीचा प्रवास होता. अंग-लिंग एकतेचा तो प्रवास अक्काच्या धन्यतेचा प्रवास होता. धीरगंभीरपणे पावले टाकणारी ती अक्का समत्वभावनेने भारून गेली होती. तिच्या प्रेमळ नजरेने कदळीवनातील पशू, पक्षी, हिंस्र जनावरे यांच्यातील वैरभाव निघाला. तिथे आल्यावर अक्काची चित्तवृत्ती समाधान पावते.

घनगर्द कदळीवनातील गुंफेत इष्टलिंग तळहातावर घेऊन त्याकडे अनिमिष नेत्रांनी ती पाहत राहते. तिच्या अंगांगांतून तृप्तीच्या आणि धन्यतेच्या लहरी पसरत जातात. अक्काचे अंग लिंगात समरस झाले. ती इ.स. ११६८मध्ये शिवरूप होऊन गेली. एक ज्ञानशील, वैराग्यनिधी, निर्मोही, दयाळू आणि पावन व्यक्तिमत्त्व काळाच्या पडद्याआड विरून गेले.

विचारदर्शन

शिवशरणी अक्कमहादेवी ही कर्नाटकातील शिवमोग्गा जिल्ह्यातील उडुतडी नगरीतून कौशिक राजाच्या राजवाड्यातून त्याने बळजबरी करण्याचा प्रयत्न केला हे सहन न होऊन एका रात्री दिगंबरा बनून कल्याणमध्ये दाखल झाली. परशिवाला ती पती मानत असे. त्यामुळे तिच्या वचन साहित्यात मधुरा भक्तीचे उत्कट दर्शन घडते.

आपल्या 'चमकणाऱ्या तांबुस जटांवर' या वचनात तिने शिव महादेवाचे म्हणजे तिच्या चन्नमल्लिकार्जुनाचे यथातथ्य वर्णन केले आहे. ती म्हणते -

चमकणाऱ्या तांबुस जटांवर चंद्रकोर कोमल। सखे, शोभून दिसे पाहा।
फणीमणी कर्णकुंडल। गळा दिसता रुंडमाळा, सांग सखे, येण्या एकवेळा।
चरणांगुष्ठावरी अर्पित गोविंदाचे कमलनयन।
चन्नमल्लिकार्जुनास ओळखण्यास सखे हीच खूण।।

(कन्नड संपादक, डॉ. एम. एम. कलबुर्गी, मराठी अनुवाद : शंकर म. पाटील व सविता सि. नडकट्टी, कर्नाटक सरकारद्वारा प्रायोजित बसव समिती, बेंगळुरू, प्रथम आवृत्ती, २०१२, वचन क्र. १२४५, पृष्ठ ३५५)

डोक्यावर तांबुस जटा, त्यावर चंद्रकोर, फणीमणी कर्णालंकार, गळ्यात रुद्रमाळ, पायाच्या आंगठ्यावर गोविंदाने अर्पिलेले कमलनयन असे हे चन्नमल्लिकार्जुनाचे मनोहर रूप आहे. इथे आपोआप स्वभावोक्ती अलंकार साकार झाला आहे.

अक्कमहादेवीच्या अनेक वचनांत चन्नमल्लिकार्जुन हे आपले पती आहेत, असे वर्णन आले आहे. आपल्या 'अमर, अविनाशी अन् रूपरहित' या वचनामध्ये ती म्हणते-

मी अमर, निराकार आणि अविनाशी अशा सजणावर भाळले तो भवरहित आणि भयरहित आहे। सीमातीत निस्सीमावरी भाळले मी। चन्नमल्लिकार्जुन नामे पतीवरी। मी अति-अति भाळले ग आयांनो! (वचन क्र. १२३०, पृष्ठ ३५०-३५१)

त्याच्या सहवासात तिला आलेला सुखदायी अनुभव तिने 'सुखसंतोष ही शेज, प्रेमार्द्र दुष्टीच आमरण।' या वचनात मांडला आहे. ती म्हणते -

त्याला पाहिल्यानंतर होणारा संतोष आणि प्रीतियुक्त नजर म्हणजे अलंकार होय. त्याच्याशी आलिंगन हेच आपले वस्त्र होय. पुढे ती हर्षभरित होऊन म्हणते, चुंबन जणू मिष्टान्न, मधुबोल हेचि तांबुल। हुरूप मज सुगंधी लेप। चन्नमल्लिकार्जुनाचा संग गे माई, परम-सुखदायी।। (वचन क्र. १२२०, पृष्ठ ३४७-३४८)

शरण सती-पत्नीमधील सौम्य शृंगाराचे हे वर्णन चित्रदर्शी आहे. अक्कमहादेवीची ही मधुराभक्ती या वचनातून साकार झाली आहे. इथे परशिवाचे तिने सजीव चित्रण उत्कटतेने केले आहे. ज्ञान व भक्ती यांचा संबंध स्पष्ट करताना अक्कमहादेवी एका वचनात म्हणते -

ज्ञान असे भानुपरी। भक्ती भानुकिरणापरी। किरण नसती भानुविना। भानू नये किरणांबिना मग ज्ञानाविना ज्ञान। कसे असू शकेल। चन्नमल्लिकार्जुना? (वचन क्र. १२१०, पृष्ठ ३४४)

सूर्य आणि किरण यांच्या दाखल्याने ज्ञान आणि भक्ती यांचा संबंध इथे सुगमपणाने मांडला आहे. उचित दृष्टांत हे अक्कांच्या काव्यशैलीचे वैशिष्ट्य आहे.

सती-पतीच्या विवाह मंडपाचे तिने केलेले हे वर्णन पाहा -

> *पाचूचा ओटा, सुवर्णाचे तोरण। हिऱ्यांचे खांब, पोवळ्यांचे छत। आच्छादनी, बांधियेल्या। माणिक-मोत्यांच्या झुबकळ्या! या रत्नखचित मंडपात। लग्न लावियेले, स्वजनांनी। माझे लग्न लावियेले। कंकण कन्यादान नित्याक्षतांसह। चन्नमाल्लिकार्जुन नामे वराशी। माझे लग्न लावियेले।।" (वचन क्र. १२००, पृष्ठ ३४१)*

हे मंडपाचे आणि लग्नाचे अल्पाक्षर रमणीय वर्णन त्यांच्या कसदार प्रतिभेतून अवतीर्ण झाले आहे.'आचरणात नसलेली वाणी' या तिच्या वचनात ती म्हणते -

बोलण्याप्रमाणे वर्तन नसले, शौर्य कधी दाखविलेच नाही, पानांशिवाय झाड असले, पाण्याशिवाय नदी असली तर त्या त्या गोष्टींचा काय उपयोग!

त्याप्रमाणे - *दयेविना धर्म, विनयरहित शब्द! लिंग-जंगमाविना भक्ती। काय त्यांचे प्रयोजन प्रभू चन्नमल्लिकार्जुना?* (वचन क्र. ११९६, पृष्ठ ३४०)

म्हणजेच धर्म दयाशील असावा आणि आपले शब्द नम्र असावेत. व्यक्तीचे बोलणे नम्र आणि विनयशील असावे. परस्त्री आणि परधन यांच्याविषयी माणसाने केव्हाही आसक्ती बाळगू नये.

शिवभक्ती करण्यासाठी भक्ताची अंतरंग व बहिरंग शुद्धी असली पाहिजे हे लक्षात घेऊन अक्कमहादेवी प्रभूकडे प्रार्थना करते -

> *भंगवा मद माझ्या मायेचा। हरवा तम माझ्या कायेचा! थांबवा त्रास माझ्या जीवाचा। हे देवा चन्नमाल्लिकार्जुनराया। सोडवा भवपाश मजभोवतीचा।। (वचन क्र. ११४४, पृष्ठ ३२३)*

ती म्हणते- *माझ्या मायेतील मद दूर करा. माझ्या देहातील अंधार, माझ्या जीवाचा त्रास आणि माझा भवपाश दूर करा.*

भक्ताचे परमेश्वराकडे हे मागणे आहे. त्यामुळे तर भक्त परमेश्वराजवळ मनाने राहू शकतो. मग ती म्हणते - *मी तुझी गीते गाते. तुला पाहून मी आनंदी होते. तुझे पूजन-अर्चन करते आणि त्या आनंदात मी मग्न राहते.* (वचन क्र. ११२०, पृष्ठ ३१५-३१६)

अक्कमहादेवीने अशी विविध वचने लिहिली आहेत. ह्या साऱ्या वचनांमध्ये तिने मधुराभक्तीचा सूर पुन्हा-पुन्हा आळवला आहे. आपल्या देहाला ताब्यात ठेवून शरणांच्या मांदियाळीत ती आनंदाने व भक्तीने रमली. बसवण्णांच्या अनुभव मंटपात

ती मुक्तपणे वावरली. तिच्या व्यक्तिमत्त्वासंबंधी शरणांच्या मनात आदरभाव होता.

क्रांती गंगोत्री नागलांबिका

महात्मा बसवेश्वरांच्या नेतृत्वाखाली उभ्या राहिलेल्या बाराव्या शतकातील आंदोलनात स्त्रियांचा सहभाग लक्षणीय व मोलाचा होता. अक्कमहादेवी, लक्कम्मा, सत्यका, मुक्तायक्का, रायम्मा, काळव्वे, बोंतादेवी, लिंगम्मा, गुहुव्वे, गोग्गव्वे अशा कितीतरी शरणींनी उत्स्फूर्तपणे सहभागी होऊन भरीव कामगिरी केली. यांनी वचने लिहिली. प्रबोधन केले. संघटन केले. यातीलच तेजस्वी व्यक्तिमत्त्व म्हणजे नागलांबिका होय. तिला नागाई, अक्कनागम्मा, अक्क नागाई, नागम्मा, नागांबिका या नावांनीही ओळखले जाते.

नागम्माच्या योगदानावर प्रकाश टाकनाना डॉ. सचितानंद बिचेवार म्हणतात -

> प्रत्येक व्यक्तीच्या घडणीमध्ये स्त्रीचे योगदान अत्यंत महत्त्वाचे असते. त्याप्रमाणे महात्मा बसवेश्वर आणि चन्नबसवेश्वर या दोघांच्या घडणीमध्ये बहीण व माता म्हणून नागम्माचे योगदान अत्यंत महत्त्वाचे राहिले आहे. त्याचबरोबर 'शरण-धर्म' संस्कृतीच्या रक्षणामध्येही अक्कनागम्माचे योगदान अपूर्व राहिले आहे. बाराव्या शतकातील एक पराक्रमी स्त्री म्हणूनही तिचे कर्तृत्व तेजस्वी स्वरूपाचे आहे.(परिवर्तनाचा महामेरू महात्मा बसवेश्वर, स्वाती प्रकाशन, पूर्णा, परभणी, एप्रिल २०१५, पृष्ठ १३६)

बागेवाडी येथील मदिराज आणि मादलांबिका या दांपत्याच्या पोटी नागम्मा, देवराज आणि बसवराज या मुलांचा जन्म झाला. नागपंचमीच्या दिवशी जन्म झाल्याने मुलीचे नाव 'नागलांबिका' असे ठेवण्यात आले. आई-वडिलांची लाडकी असल्याने तिचा प्रत्येक हट्ट पुरविला जाई. तिची बुद्धी तीक्ष्ण असल्याने तिला कोणतीही विद्या खूप लवकर कळत असे. तिच्या वडिलांनी तिला संस्कृत भाषा लिहिण्यास व वाचण्यास शिकविली. पण तिला मात्र कन्नड भाषाच अधिक आवडत असे. तिला भक्तीचा ओढा लहानपणापासूनच होता. वयाच्या आठव्या वर्षी बसवेश्वरांनी मुंजीला नकार दिला त्या निर्णयाला बुद्धिवादी दृष्टीने नागम्मानेही पाठिंबाच दिला होता.

शिवदेव हा मादलांबिकेचा धाकटा भाऊ होता. त्याने कुडलसंगम येथील जातवेद मुनींच्या गुरुकुलात शिक्षण घेतले होते. आपल्या कन्येला शिवदेव हाच योग्य वर आहे असे तिच्या माता-पित्यास वाटले. कारण तो सद्‌गुणी, सुशील व देखणा होता. नागांबिका व शिवदेवाचे लग्न झाले. नागम्माने रेवणसिद्धेश्वरांकडून मंत्रोपदेश व योगसाधनेचे मार्गदर्शन घेतले. तिने काही काळ इंगळेश्वर येथील गुहेत योगसाधना

केली होती. बसवेश्वराबरोबर बागेवाडी सोडून ती कुडलसंगम येथे गेली होती. तेथे तिने ईशान्य गुरूकडून वेद, उपनिषद, आगमादी धार्मिक ज्ञानार्जन केले होते. नागम्मा आणि शिवदेवास कालांतराने पुत्ररत्न झाले. त्याचे नाव चन्नबसवेश्वर ठेवण्यात आले. हा मुलगा उपजतच असामान्य बुद्धिमत्तेचा व आंतरिक सामर्थ्याचा असल्याने त्याने तरुण वयातच आध्यात्मिक प्रगती साधली.

अनुभव मंटपाचे अध्यक्ष म्हणून अल्लमप्रभू कार्य करत होते. त्यांच्या अनुपस्थितीत चन्नबसवेश्वर अनुभव मंटपाचा कारभार सांभाळत असत. त्यावेळी त्यांना मार्गदर्शन करून दासोहाचा भार सांभाळत गावोगावी, घरोघरी जाऊन महिलांना अनुभव मंटपात भाग घेण्यासाठी आमंत्रित करण्याचे कार्य नागम्मा उत्साहाने करत असे.

स्त्रियांच्या समान हक्कासाठी पुढाकार घेत असल्याने सर्व शरण तिला 'अक्का' म्हणत. नागम्माने स्त्री असूनही पुरुषाप्रमाणे कार्य केले आहे. कल्याणमधील समाज परिवर्तनाच्या लढाईला बिज्जळाच्या वधामुळे वेगळे वळण मिळाले - बिज्जळाचे सैनिक शरणांची कत्तल व वचनभांडार नष्ट करू लागले. या काळात शरणांचे व वचन साहित्याचे संरक्षण महत्त्वाचे होते. यावेळी नागम्माने पुढाकार घेऊन शरणांना एकत्रित करून वचन साहित्याचे रक्षण करण्यासाठी शत्रूशी लढा देण्याचे ठरविले.

त्यानुसार नागम्माने शरणांच्या पाठीवर वचन साहित्य बांधून कल्याण सोडून उळवीकडे जाण्याचे ठरविले. यावेळी नागम्मा व गंगांबिकेने हातात तलवार घेऊन शरणांचे व वचन साहित्याचे रक्षण केले. यावेळी नागम्माच्या नेतृत्वाखाली चन्नबसवेश्वर, मडिवाळ माचय्या, ढोर कक्कय्या, नुलीय चंद्रय्या, अंबिगर चौडच्या, सोडड्ळ बाचरस, बहुरुपी चौडय्या, गंगांबिका, निंबव्वा, कल्याणम्मा व काळव्वा यांच्याप्रमाणे अनेक शरण-शरणी वचन साहित्याच्या व शरण संस्कृतीच्या रक्षणासाठी शत्रुशी निकराने लढा देत होत्या.

बसवेश्वरांच्या लिंगैक्याची वार्ता अक्कनागम्माला कळली. तिच्यावर तो भला मोठा आघातच होता. पण दुःख करत बसण्यापेक्षा बसवेश्वरांचे कार्य पुढे सुरू ठेवणे आपले कर्तव्य आहे असे मानून बरोबरच्या सर्व शरण-शरणींना प्रेरणा देत, धीर देत उळवीकडे नागम्मा चालत निघाली. गणाचार पथकाचा नेता मडिवाळ माचिदेवासह अनेक शरणांची कत्तल करणाऱ्या बिज्जळाच्या जावयाचा म्हणजे रायमुरारीचा नागम्माच्या नेतृत्वाखालील सैन्याने पाडाव करून त्याला ठार मारण्याचा प्रयत्न झाला. यावेळी त्याला प्राणदान देण्याची उदारता नागम्माने दाखविली, याचे चनबसव पुराणात वर्णन आले आहे. जखमी शरणांची सेवा-शुश्रूषा करून त्यांना बरे करा यासाठी नागम्मा झटत होती. या साऱ्या घटनांवरून नागम्मांच्या व्यक्तिमत्त्वातील शौर्य, उदारता आणि करुणा हे गुण लक्षात येतात. अशा तऱ्हेने शत्रूच्या सैनिकांशी लढा देऊन त्यांचा पाडाव करत

शरणांच्या मनामध्ये धर्म व संस्कृतीच्या रक्षणाचे स्फुल्लिंग चेतवत, वचन साहित्याच्या संरक्षणासाठी सातशे कि.मी. लांब असलेल्या उळवी या गावी पोहोचण्यात नागम्माने फार मोठे यश मिळविले होते. तेथील अनेक आदिवासींचे सहकार्य तिने मिळविले होते. उळवी या ठिकाणी नागम्मा व चन्नबसवेश्वर यांनी अनुभव मंटपाचे कार्य व लिंगायत धर्म प्रसाराचे कार्य सुरूच ठेवले. तिची १५ वचने उपलब्ध आहेत. त्यामुळे हजारो लोक या परिसरात लिंगायत धर्मानुयायी बनले. तिचे वचनांकित 'बसवण्णप्रिय चन्नसंगय्या' हे आहे. यात अधिकतर वचने ही बसवण्णांची प्रशंसा गाणारी आहेत. काही कानांत मडिवाळ माचय्या, रेवणसिद्धय्या, सिद्धरामय्या, अक्कमहादेवी, चन्नबसवण्णा व प्रभूदेव यांचा उल्लेख येतो.

काही वचनांतून बसवण्णांच्या लिंगैक्यानंतरची तिची झालेली भाववाही मनोवस्था व्यक्त झालेली आहे. तिचे कारुण्यशाली मन बसवेश्वरांचे स्मरण अत्यंत भावस्पर्शी होऊन करते. त्यांच्या जन्माने या मृत्युलोकी प्रकाश पसरला, तर त्यांच्या जाण्याने मृत्युलोकीचे महानिलय शून्य झाले. तुम्ही मला अंतरलात, हे देवा, मी अनाथ झाले असे ती म्हणते. बसवेश्वरांच्या जाण्याने नागम्मा व्यथित होऊन प्रलाप करते. तिचे दुःखी मन शोकसागरात बुडून जाते. यावेळी तिच्या मुखातून वचन निघते :

भक्तीचा भांडारी बसवा, मुक्तीची मूर्ती बसवा।
लिंग जंगमाचे चैतन्य बसवा।
तुम्हांस अंतरून कशी करू सहन?
हाय, हाय रे देवा, हे परमगुरू बसवा।
तू माझ्या अंतरंगाची ज्योत होतास बसवा।
मज शेष प्रसाद वाढून, मज वाचविले की हो करुनी पावन।
हे बसवलिंगा, मज आता कोण हो गति-मती।
सांगा हो तुम्हां वाचून?
बसवण्णप्रिय चन्नसंगमदेवा, तुम्ही अंतरलात।
परि माझा प्राण अंतरेल का हो तुम्हांपासून।।

या वचनातील नागम्माची बसवेश्वरांवरील प्रीती उत्कट आहे. सर्वस्व बसवण्णांना अर्पित करून ती व्याकुळ होते आणि त्यांना विचारते -

माझा जीव तुमच्यापासून अंतरेल काय? बसवण्णा हे लिंग व जंगम यांचे चैतन्य होते, तसेच तिच्या अंतरंगाची ज्योत होते, ते भक्तीचा भांडारी आणि मुक्तीची मूर्ती होते.

बसवण्णांच्या समतेच्या चळवळीच्या कार्यात नागम्माची मोलाची साथ मिळाली. दासोह भवनातील प्रसादाची व्यवस्था नागम्मा, नीलम्मा आणि गंगांबिका करत असत. अनुभव मंटपात येणाऱ्या शरणींना साक्षर करण्यात नागम्माने फार मोठा वाटा उचलला होता. शरणींची आई होऊन त्यांना ती ममता देत होती.

'अक्कनागाईच्या प्रसादाने माझे अंतरंग शुद्ध झाले' असे आयदक्की लक्कम्मा म्हणते. नागम्माच्या जीवनाच्या पूर्वार्धात बसवण्णा तर उत्तरार्धात चन्नबसवण्णा भरून उरले होते. षट्स्थल चक्रवर्ती चन्नबसवण्णांना जन्म देणारी नागम्मा खरेच धन्य होय.

उळवीच्या घनदाट जंगलातील कष्टप्रद प्रवास, सातत्याने कोसळणारा पाऊस, दमट हवामान, अन्नान्नदशा अशा खडतर परिस्थितीमध्ये चन्नबसवण्णा एका काळरात्री लिंगैक्य पावले. नागम्माच्या मनावर झालेला हा दुसरा मोठा आघात होय.

बसवेश्वरांच्या लिंगैक्यानंतर त्यांच्या मार्गावरून प्रवास करणारी नागम्मा भागावरून मात्र मोडून पडली. शरीराने आणि मनाने खूपच खचलेल्या नागम्माने तरिकेरे, लिंक्कमंगळूर येथे देह ठेवला. शरणांच्या मांदियाळीतील शरण गणमाता लिंगैक्य पावली. ही स्थिती वर्णिताना ती म्हणते -

माझी तनू चन्नबसवण्णाच्या शून्यात पावली समरस।
माझे मन संगन बसवण्णाच्या निजपरी पावले समरस।
माझा प्राण अल्लमप्रभूदेवांच्या ज्ञानात पावले समरस।
शरणांनी प्रत्येकाने विभागून घेतले, मज काहीच नाही उरले।
बसवप्रिय चन्नसंगय्याच्या हृदय कमलात।
निजनिवासी झाले हो मी।।

नागम्माच्या कार्यावर प्रकाश टाकताना डॉ. सचितानंद बिचेवार म्हणतात -

> थोडक्यात, महात्मा बसवेश्वरांनी कल्याण परिसरामध्ये सुरू केलेल्या मानव कल्याण कार्याला प्रारंभापासून मार्गदर्शन व प्रोत्साहन देण्याचे महत्त्वाचे कार्य नागम्मा या बसवेश्वरांच्या बहिणीने केले आहे. महत्त्वाचे म्हणजे अनुभव मंटपातील कार्यामध्ये तिने पडद्याआड राहून बजावलेली भूमिका अत्यंत महत्त्वाची आहे. कल्याण क्रांतीनंतरच्या काळात तर लिंगायत चळवळ, सामाजिक परिवर्तनाची चळवळ चालविण्याचे, त्यासाठी प्रसंगी हातामध्ये तलवार घेऊन शत्रूशी दोन हात करण्याचे कार्य नागम्माने केलेले आहे. म्हणजेच बाराव्या शतकासारख्या स्त्रियांना अधिकार आणि हक्क नसलेल्या काळात मानवतावादी कार्यासाठी धैर्य आणि शौर्याने लढणारी, शरण संस्कृतीची रक्षक,

> माता नागाई आजच्या काळातील स्त्रियांसाठीही एक आदर्शभूत स्वरूपाचे व्यक्तिमत्त्व मानावे लागेल. (परिवर्तनाचा महामेरू : महात्मा बसवेश्वर, स्वाती प्रकाशन, पूर्णा, परभणी, एप्रिल २०१५, पृष्ठ १३८)

नागम्माचे व्यक्तिमत्त्व जसे थोर होते तसे तिचे कार्यही अफाट आहे. भाऊ बसवेश्वर आणि मुलगा चन्नबसवेश्वर यांची व्यक्तिमत्त्वे घडविण्यात तिचा मोलाचा वाटा होता. शत्रूसैन्याशी प्रत्यक्ष लढलेली ती असामान्य साहसी स्त्री आहे. शरण संस्कृती जपून विकसित करणारी ती जबाबदार व कर्तृत्वसंपन्न स्त्री आहे. या सर्व बाबींचा विचार करता नागम्मा ही बसवेश्वरांची समर्थ व कार्यकुशल सहकारी होती असेच म्हणावे लागेल.

नागम्माच्या व्यक्तिमत्त्वावर आणि कार्यावर प्रकाश टाकताना शशिकला राजशेखर मडकी म्हणतात -

> अक्कनागांबिकेचे जीवन बहुमुखी व प्रतिभायुक्त होते. शरणी मुक्ताईचे बंधुप्रेम, अक्कमहादेवीचे वैराग्य, निलांबिकेची लिंगनिष्ठा, गंगांबिकेचे मनोबल, आयदक्की लक्कम्माची कायकनिष्ठा, मोळीगे महादेवीचा सतीधर्म इत्यादी सर्व अनमोल सद्गुणांचा संगम नागलांबिकेमध्ये झाला होता. असे महान व्यक्तिमत्त्व असलेली भगिनी लाभल्याने महात्मा बसवेश्वर धन्य झाले की, बसवाच्या अंतरी क्रांतीचे बीज पेरलेली अक्कनागांबिका धन्य झाली होती? ते उभय बंधू-भगिनी एकमेकांना परस्परपूरक व पोषक होते हे मात्र परमसत्य आहे. नवधर्माची स्थापना करणाऱ्या शरण-शरणींना मातृस्थानी असलेल्या अक्कनागांबिकेची कृती ही उक्तीप्रमाणे होती.
>
> सत्य, समता व सदाचाराच्या मार्गावर चालत, गणाचाराची श्रेष्ठता दाखवत, प्राणपणाला लावून वचन साहित्य व बसवधर्म रक्षण केलेल्या अक्कनागांबिकेचा जीवनपट आजही धर्माच्या मार्गावरून चालणाऱ्या स्त्री-पुरुषांना अभय हस्त, एक नवी दिशा व नवी स्फूर्ती देत आहे. वीर शरणी अक्कनागंबिका ही उदात्त, उन्नत व उत्तुंग व्यक्तिमत्त्वाची 'क्रांती गंगोत्री'च होती. (क्रांती गंगोत्री अक्कनागांबिका, महाराष्ट्र बसव परिषद, हिरेमठ संस्थान, भालकी, बीदर, कर्नाटक, तिसरी आवृती, २०१५, पृष्ठ ६४-६५)

तर अशी ही नागम्मा समता आंदोलनात सहभागी झालेल्या शरण-शरणींची माता होती. बसवेश्वरांची थोरली बहीण होती. चन्नबसवेश्वरांची माता होती. वचन-साहित्याचे रक्षण करणारी लढाऊ स्त्री होती - नवधर्माचा प्रचार व प्रसार करणारी प्रामाणिक व

मनस्वी कार्यकर्ती होती. प्रतिभावंत वचन रचनाकार होती. शिवयोग साधना केलेली शिवयोगिनी होती.

शरण संस्कृतीचे संस्कार आपल्या मुलावर करणारी ती महागुरू होती. बसवेश्वरांच्या बालमनात नवविचारांची ठिणगी पाडणारी महामाता क्रांतिगंगोत्री होती. असे अष्टपैलू व्यक्तिमत्त्व स्वतःच्या कर्तबगारीवर धारण केलेली नागम्मा बसवण्णांच्या समता आंदोलनाची ठाम पुरस्कर्ती होती, हे निश्चित! बसवण्णांच्या संपूर्ण जीवनकार्याची एकमेव साक्षीदार म्हणजे नागम्मा होय. बसवण्णांनी समतेच्या प्रस्थापनेसाठी इष्टलिंगाचा पुरस्कार केला. हे इष्टलिंग धारण करून नागम्माने पहिली दीक्षा घेतली. या घटनेमुळे शतकानुशतके धार्मिक पारतंत्र्यात जगणारी स्त्री मुक्त झाली. तिला विचारांचे व भावनांचे नवे पंख लाभले. ती सुधारणेच्या व स्वातंत्र्याच्या आकाशात मोकळेपणाने विहार करू लागली.

असे हे बसवेश्वरांना मिळालेले सहकारी उत्तुंग कर्तृत्वशाली, मनस्वी प्रामाणिक, सामाजिक बांधिलकी मानणारे, बसवेश्वरांच्या विचारप्रणालीवर दृढ विश्वास ठेवणारे आणि त्यासाठी सातत्याने कष्ट उपसणारे होते, अल्लमप्रभूंनी अनुभव मंटपाचे अध्यक्षपद स्वीकारून लिंगायत धर्माला वैचारिक उंची प्राप्त करून दिली. सिद्धरामेश्वरांचे कर्तृत्व जाणून अल्लमप्रभू त्यांना कल्याणला घेऊन येतात. त्यांनी आपल्या वचनांतून कर्मकांड, अंधश्रद्धा, दांभिकपणा यांच्यावर प्रहार केले आहेत. ते संत व समाजसुधारक होते.

चन्नबसवेश्वर हे श्रेष्ठ कर्मयोगी व शिवयोगी सिद्धरामेश्वर यांचे गुरू होते. अल्लमप्रभूनंतर ते अनुभव मंटपाचे अध्यक्ष झालेले आहेत, यातून त्यांचे थोरपण कळते. वचन साहित्याचे जतन करण्यात त्यांनी फार मोठा संघर्ष केला. प्रत्यक्ष लढाईत ते सहभागी होते. नागम्मा ही बसवेश्वरांची मोठी भागिनी. बसवण्णांनी सांगितलेली समतेची पहिली इष्टलिंग दीक्षा नागम्माने घेतली आणि शतकानुशतके धार्मिक पारतंत्र्यात सडत असलेली स्त्री मुक्त झाली.

वचन साहित्याचे रक्षण करण्यासाठी बिज्जळ सैन्याशी लढा देत कल्याणपासून उळवीपर्यंत नागम्माने केलेला प्रवास चित्तथरारक आहे. महादेवी ही बालपणी 'बालयोगिनी' म्हणून प्रसिद्ध होती. लावण्यवती महादेवी राजा कौशिकाचे राणीपद झिडकारून कल्याणला येते. 'योगांगत्रिविधी' आणि 'कालज्ञान' या ग्रंथांची रचना करणारी ती विदुषी होती. तिची वैराग्यवृत्ती पाहून अल्लमप्रभू व बसवण्णा यांनीही तिची स्तुती केली आहे.

भक्ती, वैराग्य आणि ज्ञान यांच्या प्रकाशाने तिचे व्यक्तिमत्त्व उजळून गेले महादेवीची वचन रचना आगळी-वेगळी व स्वतःच्या वैशिष्ट्यांनी लक्षणीय आहे.

महात्मा बसवेश्वरांना मिळालेले हे सहकारी विचारसंपन्न, भावसंपन्न व कर्तृत्वसंपन्न होते. शरण चळवळीचे हे खंदे समर्थक व बलशाली कार्यकर्ते होते. म्हणूनच शरण चळवळीला समाज परिवर्तन करण्याचे यश लाभू शकले.

बसवेश्वरांचे सहकारी म्हणून अल्लमप्रभू, सिद्धरामेश्वर, चन्नबसवेश्वर व महादेवी यांना मान्यता देण्यात येते. ते निर्विवाद सत्यही आहे. पण लहानपणापासून त्यांच्या अखेरपर्यंत बसवेश्वरांची भक्कमपणे पाठराख करणारी त्यांची बहीण नागम्मा हिचेही बसवण्णांना प्रचंड सहकार्य मिळाले आहे. म्हणून आम्ही नागम्मा या थोर शरणीचा बसवेश्वरांच्या सहकाऱ्यांमध्ये विचारपूर्वक समावेश केला.

•••

शरण परिवार

बाराव्या शतकातील बसवेश्वरांच्या धार्मिक व सामाजिक क्रांतीला अनेक शिवशरणांनी आचार-विचारांनी भरघोस साहाय्य केले. जे विचारी व कृतिशील लोक होते. त्यांना अनुभव मंटपात प्रवेश देऊन बसवेश्वरांनी विचारांची देवाण-घेवाण व्हावी, असे मोकळे वातावरण निर्माण केले. तेथे जसे पुरुष होते तशा स्त्रियाही होत्या. बसवेश्वररूपी सूर्याची ही तेजस्वी किरणे आहेत. उच्च-नीच भावाला थारा न देता त्यांनी दिलेला समतेचा संदेश या शरणांनी मनोभावे पाळला.

या शिवारणांमध्ये पूर्वाश्रमीचे अनेक दलित होते. चांभार समाजातील हरळय्या, ब्राह्मण मधुवारस, ढोर कक्कय्या, परीट माचय्या, न्हावी अप्पण्णा, मजूर रामण्णा, सोनार किन्नरी बोमय्या, विणकर दायीमय्या, महार चन्नय्या, मारय्या, बाचरस, गुंडय्या, अजगण्णा, चंदय्या, केतय्या अशा पुरुष शरणांचा त्या परिवारात समावेश होता. याच पद्धतीने तत्कालीन स्त्रीवर्गाचाही मोठा सहभाग या परिवारात होता. त्यात रायम्मा, पद्मावती, शिवप्रिया, लिंगम्मा, गंगांबिका, सत्यवती, रेमव्वे, लक्कम्मा, निलांबिका,

मुक्तायक्का, बौतांदेवी, काळव्वे, अक्कम्मा, कल्लव्वे, मसणम्मा, कामम्मा, सोमव्वा, गोगव्वे, मोळिगे महादेवी, गंगम्मा आणि केतलादेवी अशा स्त्रियांचाही या शरण चळवळीत सिंहाचा वाटा होता. अशा कितीतरी अनुयायांचा हातभार बसवेश्वरांच्या समता आंदोलनास लागला. त्यामुळेच हे आंदोलन सर्वव्यापक झाले.

***

हरळय्या व मधुवारस

गुलबर्ग्याजवळील सूरपूर या गावी हरळय्या व कल्याणी हे चांभार दांपत्य राहत होते. विहिरीतील पाणी काढण्यासाठी मोटा तयार करणे आणि माणसांच्या पायांतील जोडे-चपला बनविणे, हा त्या दोघांचा व्यवसाय होता. धंदा चांगला चालत होता. त्याचवेळी अस्पृश्यतेचे चटकेही बसत होते. अशा सदाचारी व कष्टाळू हरळय्याने व्यवसाय करता-करता कल्याण येथील बसवेश्वरांच्या समतेच्या चळवळीची माहिती मिळविली. तो ऐकून तो कल्याणीसह कल्याणला गेला. त्याने इष्टलिंग दीक्षा पत्नीसह घेतली. ते दोघेही अनुभव मंटपात जाऊन तेथील आध्यात्मिक चर्चा ऐकू लागले. अल्लमप्रभू, बसवेश्वर व चन्नबसवेश्वर यांच्या दैनंदिन दर्शनाने व सहवासाने त्यांना कृतार्थ वाटू लागले, त्या दोघांना शीलवंत नावाचा मुलगा होता.

एकदा हरळय्या रस्त्याने जात होता. समोरून बसवेश्वर घोड्यावरून येत होते. त्यांना नमस्कार केल्यावर बसवण्णा त्याला 'शरणु शरणार्थी' म्हणाले. त्यामुळे हरळय्या भारावून गेला. बसवेश्वरांविषयी त्याच्या मनात अतिव आदर निर्माण झाला. त्यातूनच त्याने व त्याच्या बायकोने कल्याणम्माने एकमताने क्रमशः आपल्या उजव्या व डाव्या मांडीचे कातडे काढून बसवण्यासाठी जोडे तयार करावयाचे ठरविले व तसे ते बनविले. ते दोघे पती-पत्नी बसवेश्वरांच्या घरी गेले व त्यांनी ते जोडे त्यांना अर्पण केले. ते जोडे डोक्यावर ठेवून बसवेश्वर म्हणाले, 'हरळय्या, किती सुंदर आहेत ही पादत्राणे! पण ही पायात घालण्याची योग्यता माझ्यात नाही. यांचे स्थान माझ्या पायात नाही तर डोक्यावर आहे. ही भेट मी स्वीकारली आहे, असे समज. ही पादत्राणे कुडलसंगमदेवांचे श्रीचरण समजून ही भेट तुझ्याजवळच जपून ठेव!' असे सांगून त्यांनी ती पादत्राणे हरळय्याकडे दिली.

पती-पत्नी बसवण्णांना नमस्कार करून पादत्राणांची पिशवी बरोबर घेऊन घरी येत होते. तेवढ्यात हरळय्याला दरबारातील ब्राह्मण मंत्री मधुवारस समोरून येताना दिसले. त्यांनी त्याला हटकले व पिशवीत काय आहे? ते विचारले. त्याने पिशवी पाहिली. त्यातील जोडे पाहिले. त्याने ते जोडे रस्त्यावर खाली ठेवायला सांगितले. मधुवारसाने ते जोडे पायात घातले आणि काय आश्चर्य! त्याचे पाय भाजू लागले. हरळय्याच्या

स्नानाच्या पाण्याने त्याच्या पायाला दाह कमी झाला. दुसऱ्या दिवशी मधुवारसाने जाऊन हरळय्याची माफी मागितली.

'ते जोडे मी घालायला नको होते,' असा त्याने पश्चात्ताप व्यक्त केला. हरळय्याने मधुवारसाला अनुभव मंटपात येण्यास सुचविले. त्यामध्ये बसवण्णांचे समतेचे विचार ऐकायला मिळतात. त्यानंतर मधुवारस प्रारंभी कुतूहल म्हणून अनुभव मंटपात जाऊ लागला. पुढे-पुढे तर त्याला गोडी लागली. सगळी माणसे समान हा विचार त्याला आवडू लागला. त्याची कर्मठवृत्ती आता पालटू लागली. त्याच्यावरील माणुसकी व सहृदयता जागी झाली. हरळय्याचा तो चांगला मित्र झाला. हरळय्याने इष्टलिंग दीक्षा घेतली होती. मधुवारस व त्याच्या कुटुंबाने इष्टलिंग दीक्षा घेतली. ही दोन्ही कुटुंबे मनाने जवळ येत गेली.

मधुवारसला कलावती नावाची मुलगी होती. तीही अनुभव मंटपात येत होती. हरळय्याला मुलगा शीलवंतही अनुभव मंटपात येत होता. एक दिवस मधुवारसाने आपली मुलगी कलावती हळय्याच्या मुलाला शीलवंतला देण्याचे जाहीर केले. हरळय्यालाही तसे सांगितले. मधुवारस म्हणाला - 'मी आता पूर्वीचा ब्राह्मण राहिलो नाही. आता मी लिंगायत आहे आणि हरळय्या, तूही लिंगायत आहेस. त्यामुळे माझी मुलगी तुझ्या मुलाला द्यायला मी तयार आहे.'

अनुभव मंटपाने या विवाहाला संमती दिली. कल्याण राजधानीत मात्र 'ब्राह्मण-चांभार' जातीत होणाऱ्या या विवाहाची चर्चा जोरात सुरू झाली. राजा बिज्जळाचे कान सनातन्यांनी आधीच भरलेले होते. राजाने या विवाहासंबंधी बसवेश्वरांना खुलासा विचारला.

बसवेश्वरांनी सांगितले, 'हरळय्या आता चांभार नाही. मधुवारस आता ब्राह्मण नाही. दोघांनीही इष्टलिंग दीक्षा घेतली आहे. त्यामुळे ते लिंगायत आहेत. दोन लिंगायत कुटुंबामधील हा विवाह आहे. आंतरजातीय विवाह नव्हे. समान जातीमधीलच हा नेहमीचा विवाह आहे.' सनातनी लोकांच्या आहारी गेलेल्या राजाने वधु-वरांच्या वडिलांना निर्णय बदलण्यासाठी हुकूम दिला. तरीही त्या दोघांचा विवाह अनुभव मंटपात जल्लोषात साजरा झाला. चिडलेल्या राजाने हरळय्या व मधुवारस यांना हत्तीच्या पायी दिले.

मधुवारस आणि हरळय्या यांचे हे बलिदान म्हणजे भारतवर्षातील जातिव्यवस्था नष्ट करण्याच्या बाराव्या शतकात झालेल्या समतेच्या आंदोलनातील पहिल्या हुतात्म्यांचे बलिदान होते. हा विवाह म्हणजे समता, मानवता व एकात्मता यांचा सोहळा होता. उक्ती आणि कृती यांचा अप्रतिम मेळ या मंगलपर्वात झाला. या वेळी शीलवंतानेही बलिदान दिले होते.

कल्याणी व कलावती या वचन साहित्याच्या रक्षणासाठी उळवीकडे निघाल्या. त्या प्रदेशातच त्यांचे देहावसान झाले. राजाचे सैनिक आणि बसवेश्वरांचे अनुयायी

यांच्यात चकमकी घडू लागल्या. कल्याणमध्ये प्रतिक्रांती घडली. बसवेश्वांचे अनुयायी श्रीशैलकडे व उळवीकडे स्वतःबरोबर शरणांची वचने घेऊन निघून गेले. त्यामध्ये ते यशस्वी झाले.

***

धोबी मडिवाळ माचय्या

बिजापूर जिल्ह्यातील सिंदगी तालुक्यातील देवर हिप्परगी येथे इ.स. १११०मध्ये माचय्याचा जन्म झाला. गावातील मठात मल्लिकार्जुन स्वामी राहत असत. त्यांच्याकडे नेहमी माचय्याचे जाणे येणे असे. त्यांच्याकडून बसवेश्वरांची वचने त्याला ऐकायला मिळत. हळूहळू त्यांचा प्रभाव मनावर वाढत गेला. त्यातूनच त्यांच्या मनात कल्याणची ओढ निर्माण झाली. या ओढीतून भीमा नदीच्या पुरातून तो पोहत गेला आणि त्याने कल्याण गाठले. तेथील अनुभव मंटपात जाऊन त्याने इष्टलिंग दीक्षा घेतली व तो लिंगवंत झाला. तो वीर, गणाचारी, साहसी म्हणून विख्यात होता.

एकदा राजा बिज्जळाने बसवेश्वरांना विचारले, "बसवण्णा, तुमचा पोशाख इतका शुभ्र व चमकदार कसा?"

बसवेश्वर म्हणाले, "हे कपडे मडिवाळ माचय्याने धुतले आहेत."

त्यावर राजा म्हणाला, "तर मग माझेही कपडे त्याला धुण्यासाठी द्या!"

त्यावर बसवेश्वरांनी उत्तर दिले, "माचिदेव हे केवळ सत्य व शुद्ध कायक करणाऱ्यांचे कपडे धुतात. ते भवींचे (निव्वळ प्रापंचिक, सांसारिक) कपडे धूत नाहीत. त्यामुळे त्याला बोलावू नये."

राजाला राग आला. त्याने माचय्याला पकडून आणण्यासाठी सैनिक पाठवले. माचय्याच्या एका हातात वीरघंटा व दुसऱ्या हातात तलवार होती. सैनिक तो अवतार बघून भिऊन राजाकडे परतले. राजाने माचय्याला हत्तीच्या पायी देण्याची शिक्षा दिली. माचय्याने त्या हत्तीलाच 'सळो की पळो' करून सोडले. माचय्याचे शरीर बांधेसूद व भक्कम होते. बिज्जळ राजाने त्याचा नाद सोडून दिला होता. यामुळे अनेक शरणांनी माचय्याची प्रशंसा केली आहे. जिथे अन्याय, अत्याचार असेल तिथे माचय्याने जाऊन तो मोडून काढला होता.

अक्कमहादेवी म्हणते - 'मडिवाळ माचय्या माझे जन्मदाता पिता आहेत. त्यांच्या प्रसादाने माझे सर्वांग शुद्ध झाले.' लकम्मा म्हणते - 'मडिवाळाच्या प्रसादाने माझे भाव शुद्ध झाले.' चन्नबसवेश्वर म्हणतात - 'माझे शिवज्ञान मडिवाळ माचय्या पित्यामुळे प्राप्त झाले आहे.'

बसवेश्वर आपल्या एका वचनात माचय्याचा गौरव करताना म्हणतात -

तयास म्हणती 'हा धोबी, हा धोबी'। या धोबीस न जाणती कोण?
मलत्रयात सापडून कष्टप्रद झालेल्या मनाचे मालिन्य।
धुण्यास्तव घेऊन गेला हो आपल्या घरी।
हाताने धुवूनही स्वच्छ होत नाही म्हणून।
तुडविले त्याने आपुल्या पायाने! घुसळून धुतले कापडापरी।
आपले निर्मलत्व दिले हो मज तयाने। दिलेले ते सोवळे वस्त्र पांघरले मी।
अशा मडिवाळ माचय्या कृपेने। वाचलो हो मी कुडलसंगमदेवा।।

या वचनात बसवण्यांनी माचय्याच्या श्रमाचा-कष्टाचा गौरव केला आहे. हा धोबी मनाचे मालिन्य धुणारा महानुभावी शरण आहे. आपले पावित्र्य तो लोकांना देतो.

मडिवाळ माचय्या वीर, साहसी, न्यायप्रिय, सत्यनिष्ठ व दयाळू होता. त्यांची वचने उपलब्ध आहेत. त्यांनी आपल्या वचनांतून कर्मकांड, कांभिक भक्ती, क्षुद्र देवता व कुवर्तन यांवर टीका केली आहे, 'कलिदेवर देवा' या अंकित नामाने त्याने वचन रचना केली आहे. वेद, शास्त्रे, पुराणे यांच्यावर त्याने प्रहार केले आहेत. तो म्हणतो -

वेद हे ब्राह्मणांचे उपदेश, शास्त्रे म्हणजे बाजारातल्या गप्पा।
पुराणे म्हणजे पुंडांच्या चर्चा, आगम म्हणजे खोटे बोलणे।
तर्क, व्याकरण म्हणजे कवित्व मिरविणे।
अशा लोकांच्या बोलण्यात लिंगानुभूती नसते।
म्हणून, असे लोक अंतरंग ओळखलेल्या अनुभवींपेक्षा श्रेष्ठ नाहीत।
असे कलिदेवर देव म्हणे।।

वेद, शास्त्रे, पुराणे, आगम, तर्क व व्याकरण यांच्यावर अधिकार असणारे लोक शब्दपंडित असतात. ते बाष्कळ बडबड करतात. त्यांना आंतरिक अनुभूती नसते. म्हणून असे लोक लिंगानुभूती असणाऱ्या व अंतरंग जाणणाऱ्या अनुभावी व्यक्तींपेक्षा हलक्या दर्जाचे असतात.

परस्त्रीची अभिलाषा बाळगून जिच्याशी गैरवर्तन करणाऱ्या भक्ताने ईश्वरपूजा व नामस्मरण केले तर ते व्यर्थ आहे, हे सांगताना माचय्या आपल्या वचनात म्हणतो -

परस्त्रियांना पाहणाऱ्या डोळ्यांनी। लिंग पाहिले, तर त्यांना ते लाभणार नाही
परब्रह्माचे नामस्मरण करणाऱ्या जिभेने।
परस्त्रीचे अधरपान केले तर, त्याला प्रसाद मिळणार नाही।

परस्त्रीच्या बाहूंना, कुचांना स्पर्श केला तर। त्याने केलेली पूजा व्यर्थ।
हे ओळखले तरच व्रत नाहीतर, आत मद्य भरलेल्या घड्याला।
बाहेरून राख फासल्यासारखे, कलिदेवर देव।।

परस्त्री संग केल्यामुळे माणूस लिंग, जंगम व प्रसाद यांपासून दूर जाते, त्याने केलेले देवदर्शन, नामस्मरण व पूजा निष्फळ आहे. माचय्याने आपल्या वचनांतून बसवेश्वरांची प्रशंसा केलेली दिसते. तो म्हणतो -

'बसवण्णांची वाणी परीस। करणी परीस, दृष्टी परीस।
हस्त परीस, मन परीस, भाव परीस।
बसवण्णा स्मरणे हेच मजलागी लिंगार्लन।
बसवण्णांना स्मरणे हेच मजलागी जंगमार्चन।'

अन्य काही वचनांतून माचय्याने अल्लमप्रभू, चन्नबसवेश्वर व अन्य शरणांचा उल्लेख केला आहे.

कल्याण प्रतिक्रांतीनंतर वचन-साहित्याचे रक्षण करण्यासाठी उळवीला गेलेल्या गटाचे सारथ्य माचय्याने केले. राजा सोविदेवाच्या सैन्याने या गटावर हल्ला केल्यानंतर मुरगोड, बैलहोंगल, बेळगावी येथे जखमी झालेल्या माचय्याचे कारिमने या गावी निधन झाले. वचन-साहित्याच्या रक्षणासाठी हुतात्मा झालेला तो पहिला लढवय्या वीर होता.

***

काश्मीरचा राजा महादेव व पत्नी गंगादेवी

काश्मीरमध्ये संपादलक्ष हे राज्य होते. मांडव्यपूर ही त्याची राजधानी होती. तेथील राजा महादेव शिवभक्त होता. त्याच्याकडे आलेल्या जंगम साधकांमार्फत त्याला बसवेश्वरांचे विचार व कार्य कळले. ते ऐकून त्या कार्यात आपण सहभागी व्हावे व आपल्या उत्तरायुष्यात आपण समाधान पावावे असे त्याने ठरविले. आपले राज्य पुत्रावर सोपवून तो व त्याची पत्नी गंगादेवी हे उभयता विरक्तवृत्ती धारण करून कल्याण येथे आले. आपल्या उदरनिर्वाहासाठी त्याने व त्याच्या पत्नीने जंगलातील लाकडे गोळा करून त्याच्या मोळ्या विकण्याचे कायक स्वीकारले. अनुभव मंटपात गेल्यावर हे दोघेही लाकूड विकणे हे आपले कायक आहे असे सांगत. याशिवाय इष्टलिंग पूजा करणे त्या दोघांना आवडे. त्यात ते बराच काळ रममाण होत.

या दोघांनी लाकडे गोळा करून त्याची विक्री करण्याच्या व्यवसायाला प्रतिष्ठा प्राप्त करून दिली. आपल्या समतापूर्ण आपुलकीच्या आचरणाने अनुभव मंटपातील अनेक

शरण-शरणींची मने त्यांनी जिंकली होती. ऐषआरामाचे आयुष्य सोडून जंगलातील लाकडे गोळा करायची न ती गावात डोक्यावरून आणून विकायची हे कायक राजा-राणीने स्वीकारले ते बसवेश्वरांच्या विचारांच्या प्रभावामुळे! अर्थात त्यांचे सदाचारी सत्प्रवृत्त मनही त्यासाठी कारणीभूत होते. उत्तरायुष्यात या राजा-राणीने बसवेश्वरांच्या परिवारात शरण-शरणी म्हणून स्थान मिळविले. यातच त्यांना धन्यता वाटे. या दोघांनीही शेवटी कल्याणच्या परिसरातच आपला देह ठेवला. सोलापूर-हैदराबाद मार्गावर दुमनाबादपासून १२ किलोमीटर अंतरावर 'मोळकेरी' या गावी त्यांचे जमिनीखालील गुहावजा घर आजही आपल्याला पाहावयास मिळते.

***

कायकशील आयदक्की मारय्या व लक्कम्मा

कर्नाटकातील रायचुरू जिल्ह्यातील लिंगसुगुरूजवळील अमरेश्वर गावचे हे दांपत्य होते. पतीस साथ देऊन योग्य वेळी जागृत करणारी पत्नी आणि तिच्या विचारांचा आदर करणारा पत्नी म्हणजे लक्कम्मा आणि मारय्या हे दांपत्य! या कष्टाळू पती-पत्नीला पारमार्थिक जीवन प्रिय होते. बसवेश्वरांच्या विचारांनी व कार्याने प्रभावित होऊन हे दोघे कल्याणला आले आणि अनुभव मंटप परिवारात सामील झाले. मारय्या दररोज धान्य बाजारात दुकानासमोर, कोठाराभोवती व रस्त्यावर पडलेले धान्य वेचण्याचे कायक करत असे. 'आयदक्की' म्हणजे तांदूळ वेचणारा मनुष्य! म्हणून तो आयदक्की मारय्या! दोघांनीही वचने लिहिली आहेत. मारय्याची ३२ तर लकम्माची २५ वचने मिळाली आहेत. मारय्या वचनात माझ्या 'अमरेश्वरलिंग' म्हणतो तर लक्कम्मा मारय्यप्रिय अमरेश्वरलिंग असे वचनात म्हणते.

दररोज इष्टलिंगपूजा, ध्यान, कायक, शिवानुभव असा त्यांचा दिनक्रम असे. एक दिवस अनुभव मंटपात कायकाविषयी चर्चा सुरू झाली. मारय्या त्या चर्चेत तल्लीन झाला. प्रत्येक कायक सत्य व शुद्ध असला पाहिजे. अनेक शरण त्या चर्चेत आपले अनुभव सांगत होते. लकम्माने तेथे येऊन मारय्यास कायकासाठी जाण्याची वेळ झाली असे सांगून त्यास तिकडे पाठवले.

कायकाच्या चर्चेत तल्लीन होण्यापेक्षा कायकात तल्लीन होणे आवश्यक आहे, असे लक्कम्माचे मत होते. मारय्याने तांदूळ वेचून ते गाठोडे घरी आणले. लक्कम्माने पाहिले तर नेहमीपेक्षा ते तांदूळ जास्त होते. यातील अधिकचे तांदूळ तिने सांगितल्यावर मारय्याने बसवेश्वरांच्या महामनेत नेऊन दिले. कायकशील मारय्याला ते तिचे मत पटले म्हणून त्याने ते तांदूळ नेऊन दिले. त्या दोघांनी कायकाला फारच महत्त्व दिले होते.

श्रद्धापूर्वक उद्योग हाच स्वर्ग हा जीवनातील महत्त्वाचा विचार मारय्याने सांगितला

आहे. त्याने निरुद्योगी संन्यासी व्यक्तीचे महत्त्व कमी केले. दुसऱ्याच्या श्रमावर जगणाऱ्या आळशी लोकांच्या डोळ्यांत या विचाराने झणझणीत अंजन घातले गेले. हा विचार मनी मानसी भिनल्याने समाजातील हलकी-सलकी पण महत्त्वाची कामे करणारे लोक स्वाभिमानाने व आत्मविश्वासाने वागू लागले. लक्कम्मानेही हा विचार आपल्या वचनातून प्रकट केला आहे.

लक्कम्माचे भक्तिविषयक विचार सांगताना डॉ. अशोक कामत म्हणतात -

> भक्ती ही गर्वाने करण्याची गोष्ट नाही. तसे केले तर सारी हानी होते. आत्मज्ञान ज्याला संपादन करायचे त्याचा आधी आचार विशुद्ध हवा. दुराचाराने परमार्थाची वाटचाल करणे अशक्य असते. त्यागी, विरागी जर व्हायचे तर आधी द्यायला शिकायला हवे. भक्ती म्हणजे अढळ निष्ठा! दृढ भावनेने केलेली निरपेक्ष सेवा नसेल तर फुटक्या घड्याची स्थिती, जे त्या कुंभात भरावे ते सारे सांडून जाईल. माझ्या मारय्याप्रिय अमरेश्वर लिंगाने मला निरंतर आधार देऊन विशुद्ध भक्तीच्या प्रशस्त पथावर चालत ठेवले आहे. (महात्मा बसवेश्वर, सत्संग प्रतिष्ठान, पुणे, ऑगस्ट, १९९९, प्रथम आवृती, पृष्ठ १७६)

कायकाचे महत्त्व सांगताना लक्कम्मा म्हणते - शुद्ध चित्ते कार्यकमग्न सदे भक्तास। पाहावे तिथे लक्ष्मीचा आपसुख वास।। सद्भक्त शरण हा सत्य शुद्ध कायक करत असल्यामुळे तो गरीब राहूच शकत नाही, असे ती म्हणते.

मारय्या आणि लक्कम्मा या दांपत्याने कायक करतच बसव विचारांची उंची चढती-वाढती ठेवली.

***

दयामूर्ती दसरय्या

आंध्र प्रदेशातील रामगोंड गावातील दसरय्या-विरम्मा हे दांपत्य शेती करत सुखाने राहत होते. बसवण्णांनी मानवतेचा नवा प्रयोग सुरू केल्याचे ऐकून ते दोघे कल्याणला आले. अनुभव मंटपात जाऊ लागले. वचन रचना करू लागले. दसरय्या हे प्रेमळ, सात्त्विक व दयाळू मनोवृत्तीचे होते. दया, क्षमा, शांती व सद्भाव ही त्यांच्या व्यवहाराची चतुसूत्री होती. ते प्राणिमात्रावर प्रेम करत. 'दयाभाव हाच खरा धर्म. दया सर्वांविषयी ठेवायला हवी. यशिवाय मानवी जीवनाला सार्थकता येऊ शकत नाही.' हे बसवेश्वरांचे विचार त्याच्या मनावर जोरदारपणे ठसवले होते.

बसवेश्वर त्यांचा परिचय नीतिदयेची आदर्श प्रतिमा म्हणजे 'दसरय्या' असा करून देत. त्यांना लोक दयामूर्ती म्हणू लागले, प्राणिमात्रांच्याच नव्हे तर वृक्षवेलींच्या तरल

भावभावनांशीही ते समरस होत. चौदाव्या शतकातील भीम कवीने व षडाक्षरी कवीने दसरय्यांच्या चरित्रलेखनात एक प्रसंग सांगितला आहे.

तो असा – एकदा दसरय्या देवपूजेसाठी फुले आणावयास रानात गेले. झाडावरील उंच जागेवरील फुले तोडण्यासाठी त्यांनी फांदी वाकवली. ती कटकन मोडली. तेथून झाडाचा जीवनरस वाहू लागला. झाडाला झालेली इजा पाहून दसरय्या कळवळले. झाडाच्या जखमेतून भळाभळा रक्त वाहत असल्याचे त्यांना वाटू लागले. त्यांचे मन हळहळले. त्याचवेळी देवपूजेसाठी का असेना पण झाडावरील फुले तोडायची नाहीत असे त्यांनी ठरविले. या घटनेने त्यांचे मन हलून गेले.

परमेश्वराला उद्देशून आपल्या वचनात ते म्हणतात -

फूल हे झाडाचे मूल, त्यांची शोभा। त्यांना तोडण्याचा अधिकार मला न तुला।
गळून पडल्यास करीन समर्पण तुला। केले तरी अर्पण कोमेजलेले फूल।
पूजेत हस्तक्षेप तुझा नाही चालणार। तरीही केलास हस्तक्षेप, नाही उरणार।
तुझे देवत्व आणि पुजिल्याविना राहील का तुझ्यात देवत्व।
पूजेत केल्यास आशा व्यक्त। होशील देवा, तू साधा भक्त।।

झाडाखाली पडलेल्या फुलांना माती लागायची. तसे होऊ नये म्हणून झाडाखालची जमीन ते सारवून स्वच्छ करत. झाडावरून गळून त्यावर फुले पडत. मग ती फुले गोळा करून इष्टलिंगाला अर्पण करायचे! एकदा एका चोराने दसरय्यावर विनाकारण हल्ला केला. तो त्याचा मार खातच राहिला. चोरच त्यामुळे वैतागला.

तो म्हणाला, “मी हरलो. सत्‌शील अशा तुला मी जाणू शकलो नाही. मी तुला शरण आलो आहे.” त्याने दसरय्याला वंदन केले. शिवशरणांसह बसवेश्वर तेथे आले.

खऱ्या शिवशरणाचे हेच बळ असते. ज्याचा आचार चांगला त्याचाच विचार चांगला. अहिंसाच श्रेष्ठ आहे. दसरय्या आणि वीरम्मा यांनी वचने लिहिली आहेत. आपल्या उक्ती व कृतीने त्या दोहोंनी आपल्या दयाळूपणाने अनेकांना जिंकले. बाराव्या शतकात वृक्षांच्या भावनांशी समरस होणारे दसरय्या पर्यावरण संतुलन दाखणारे पहिले कार्यकर्ते आहेत.

***

किन्नरी बोम्मय्या

बोम्मय्या आंध्र प्रदेशातील पुडूरु गावचा सोनार. तो शिवभक्त होता. एकदा त्याने व्यवसायात केलेला काळा व्यवहार त्याच्या गुरूसमोर उघड झाला. गुरूंनी त्याची कानउघडणी केली. परिणामी बोम्मय्याने सोनारकी सोडली. तो किन्नरी हे एकतारी वाद्य

वाजवून नेहमी ईश्वरस्मरण करत. संगीतात त्याची प्रगती झाली. बसवेश्वरांचे कार्य व त्या कार्याची महती बोम्मय्यांच्या कानी पडली. तो कल्याणमध्ये गेला. तेथील त्रिपुरांतक तळ्याकाठी असलेल्या त्रिपुरांतकेश्वर शिवालयात तो राहू लागला. अनुभव मंटपाचा तो सदस्य झाला. तो आणखी व अन्य शरणांची वचने आपल्या मधुर आवाजात किन्नरी वाजवून गात असे. बरेच श्रोते त्याची वचने ऐकून आनंदीत होत.

एक दिवस एक माणूस बळी देण्यासाठी बोकड घेऊन आला होता. बोकड त्याच्या हातून निसटला आणि तो त्रिपुरांतकेश्वर मंदिरात आला. ओरडणाऱ्या बोकडाजवळ बोम्मय्या आला. बोम्मय्याने त्या माणसाला बोकडाची किंमत दिली आणि त्या बोकडाचे प्राण वाचविले. त्या माणसाचे मनही त्यामुळे पालटते. अहिंसा व दयाळुपणा या गुणांमुळे बोमय्या महान शरण ठरला. त्यांची अठरा वचने आहेत. त्यात 'महालिंग त्रिपुरांतक' हे अंकित येते. त्यात शिवमहिमा व बसवेश्वरांसह अन्य शरणांची वर्णने आहेत.

वैराग्यमूर्ती अक्कमहादेवी कल्याणमध्ये आल्यानंतर तिची पहिली भेट बोम्मय्याने घेतली. वैराग्याची परीक्षा घेण्यासाठी गेलेला बोम्मय्या तिच्या ज्ञानाने व वैराग्याने प्रभावित झाला. 'माता' म्हणून तिला त्याने अभिवादन केले. आपल्या एका वचनात माणसाने यौवन, सौंदर्य, संपत्ती, कुलाभिमान यांचा गर्व करू नये हे सांगताना तो म्हणतो -

तुझे तारुण्य, रुपलावण्य, चतुर बोलणे, संपत्तीचा संतोष।
हत्ती, घोडे, रथ, पायदळाचे समूह सती, सूत, आप्तबंधूच्या समुहाचा।
तुझ्या कुलाभिमानाचा गर्व सोडून दे, वेडा होऊ नकोस।
अरे रोमजापेक्षा तू श्रेष्ठ आहेस काय?
मदनापेक्षा सुंदर आहेस काय? सुरपतीपेक्षा श्रीमंत आहे का?
वामदेव वसिष्ठापेक्षा श्रेष्ठ कुलीन आहेस का?
यमदूत येऊन, हात धरून नेऊ लागता। बोलण्यास वाव नाही।
अरे मानवा, माझ्या महालिंग त्रिपुरांतक देवाची पूजा केली तर।
अमरपदाची प्राप्ती होईल रे वेड्या।।

वचन साहित्याचे रक्षण केलेल्या उळवी येथील गटात बोम्मय्या सामील झाला होता. उळवीला गेल्यावर नदीकाठी आलेल्या शत्रुसैन्याशी बोम्मयय्याने दीर्घकाळ लढा दिला. तेथील नदीचा प्रवाहाच त्याने अन्यत्र वळविला. त्यामुळे शत्रुसैन्य परत फिरले. त्या नदीला 'किन्नरी बोम्मय्याची नदी'असे आजही म्हटले जाते. महामने जवळील गुहेशेजारी असलेल्या त्याच्या समाधीवरील दगडावर 'किन्नरय्या' असे अशी नोंद आहे. वचन साहित्याच्या रक्षणासाठी बलिदान देणारा हा दुसरा शरणवीर होय.

***

गणाचार दलनेता ढोर कक्कय्या

त्यावेळच्या माळव्यातील म्हणजे आजच्या मध्य प्रदेशात इ.स. ११०५च्या सुमारास एका शिवभक्त ढोर कुटुंबात कक्कयांचा जन्म झाला. बालपणापासून ते शिवोपासक होते. गावातील मल्लिकार्जुन महादेवाला ते मंदिराबाहेरूनच वंदन करत, आपण देवळात प्रवेश करू शकत नाही याचे शल्य त्यांच्या मनाला बोचत राही. यातून काही तरी मार्ग निघेल अशी त्यांना आशा होती. कातडी कमावण्याचा धंदा ते करत असत. कक्कय्या आणि कालिकाअम्मा आदर्श पत्नी-पत्नी होऊन जीवन जगत होते. बसवण्णांनी कल्याणमध्ये केलेल्या समतेच्या आंदोलनाची तपशीलवार बातमी कक्कयांना कळली. बसवण्णांच्या भेटीसाठी ते माळव्यातून कल्याणला गेले.

अनुभव मंटपाच्या प्रवेशद्वारात शरणांनी व स्वतः बसवण्णांनी त्यांचे उत्साहाने स्वागत केले. ते अनुभवल्यावर त्यांच्या मनात चैतन्य संचारले. त्यांना इष्टलिंग दीक्षा देण्यात आली. त्यामुळे त्यांची पूर्वाश्रमीची ढोर ही जात नष्ट झाली. ते आता लिंगायत झाले. कक्कय्याची शूद्रत्वाची भावना पुसून गेली. त्यांचे कातडी कमावण्याचे कायक सुरू झाले. त्यानंतर काही काळ बिज्जळ राजाच्या सैन्यात ते शूर सैनिक झाले. ते बसवकार्यात सहभागी आहेत असे समजल्यावर राजाने त्यांना सैन्यातून काढून टाकले. त्यानंतर अनुभव मंटपातील शरण-शरणींचे संरक्षण करणारी स्वयंसेवकांची एक संघटना कक्कय्यांनी उभी केली. तिला 'गणाचारी दल' असे नाव दिले. कक्कय्या व मडिवाळ माचय्या हे दोघे त्या दलाचे सूत्रधार होते. कक्कय्या हे गणाचारी दलाचे प्रवर्तक व नेते होते.

शरणांच्या वचन साहित्याचे संरक्षण व शरणांचे रक्षण करण्याचे कार्य त्यांनी कल्याणपासून उळवीपर्यंतच्या प्रवासात शौर्याने व वीरवृत्तीने केले. बेळगावजवळील 'कक्केरी' येथे त्यांनी वीरमरण आले. त्यांच्या समाधीच्या जागी 'कक्कय्या मंदिर' आहे. जवळच त्यांच्या नावाची विहीर आणि जलाशय आहे.

बसवण्णा कक्कय्यांना आप्त मानतात. ते म्हणतात - 'पिता माझे मादार चन्नय्या। तात माझे डोहार कक्कय्या।।' कक्कय्याची ६ वचने आहेत. ते म्हणतात -

मला गुरुस्थल दाविले संगन बसवण्णांनी।
मला लिंगस्थल दाविले चन्नबसवण्णांनी।
मला जंगमस्थल दाविले सिद्धरामेश्वरांनी।
मला प्रसादिस्थल दाविले बिब्बी बाचय्यानी।
मला प्राणलिंगस्थल दाविले चंदय्यानी।
मला शरणस्थल दाविले सोडड्ळ बाचरसांनी।
मला ऐक्यस्थात दाविले अजगण्णांनी।

अशी स्थले पाहून सातशेसत्तर अमर-गणांच्या।
श्रीपादास्त नमन करुनी जगतो पाहा। अभिनव मल्लिकार्जुना।।

कक्कय्यांनी आपल्या आध्यात्मिक प्रगतीला मार्गदर्शन केलेल्या शरणांबद्दल इथे आदर व्यक्त केला आहे.

***

गुराखी रामण्णा

मजूर रामण्णा कष्टाळू होते पण त्यांचे मन शिवभक्तीत रमून जाई. शिवानुभव मय्याच्या ओढीने ते कल्याणला आले होते. तेथील सत्संगात ते सहभागी होत. त्यातून शिवसाधनेचे ज्ञान त्यांना मिळाले. शरणांच्या गाई गुरांना चारायला नेण्याचे त्यांनी कायक स्वीकारले. गुराखी म्हणून त्यांना मिळालेली भाजी-भाकरी ते शिवार्पण करत आणि नंतर प्रसाद म्हणून ती सेवन करत. अनुभव मंटप, शिवोपासना आणि गुरे राखणे हे त्यांचे विश्व होते.

त्यांची ४६ वचने उपलब्ध आहेत. शिवभक्तांच्या घरच्या गायी व गुरे घेऊन ते रानात चारावयास नेत. त्यांची वचन रचना गूढ आहे. त्यांच्या वचनात वाच्यार्थ वेगळा आणि लक्ष्यार्थ वेगळा आहे. त्यांच्या वचनांचे अंतरंग अनुभवातून सजले आहे. 'गोपतिनाथ विश्वेश्वर लिंग' हे त्यांच्या वचनाचे अंकित आहे. त्यांचे जीवन निर्मळ व निःस्वार्थी होते. गुरे राखताना त्यांच्या मनात उठणारे भावतरंग म्हणजेच त्यांची वचने होत.

आपल्या एका वचनात ते सांगतात - 'आपल्या घरातील आया-बहिणी याही अशा गायीच नव्हेत काय? या गरीब गाई आपण आपल्या घरांत केव्हापासून कोंडून ठेवल्या आहेत! त्यांना आपण शूद्रांसारखेच वागवतो. त्यांना बाहेर पडायला आणि शिकायला बंदीच आहे. त्यांना कोणतेच स्वातंत्र्य नाही. सर्व समाजव्यवस्था पुरुषप्रधान बनविण्यात आली आहे.' बसवेश्वरांच्या सान्निध्यात आल्याने ते स्त्रीमुक्तीचे विचार सांगू लागले.

रामण्णा पुरुषांना उद्देशून म्हणतात - 'बाबांनो, बाया-बापड्यांना गुरासारखे वागवू नका. त्या तुमच्या माता-भगिनी आहेत. त्यांनीच तुम्हाला जन्म दिला. तुमच्या आवडी-निवडी सांभाळल्या. तुम्ही पुरुष जे करू शकता ते त्याही करू शकतात. त्यांना विश्वेश्वर लिंगाशी सामरस्य संपादण्याचा, आध्यात्मिक शिवसाधनेचा अधिकार आहे. तो त्यांना द्यायलाच हवा.'

रामण्णा कल्याण प्रतिक्रांतीच्या काळात कल्याणमध्ये होते. त्यांचे हे वचन पाहा. ते म्हणतात - 'एका काठीने अनेक गायींना थांबविल्याप्रमाणे। एकचित्त होऊन सर्व विकारांना नष्ट करून। इंद्रिय इच्छेस्तव विविध मलयुक्तांच्या जवळही, न भटकता।। परमवस्तूच्या देहात आपला देह लीन करणे म्हणजे। परमसत्याची दृढ स्थिरता।।

गोपतिनाथ विश्वेश्वर लिंग जाणून घेण्याचा हाच मार्ग आहे।।'

गुरे राखताना अनेक गायींना एकाच काठीने नियंत्रित करता येते. तसे विविध इंद्रियांना मनरूपी काठीने ताब्यात ठेवता येते. मन एकचित्त झाल्यावर सर्व विकार नष्ट होतात. त्यामुळे आणव, माया व कार्मिक या मलत्रयातून मुक्त होता येते. अशा मुक्तदेहाच्या साहाय्याने परमवस्तुरूपी महालिंगात समरस होता येते. गुराखी रामण्णांच्या या गूढ वचनांकडे पाहता शरण चळवळीची यशस्विता लक्षात येते. बसवण्णांच्या बहुजनातील प्रबोधनाचे येथे दर्शन घडते.

***

नागीदेव कांबळे

मंगळवेढ्याचा हा सामान्य अस्पृश्य माणूस. बसवेश्वरांच्या मानवतावादी कार्याने प्रभावित होऊन तो कल्याणला आला. गावाबाहेर तो झोपडीत राहत असे. शरणांनी त्याला बसवेश्वराजवळ नेले. त्यांनी त्याला 'कायक', 'दासोह' व लिंगदीक्षेचे महत्त्व सांगितले. तो अनुभव मंटपातील आध्यात्मिक चर्चेत सहभागी होऊ लागला. बसवण्णा त्याच्या हातून प्रसाद घेत. लोकांनी जातिभेद पाळू नये म्हणून बसवण्णा स्वतः महार चांभारांच्या वस्तीत जात. सहकाऱ्यांसह तेथे प्रसाद भोजन घेत. उच्चवर्णीयांच्या निंदा नालस्तीला ते अजिबात भीक घालीत नसत. सनातन्यांनी राजाकडे या बाबींची तक्रार केली. बसवण्णांनी नागीदेवाला आपल्या आसनाजवळच बसवून घेतले.

त्यानंतर बसवेश्वरांनी दिलेल्या उत्तराबद्दल डॉ. अशोक मेनकुदळे म्हणतात —

> बिज्जळ राजाला दरबारात खुलासा देताना बसवेश्वर म्हणाले, 'महाराज, लिंगधारी शिवभक्ताची मूळ जात नष्ट होते. तो आता लिंगायत आहे. देहच शिवमय होतो, मग महारपणाचे शूद्रत्व राहत नाही. महारवाड्याच्या जागेवर जर राजाने छावणी उभी केली तर तो राजवाडाच होणार नाही काय? महर्षी व्यास भोईणीचा पुत्र होते. मार्कंडेय मांग होता. अगस्ती ऋषि बेरड, दुर्वास ऋषी चांभार, कश्यप लोहार तर कौंडिण्य हा न्हावी होता. नदीचे मूळ व ऋषीचे कूळ पाहू नये, असे शास्त्र म्हणते. परब्रह्म चराचरांत व्याप्त आहे, असे अद्वैत तत्त्वज्ञान सांगते. मग तत्त्वज्ञानाप्रमाणे आपण वागलो तर धर्म भ्रष्ट कसा होईल? माझी नाती आता बदलली आहेत. मांग चन्नय्या माझे आजोबा आहेत. ढोर कक्कय्या माझे वडील आहेत. नागीदेव महार माझे मोठे भाऊ आहेत. अनुभव मंटपाचे सर्व शरण-शरणी त्यांच्याशी रोटी-बेटी व्यवहार करू शकतात. आता आम्हां सर्वांची जात एकच - मानवता धर्माची म्हणजेच लिंगायत धर्माची!'
> (महात्मा बसवेश्वर, सुविधा प्रकाशन, सोलापूर, २००३, पृष्ठ १४२-१४३)

अशा तऱ्हेने नागीदेवसोबतच्या रोटी-बेटी व्यवहाराचे समर्थन बसवण्णांनी प्रत्यक्ष राजदरबारातही परखडपणे केले होते. नागीदेव रानातून गवत कापून आणून ते बाजारात विकत असे. त्याची वचन रचनाही उपलब्ध आहे. त्यावेळचे लोक नागीदेव महाराला 'शिवनागमय्या' असे म्हणत असत.

***

वैद्य संगण्णा

संगण्णा वैद्य शरणांच्या बाह्यांग व अंतरंगाचे निदान करून त्यांना आरोग्य मिळवून देत. हेच त्यांचे कायक होते. गुलबर्ग्याजवळील खेड्यात संगण्णा वैद्याचा व्यवसाय करत. बसवेश्वरांनी त्यांची कीर्ती ऐकून त्यांना कल्याणला बोलावून घेतले. ते वैद्यकीय व्यवसाय मनापासून करत. त्याचवेळी ते इष्टलिंगपूजा व दासोह यांचे आचरण करत. ते श्रेष्ठ वचनकार होते. त्यांच्या वचनात वैद्यकीय परिभाषा आली आहे. त्यांच्या वचनांतून शिवयोग, शिवार्चना व षट्स्थलाचे विवरण मार्मिकपणे आले आहे. त्यांच्या वचनातून कक्कय्या, चेन्नय्या, हरळय्या आणि शिवनागमय्या यांच्याविषयी कृतज्ञता व्यक्त झाली आहे. त्यांचे वचनांकित 'मरुळशंकर प्रिय सिद्धरामेश्वर' असे आहे. त्यांच्या एका वचनात ते म्हणतात -

नाना रोग येऊन देहास पछाडल्यास शिवार्चना करावी।
सकल पुष्पांनी पूजा करावी। पंचाक्षरी प्रणव न चुकता त्रिकाल स्मरावे।
याने रोग निवारण होईल। मरुळशंकरप्रिय सिद्धरामेश्वर लिंगाच्या साक्षीने।।

नाना रोगांना दूर करणारे हुकमी औषध म्हणजे 'शिवार्चना' होय. सर्व पुष्पे शिवपूजेस योग्य आहेत. 'नमः शिवाय' मंत्राचे व ओंकाराचे त्रिकाल स्मरण करावे. त्यामुळे रोग निवारण होते. वैद्य संगण्णा यांनी अनेक रोगांवर 'शिवार्चना' हा खात्रीशीर उपाय सांगितला आहे.

त्यांची चोवीस वचने उपलब्ध आहेत. कल्याणच्या अनुभव मंटपातील शरणांच्या सहवासात राहिल्याने त्यांच्याविषयी त्यांनी कृतार्थ भाव व्यक्त केले आहेत.

ते म्हणतात - 'कक्कयाच मजसी कामधेनू। चेन्नय्याच मजसी कल्पवृक्ष हरळय्या मजसी चिंतामणी। केंभावी भोगय्याच मजसी सुधाब्दी। शिवनागमय्याच मजसी परीस पर्वत। या पाच जणांचा कारुण्यप्रसाद प्राप्त करून जगतो पाहा। मरुळशंकरप्रिय सिद्ध रामेश्वर।।' या वचनात शरणांवरील त्यांची या श्रद्धा व्यक्त झाली आहे. संगण्णा वैद्य एके ठिकाणी वचनातून म्हणतात -

'शरीर हे पृथ्वी, तेज, वायू, आप, आकाश यांसह बनलेले आहे. पंचमहाभूतांचा इष्टानिष्ट परिणाम अगदी स्वाभाविकपणे त्यावर होत राहतो. त्याबद्दल चिंता करू नये, हलगर्जीपणाही दाखवू नये. जसे इंद्रियांना कष्टवत बसू नये तसेच भूत, पिशाच्य, चेटूक असे अघोरी उपाय करू नयेत. या मार्गाने जाणाऱ्यांना चार हात दूर ठेवावे.' आपल्या वचनांतून संगण्णांनी समाजातील अंधश्रद्धा, भोंदूपणा, मांत्रिक-तांत्रिकांचे प्रस्थ कमी करून विज्ञाननिष्ठा वाढविण्याचे प्रयत्न केले आहेत.

***

नर्तक घटवाळय्या

दक्षिण कर्नाटकातून बसवेश्वर व त्यांच्या कार्याच्या ओढीने कल्याणला आलेले हे घटवाळय्या! ते नर्तक होते. तांडवनृत्याद्वारे शिवानुभव घ्यावा, ही त्यांची इच्छा! ते लयबद्ध पदन्यासातून भावाभिव्यक्ती करत. त्यांच्या पत्नीला या नृत्य कलेत काहीही रस नव्हता. तिला चैन विलासाचे व स्वैर जीवनाचे अनावर आकर्षण होते. त्यामुळे एक दिवस ती परपुरुषाबरोबर निघून गेली. या घटनेने घटवाळय्या अधिकच गंभीर विरक्त झाले जनसमुदायासमोर नृत्य करून मिळालेल्या पैशात ते 'दासोह' व इष्टलिंगपूजा करत.

त्यांनी पत्नीचा अनुभव खराब असल्याने आपल्या वचनात स्त्रीजातीविषयी नैराश्य व्यक्त केले आहे. ते म्हणतात -

सासूचे काही ऐकू नये म्हणतील।
सासूची चहाडी नवऱ्याला सांगतील।
अशांचे पातिव्रत्य नाहीसे होईल।
पतीच्या शब्दाला किंमत न देतील।
पतीवर त्यांचा विश्वास न राहील।
अपवित्र स्त्रिया जन्माला येतील।
त्यातून यापुढे मार्ग एकच राहील।
पतीवर ज्या स्त्रिया श्रद्धा ठेवतील।
अशांचेच पातिव्रत्य टिकून राहील।।

बसवण्णा स्त्रीमुक्तीचे समर्थक होते. पण स्त्रीमुक्ती म्हणजे पातिव्रत्याचा त्याग नव्हे. घटवाळय्यांच्या वचनातून हा विचार व्यक्त झाला आहे. केवळ मिष्टान्नावर ताव मारणाऱ्या ढेरपोट्या जंगमांचा त्यांनी निषेध केला आहे. त्यांना 'हे केवळ शरीरपोषक आहेत. आत्मज्ञानी जंगम नव्हेत,' असे त्यांनी म्हटले आहे. लिंगांग सामरस्याची

आदर्श व्यवस्था स्पष्ट करताना ते म्हणतात - ‘ज्याने देहत्यागानंतरही चिरसमाधी नको म्हटले, जो मृत्यूनंतर स्वर्गलोक मिळेल असे कधी मानत नाही, तो शिवभक्त केवळ इष्टलिंगाच्या सहवासात मिळणाऱ्या नित्य सुखात निर्विकार समाधी-सुखाचा आनंद उपभोगात राहतो. माझ्या चिक्काप्रिय सिद्धलिंगाच्या कृपेने मी असे महत्सुख सतत मिळवत राहिलो आहे.’

घटवाळय्या गावागावांत जाऊन नृत्य सादर करत असे. त्यानंतर त्यावर भाष्य करून प्रेक्षकांना मंत्रमुग्ध करत असे. त्यावेळी तो धार्मिक अवडंबरांवर मार्मिक भाष्य करत असे. बसवण्णांचे धर्मसुधारणेचे कार्य किती मोलाचे आहे, ते आपल्या प्रभावी व परिणामकारक भाषेत लोकांना पटवून देत.

एकदा कल्याणमध्ये नेहमीप्रमाणे ते नृत्य प्रदर्शन करत होते. त्यांचा अंत समीप आला होता, पण त्याची जाणीव त्यांना नव्हती. नृत्य करत असताना मनोमन ते नटराज शिवाशी तादात्म्य पावले. नृत्य करत असतानाच ते त्या भावसमाधीत जमिनीवर कोसळले ते कायमचेच! त्याच ठिकाणी बसवण्णा, चन्नबसवेश्वर व अल्लमप्रभू यांच्या सानिध्यातच घटवाळय्यांनी शिवैक्य स्वीकारले.

***

उरिलिंगदेव व उरिलिंग पेद्दी

नांदेड जिल्ह्यातील कंधार नगरात शिवोपासक उरिलिंगदेव यांचा मठ होता. तिथे बाराव्या शतकात नंद राजवट होती. आसपास हरिजनांची व आदिवासी लोकांची वस्ती होती. त्यांना जवळ करून उरिलिंगदेवानी लिंगदीक्षा दिली.

पेद्दी हा आंध्रातील चोर दरोडेखोर होता. तो कंधारला आला. काळव्वे ही त्याची पत्नी. हे जोडपे अस्पृश्य होते. पेद्दी लाकूड तोडून विक्री करून तर कधी चोऱ्या करून पोट भरायचा. असाच एक दिवस चोरी करण्यासाठी सुरय्या या भक्ताच्या घरी वरच्या मजल्यावर जाऊन रात्री बसतो. त्या रात्री उरिलिंग देव सुरय्याला दीक्षा देतात. लिंगदीक्षेचा आणि मंत्रोपदेशाचा तो सोहळा पवित्र व मनोहर होता. उरिलिंगदेवांचा उपदेश आणि तो सोहळा पेद्दी डोळे भरून पाहतो व कान भरून ऐकतो. तो उपदेश ऐकता ऐकता पेद्दी अंतर्मुख झाला. चोरी करणे हे कुकर्म आहे हे त्याला उमगले. आपला रस्ता चुकला आहे त्याची जाणीव त्याला होते. तो रात्री घरी परत येतो. पत्नी काळव्वे हिला पती पेद्दीचे चौर्यकर्म पसंत नव्हतेच. पतीच्या मनातील परिवर्तनामुळे तिला आनंद झाला. ती पती पेद्दीसह सुरय्याच्या घरी आली.

उरिलिंगदेवांना भेटून त्यांच्याकडून दीक्षा घेण्याचा आपला मानस असल्याचे

पेद्दीने सुरय्याला सांगितले - ‘तुला ते जरूर दीक्षा देतील,’ असे सुरय्याने सांगितले. पेद्दीने मोळीविक्याचा व्यवसाय सुरू केला. रोज जंगलात जाऊन तो लाकडे गोळा करू लागला. एक मोळी उरिलिंगदेवांच्या मठात टाकी न दुसरी मोळी बाजारात विकून त्यातून तो उदरनिर्वाह करू लागला. बऱ्याच दिवसांनी गुरुरेवांच्या हे निदर्शनास आले. त्यांनी त्याला सांगितले, “तू तुझे कायक चालू ठेव. मी योग्य वेळी तुला दीक्षा देईन.” पाच-सहा महिन्यांनी त्याला दीक्षा मिळाली.

गुरूंच्या सहवासाने पेद्दीचे जीवन पूर्णतः बदलून गेले. गुरुसेवा, सत्संग व शिवोपासना हे त्याचे जग बनले. गुरूंच्या आज्ञेने पेद्दी कल्याणला आला. अनुभव मंटपात त्याचे स्वागत झाले. तिथल्या आध्यात्मिक चर्चांनी पेद्दीचे मन भारावून गेले. तो आता चांगला शिवोपासक बनला. संस्कृत व कन्नड भाषांतील आध्यात्मिक ज्ञान त्याने परिश्रमाने मिळविले. त्याच्या वचनात त्याची अभ्यासू वृत्ती दिसून येते. कर्मकांड, चातुर्वर्ण्य, अंधश्रद्धा, पुजारी मंडळींची दलाली यांच्यावर आपल्या वचनांतून त्याने कडक टीका केली आहे. उरिलिंग पेद्दीप्रिय विश्वेश्वरा’ ही त्याच्या वचनांची मुद्रा आहे.

आपल्या एका वचनात तो म्हणतो,

> *‘ईश्वराने प्रत्येकाला शरीररूपी राजमहाल दिला. त्यात राजा मात्र महालिंग महादेव असतो. आपल्या मनाच्या आसनावर शिवप्रतिमा नित्य प्रतिष्ठित हवी. अंत:करण सेवाशील असावे. पंचेंद्रिय परिवारही त्यात सामावून जावा. शब्द, स्पर्श, रूप, रस, गंध यांचा त्याला स्पर्श राहावा आणि मग जीवन- प्रवासाला महाप्रसाद नित्य आनंदपूर्वक ग्रहण करत जावे!’*

वाचलेले विषय चिंतन, मनन करून तो आचरणात आणू लागतो. पेद्दीची ज्ञान संपादन करण्याची ईर्ष्या पाहून उरिलिंगदेव आपल्या कंधार येथील मठाचा उत्तराधिकारी म्हणून त्याचा पट्टाभिषेक करतात. त्याचे नाव आता उरिलिंग पेद्दी असे झाले. शूद्र वर्णातून आलेल्या या शरणाने आपल्या वचनात संस्कृत भाषेचा विपुल वापर केला आहे. त्यांची वचने अर्थगर्भ न मर्मग्राही आहेत. ती ३६६ वचने उपलब्ध आहेत. उरिलिंग पेद्दींची पत्नी काळव्वे हिची १२ वचने प्रसिद्ध आहेत. शरण उरिलिंगदेव आणि उरिलिंगपेद्दी ही गुरु-शिष्य जोडी लक्षणीय आहे. जातीच्या बेड्या तोडून एक दलित माणूस मठाधीश झाल्याचे उदाहरण जागतिक इतिहासात अद्वितीय आहे. ‘शिव हेच दैवत, शिवभक्त हेच श्रेष्ठकुल। षडक्षर हाच मंत्र, अहिंसा हाच धर्म। रोषरहित होणे हाच तप, वंचनारहित होणे हीच भक्ती।।’ अशी त्यांची वचने सूत्रबद्ध आहेत.

***

अमुगी देवय्या व रायम्मा

भक्तीची थोरवी अभिमानाने सांगणारे महान शरण म्हणजे अमुगी देवय्या! तर समाजातील ढोंगीपणा व अनिष्ट रूढी यांवर कडक टीका करणारी शरणी म्हणजे रायम्मा!

हे जोडपे सोलापुरात राहत असे. तेथीलच सिद्ध पुरुष सिद्धरामेश्वर यांच्या नेतृत्वासाठी तेथे भव्य कार्यक्रम आखला जातो. सर्वांनी योग्य ते काम करून कार्यक्रम यशस्वी करायचा असतो. सिद्धरामांचे शिष्य अमुगी देवय्याकडे जातात. सिद्धराम इष्टलिंगधारी नसतात. म्हणून देवय्या मदत करण्याचे नाकारतात. सिद्धरामांना राग येतो. ते देवाकडे जातात- त्यांच्यात तात्त्विक वाद होतो. शरणांनी शेवटपर्यंत इष्टलिंग धारण केलेच पाहिजे असा देवांचा आग्रह होता. सिद्धरामांनी आज्ञा केली- सेवा करत नसाल तर तुम्हाला या गावात राहता येणार नाही. त्या आचारशील जोडप्याने रात्री सोलापूर सोडले. तीन गाठोडी होती. दोघांनी दोन घेतली. एक तेथेच राहिले. शिवपूर या गावी ते दांपत्य आले. तेथे त्यांना तिसरे गाठोडे दिसते.

इकडे सिद्धराम स्नान करून मल्लिकार्जुनाच्या पूजेसाठी जातात. तेथील लिंगाला अभिषेक करत असताना 'ओझे वाहून माझा माथा दुखतो आहे, सिद्धरामा!' असा आवाज आला. 'देवय्याचे राहिलेले गाठोडे घेऊन शिवपूरला ठेवून आलो!' असा दुसरा आवाज सिद्धरामाना ऐकू आला. त्याने सिद्धराम भानावर आले. आपली चूक त्यांना कळली. ते लगेचच शिवपूरला जातात. देवय्या व रायम्मा यांना वंदन करून म्हणतात - 'क्षमा करा. आम्ही चुकलो. आपण सोलापूरला परत यावे.' त्या दांपत्याने त्या विनंतीस नम्रपणे नकार दिला. ते शिवपुरातच राहतात. त्यानंतर ते दोघे कल्याणला जातात. अनुभव मंटपात सहभागी होतात. 'सद्गुरू सोमनाथ'असे देवय्यांचे वचनांकित आहे. त्यांची ३० वचने तर रायम्मांची ११६ वचने उपलब्ध आहेत.

> *देवय्या आपल्या वचनातून सांगतात - 'शिवाचे स्मरण केल्याने भवपाश नष्ट होईल का? मिष्टान्नाच्या स्मरणाने पोट भरेल का?' स्मरणातून ध्यास लागावा. ध्यासातून क्रिया घडावी. तरच ध्येय साध्य होते. क्रियेशिवाय ज्ञान शब्दबंबाळ आहे. शरणांना ज्ञान आणि क्रिया दोन्ही हवे आहत.*

देवय्या सांगतात - 'डोळ्यांसमोरील अंधार नष्ट केलेल्या रवीप्रमाणे आहे गुरुपदेश.' देवय्यांनी आपल्या वचनात कक्कय्या, चेन्नय्या, दासय्या, चंदय्या, मेदार केतय्या, बसवण्णा, प्रभूदेव अशा अनेक शरणांचा उल्लेख केला आहे. रायम्मा आपल्या वचनात म्हणते - 'कोणतेही कुल असले तरी काय? अंगावर लिंग धारण केलेले सर्वजण आचारवंत म्हणून। अयुगेश्वर लिंगाठायी तेच सद्भक्त म्हणून देवा। मद्य-मांस ग्रहण करणारेच अनाचारी आहेत' असे ती म्हणते. उक्तीपेक्षा कृती श्रेष्ठ हे सांगताना रायम्मा

म्हणते - 'माझ्या तनुमधील अहंकार मीच काढला पाहिजे माझ्या मनातील माया प्रपंच मीच काढला पाहिजे.' तिच्या वचनांत आत्मविश्वास व स्पष्टता जाणवते.

कल्याण क्रांतीनंतर हे दांपत्य भीमा नदी तीरावरील पुळुज या गावी येते. तेथे ते लिंगायत धर्माचा प्रसार करतात. त्यांची सत्कीर्ती ऐकून यादव राजा सिंघण त्यांच्याकडे येऊन इष्टलिंग दीक्षा घेतो. देवय्या व राजा सिंघण यांचे सौख्याचे संबंध वाढत जातात. राजा देवास 'इटे' गाव दान देतात. पुळुजच्या शिलालेखात देवय्याचा उल्लेख अत्यंत गौरवाने केल्याचे सांगतात. देवय्या आणि रायम्मा पुळुज येथेच कालांतराने लिंगैक्य होतात. त्या दोघांची लिंग तत्त्वनिष्ठा व वर्तन अजोड आहे.

***

चन्नय्या

शरण चन्नय्या तामिळनाडू प्रांतातील कांचीपूर येथे कादिकाळ चोक राजाच्या घोड्यांच्या पागेत रानातून गवत आणून घोड्यांना खायला घालत. ते दररोज लिंगपूजा करत. साधना करत. त्यानंतर कायक करत. त्यांच्या सत्य वर्तनामुळे त्यांच्याविषयी सर्वांना आदर वाटे. उद्योगातून मिळालेले पैसे काटकसरीने वापरून ते दानधर्मही करत. कल्याणातील बसवेश्वरांच्या कार्याने प्रभावित होऊन मांग असलेले चन्नय्या कांचीपूरमधून कल्याणला आले, अनुभव मंटपात ते येत राहिले. बसवण्णापेक्षा ते वयाने बरेच वडील होते. बसवण्णा आपल्या वचनात म्हणतात -

> *वारांगनेच्या पुत्राप्रमाणे, आपला बाप कोण? असा प्रश्न मला कधी पडणार नाही. कारण माझे आजोबा, पिताश्री सारे काही चन्नय्याच आहे. मी त्यांच्या घरचा दासीपुत्र आहे. त्यांनीच माझं पालन-पोषण केले. त्यांच्याविषयी कितीही बोललं तरी माझं समाधान होत नाही.'*

दुसऱ्या वचनात ते म्हणतात - 'सर्व शिवशरणात महाशिवशरण चन्नय्या आहे. एकदा मी त्यांच्या घरी गंजी खाल्ली. ती मला अमृतासारखी वाटली.'

चन्नय्याच्या जीवनात एक चमत्कार घडला. चन्नय्या शिवाचा परमभक्त असल्याने तो शिवाला आवडता आहे हे कळल्यावर कादिकाल चोळ राजा त्याच्या झोपडीत आला. येताना त्याला देण्यासाठी फार मोठा नजराणा आणला. हे पाहिल्यावर चन्नय्या म्हणतात -

> *परम शिवा, हे तू काय केलंस? मी तुझी भक्ती गुप्तपणे करतो. पण तूच हे राजाला सांगून माझा साधनेतील आनंद हिरावून घेतलास. माझा असा*

कोणता अपराध झाला म्हणून तू मला अशी शिक्षा दिलीस? चन्नय्या उद्विग्न होतात व कोयत्याने स्वतःचा घात करून घेण्यासाठी कोयता उचलतात तेवढ्यात राजाच त्यांच्यासमोर उभा ठाकतो.

त्या राजाला चन्नय्या म्हणाले, 'राजा, मी मांग आहे. माझे तुम्हाला दंडवत म्हणून तुम्ही मला दंडवत घालणे योग्य नव्हे. तुम्ही राजे आहात. तुमची कार्यकर्तव्ये वेगळी आहेत. त्यावर राजा म्हणाला, "मला हे कळले आहे की कुणीही श्रेष्ठ-कनिष्ठ नाही. सारे भक्त सारखेच असतात. उलट ज्याची भक्तिसाधना श्रेष्ठ तो उच्च होय. ईश्वराने तुमची गंजी प्रेमाने स्वीकारली. ज्या ईश्वराने तुम्हाला थोर मानले त्यानेच मलाही बुद्धी दिली. म्हणून मी तुमच्यापुढे नतमस्तक आहे.'

चन्नयांची १० वचने उपलब्ध आहेत. ते कांचीपुरातून कल्याणला येऊन कन्नड शिकले आणि त्यांनी कन्नडमधूनच वचने लिहिली. ते म्हणतात - 'रात्र एक दिवस एक त्याप्रमाणे स्त्री एक, पुरुष एक. दोन्हीशिवाय दुसरा कोणताच भेद नाही.' 'अरि निजात्मराम' हे त्यांचे वचनांकित आहे. स्वतःच्या ठायी असलेल्या परशिवाला साक्ष मानून त्यांनी वचन रचना केली.

चन्नयांनी कुल - जातीवर चर्चा केली असून तात्त्विक विषयांवरही टीका केली आहे. चातुर्वर्ण्य व्यवस्थेची चिकित्सा करताना चन्नय्या म्हणतात -

वेदशास्त्रे जाणणारा, तो ब्राह्मण। रणांगणावर पराक्रम गाजविणारा, तो क्षत्रिय। सगळ्यांचा सांभाळ करून व्यापार करणारा, तो वैश्य। कृषिकर्म करणारा तो शूद्र।। अशी जाति-गोत्रात अडकलेली उच्चनीचतेची भावना। चांगले आणि वाईट या दोनच जाती आहेत.

कुळ विटाळ यासंबंधी चन्नय्या मार्मिकपणे विवेचन करताना आपल्या वचनात म्हणतात - सदाचार हेच कुळ, अनाचार हाच विटाळ। हे दोन्ही ओळखून असावे।।

चन्नय्या आपल्या वचनातून उपदेश करताना म्हणतात -

कर्म, ज्ञान आणि लिंगध्यान हे एकरूप व्हायला हवे. शिवानुभवासाठी इष्टलिंगार्चना मनोभावे करावी. आपला व्यवसाय प्रामाणिकपणे करावा. जंगम अन्नदानात कसूर करू नये. त्यायोगे सत्संगाचे समाधान लाभते. निरंतर लिंगपूजेमुळेच आपले अंतरंग व बहिरंग सहज उजळते.

चन्नय्या हे विचार स्वतः जगत होते, हे त्यांचे मोठेपण आहे.

***

अप्पण्णा व लिंगम्मा

अपण्णा हे न्हावी समाजातील शरण. ते सकुटुंब बसवण्णांच्या नित्य सहवासात राहिले. त्यासाठी त्यांना शिवशरण 'निजसुखी अप्पण्णा' म्हणतात - अप्पणांची पत्नी लिंगम्मा तीही आपल्या पतीप्रमाणे शिवभक्तांची सेवा करण्यासाठी तत्पर असायची. तिलाही शरण 'निजमुक्ती लिंगम्मा' असे म्हणत. आपली नेहमीची पूजा पहाटे लवकर आटोपून अप्पण्णा न्हावी कामाचे कायक पूर्ण करत. त्यानंतर हे दांपत्य बसवेश्वरांच्या नेहमी सहवासात राही. त्यांच्या घरी आलेल्या अतिथींची ते दोघे सेवा करत. त्यांनी 'बसवप्रिय कुडल चन्नसंगमदेव' अशी मुद्रा आपल्या वचनात योजिली आहे.

अपण्णांच्या मृत्यूविषयक वचनावर प्रकाश टाकताना डॉ. अशोक कामत म्हणतात, मृत्यूबद्दल अप्पण्णांचे एक वचन प्रसिद्ध आहे -

> वज्राच्या घरात राहणाऱ्याला किड्यामुंग्यांबद्दल भय वाटावे काय? बलाढ्य गजराजावर स्वार होऊन येणाऱ्याला भुंकणाऱ्या कुत्र्याची भीती वाटावी काय? जे भक्त नित्य सुजनांच्या सत्संगतीत राहिल्याने उजळून जातात, त्यांना मरणाविषयी कधीच चिंता असत नाही. ते कधी ना कधी येणारच असते. ते येतानाही भक्त प्रसन्नच असतो. 'निजसुखी'अपण्णा हे वचन आजीवन जगले.
> (महात्मा बसवेश्वर, सत्संग प्रतिष्ठान, पुणे, १९९९, पृष्ठ १६१)

कायकनिष्ठा, जीवननिष्ठा आणि सेवाभाव हे त्यांच्या व्यक्तित्वातील विशेष आहेत. अल्लमप्रभू व सिद्धरामेश्वर महामनेच्या दाराशी उभे असलेले पाहून आनंदी झालेले अप्पय्या बसवेश्वरांना ही वार्ता सांगतात. त्यांचा निरोप अप्पण्णा त्या दोघांना देतात. तरीही ते दोघे आत येत नाहीत. पुन्हा ते बसवण्णांचे निवेदन अल्लमप्रभूसमोर करतात. बसवण्णा आणि अल्लमप्रभू यांच्यातील संवादाचे समर्थ वाहक म्हणून अप्पण्णा काम करतात. अप्पण्णांनी केलेली ही शिष्टाई आध्यात्मिक जगतातील लक्षणीय घटना आहे. अर्थात हा संवादही आध्यामिकच होता.

अप्पण्णांची २४६ वचने आहेत. त्यांच्या वचनात षट्स्थल तत्त्वाचे विवरण आले आहे. आपल्या एका वचनात त्यांनी शरणांची लक्षणे सांगितली आहेत. ते म्हणतात -

अहो देवा, तुमचे शरण वेष दाखवून अन्न मागणारे नाहीत।
देश हिंडून, शिकलेले बोल बोलणारे नव्हेत, चांगले तेच बोलणार।
कोणतीही आशा न बाळगता वागणार, न रागावता बोलणार।
हर्ष न मानता ऐकणार, विरस न होता राहणार, सरस असेल तिथेच राहणार।
अशा देवाशी एकरूप झालेल्या बिजैक्यांना नमो-नमो म्हणेन।

बसवप्रिय कुडल चन्नबसवण्णा।
अशा शरणांचे स्वरूप मला कसे करणार देवा?

लिंगम्मांची ११४ वचने आहेत. 'अप्पण्णा प्रिय चन्नबसवण्णा' हे तिचे वचनांकित आहे. लिंगम्माच्या वचन रचनेचे विशेष सांगताना राजू ब. जुबरे म्हणतात -

लिंगम्मा आपल्या वचनांतून मनाची चंचलता, त्याचे नियंत्रण करण्याचा उपाय, गुरू-लिंग-जंगमाची भक्ती, शरणांचे बोल व चाल, आचार-विचारनिष्ठा, दांभिक भक्तांवर टीका, योग विचार ह्या प्रमुख विषयांचे विवेचन करते. तात्त्विक विषयांचे प्रतिपादन करताना गूढ भाषा वापरली आहे. समाजातील अनिष्ट रूढी-परंपरांचे विडंबन करताना सरळ, साधी, ग्रामीण भाषा वापरून प्रहार केला आहे. (शरण जीवन दर्शन, महाराष्ट्र बसव परिषद, हिरेमठ संस्थान, भालकी, बीदर , कर्नाटक, दुसरी आवृती, नोव्हेंबर २०१६, पृष्ठ १४१)

कल्याण प्रतिक्रांतीवेळी हरळय्या, मधुवारस व शीलवंत यांना मृत्यूदंड दिला गेला. बसवण्णा कल्याण सोडून कुडलसंगमकडे गेले. त्यांच्यासोबत फक्त अप्पण्णा तेवढेच होते. दोघेही तेथे पोहोचले. तेथून बसवण्णांच्या आचेवरून अपण्णा नीलम्मांना आणण्यासाठी परत कल्याणला आले. नीलम्मांना घेऊन ते कुडलसंगमला जाईपर्यंत बसवण्णा लिंगैक्य झाल्याचे कळते. ही दुःखद वार्ता ऐकून कृष्णा-मलप्रभेच्या ऐलतिरीच अपण्णा आणि नीलम्मा दोघेही दुःखातिरेकाने तंगडगी येथे लिंगैक्य पावले. आजही तंगडगी येथे निलांबिका आणि अप्पण्णा या दोन शिवशरणांच्या समाधी समोरासमोर आहेत.

***

अंबिगर चौडय्या

गुलबर्गा जिल्ह्यातील अफजलपूर तालुक्यातील चौडदान पूर हे त्यांचे जन्मगाव. इ.स. ११६० हा त्यांचा कालखंड. बसवेश्वरांच्या समता आंदोलनात सहभागी होण्यासाठी ते कल्याणला येतात आणि तेथेच राहतात. आजही बसवकल्याणमधील त्रिपुरांतक तळ्याजवळ त्यांच्या नावाची गुहा आणि गावात मठ आहे. हे शरण निर्भीड, निर्भय आणि बंडखोर विचारांचे होते. त्यांची २५७ वचने उपलब्ध आहेत. स्वतःचे नाव हेच त्यांचे वचनांकित आहे. ते नावाडी होते. चोख तत्त्वनिष्ठा आणि धैर्याची भाषा हे त्यांच्या वचनांचे विशेष आहेत.

'कफनी घालणारा गुरू नव्हे। काषाय घालणारा जंगम नव्हे' असे ते वचनातून रोखठोकपणे बजावतात. ते आपल्या वचनांतून लिंगभेद, अत्याचार, अन्याय, शोषण, विषमता, अंधश्रद्धा आणि दांभिकता अशा सामाजिक दोषांवर आघात करताना दिसतात. त्यामागे सामाजिक तळमळ आणि समाजकल्याणाचा उदात्त विचार आहे. संसारी आणि भक्त यांच्यातील तफावत सांगून आचारभ्रष्टास त्यांनी चपराक दिली आहे. ते म्हणतात -

भवीपणास विटून भक्त झाल्यावर। गळ्यात कवड्यांची माळ घालून
कुत्र्यासम भुंकतात हे कसले वागणे देवा?
भवीपणास विटून भक्त झाल्यावर। लिंब नेसून परडी डोक्यावर घेऊन
उदे-उदे करतात, हे कसले वागणे देवा।
तोंडात आरपार दाभण, कमरेला दोर बांधून।
चाबकाने पाठीवर मारून घेतात। हे कसले वर्तन व विचार देवा।।

या वचनात सात्विक संताप आहे, दांभिक प्रवृत्तीवर हल्ला आहे.

लिंगायत सिद्धांत हा इष्टलिंग उपासना महत्त्वाची मानतो. इष्टलिंग धारण केल्यावर स्थावरलिंगाची पूजा करू नये, या तत्त्वाचे कटाक्षाने पालन करावे असे अंबिगर चौडच्या म्हणतात - बांधलेले लिंग सोडून। डोंगरावरील लिंगाला जाऊन। साष्टांग घालणाऱ्यांना। डाव्या पायातील जोड्याने। हाणा म्हणे अंबिगर चौडय्या।।

गुरू हा आत्मज्ञानी, चारित्र्यसंपन्न असेल तरच तो शिष्याला ज्ञान देऊ शकतो. आंधळ्याला वाट दाखविणारा डोळासच हवा. पाण्यात बुडणाऱ्याला काढण्यासाठी त्याला पोहता येणे आवश्यक आहे.

हे सांगताना अंबिगर चौडय्या म्हणतात -

अज्ञानी गुरूने अज्ञानी शिष्याला, अनुग्रह केला तर मान्य होईल का?
आंधळ्याने आंधळ्याचा हात धरला तर, पुढची वाट कोणाला दिसेल का?
पाण्यात पडलेल्याला पोहता न येणारा, वाचवू शकेल का?
हे त्याप्रमाणे, म्हणे अंबिगर चौडय्या।।

समाजातील दोषांवर आघात करताना चौडय्याची भाषा कडक, स्पष्ट व रोखठोक बनते. व्यवस्था परिवर्तनासाठी बंडखोरीची भाषा बोलणारे चौडय्या मनाने मोकळे आहेत, वृत्तीने साहसी आहेत आणि स्वभावाने तत्त्वनिष्ठ आहेत. हा चौडय्या नावाडी आहे. भवनदीच्या पार नेणारा हा नावाडी आहे, हे सांगताना तो म्हणतो –

नावाडी-नावाडी म्हणून हिणवू नका।
विश्वास ठेवणाऱ्यास एका वल्ह्यात।
किनाऱ्याला नेईन म्हणे अंबिगर चौडय्या।।

कुणाची पर्वा न करता, सत्य असेल ते धैर्याने रोखठोक बोलणारा धीरोदात्त शरण म्हणजे अंधिगर चौडय्या होय.

आतापर्यंत आपण बसवेश्वरांच्या अनुयायांमधील पुरुषमंडळींच्या कार्यकर्तृत्वाचा परिचय करून घेतला. समाजव्यवस्था पुरुषसत्ताक असल्यामुळे साहजिकच बसवेश्वरांची तत्त्वे व व्यवहार मान्य व पसंत असलेली पुरुषमंडळी त्यासाठी पुढे आली. बसवेश्वरांनी दाखविलेल्या मार्गावरून हे पुरुष सातत्याने व आवडीने चालत राहिले. लिंगायत विचारप्रणालीचा त्यामुळे अधिकाधिक प्रचार आणि प्रसार होण्यास भरघोस साहाय्य झाले. त्यातून एक नवी समाज रचना साकार झाली. त्या काळातील समाजातील स्त्रीचे जग चूल आणि मूल एवढ्यापुरतेच मर्यादित होते. घर हेच तिचे जग होते. घराचा उंबरठा तिला फारसा ओलांडता आला नाही.

परिणामी तिचे व्यक्तिमत्त्व खुरटे आणि खुजेच राहिले. समाजातील अर्धा भाग असा कमकुवतच राहिला होता. स्त्री-मनाची होणारी ही कुचंबणा आणि फरफट लक्षात घेऊन बसवण्णांनी कर्नाटकात बाराव्या शतकात समतेचे आंदोलन छेडले होते. त्यात स्त्रीच्या मताला, मनाला आणि कर्तृत्वाला फार मोठा वाव होता, बसवण्णांच्या आवाहनाला जोरदार प्रतिसाद त्यामुळे स्त्रीवर्गाकडून मिळाला.

स्त्रिया शिकल्या, त्यांनी पुस्तके वाचली. त्या धीट बनल्या आणि पुरुषांच्या खांद्याला खांदा लावून बसव तत्त्वांचा भरघोस अंगीकार आणि प्रसार करण्यासाठी पुढे सरसावल्या. त्यात कादिरे रेमव्वा, शिवप्रिया, पद्मावती, गंगांबिका, नीलांबिका, सत्यक्का, बोंतेदेवी, काळव्वे, सातव्वा, अक्कम्मा, दानम्मा, सत्यवती, मुक्तायक्का, संकव्वे, लक्कम्मा, वीरम्मा, लिंगम्मा, रायम्मा, दुग्गळे, रत्ना आणि सिद्धदेवम्मा अशा जातीने हलक्या पण कर्तृत्वाने मोठ्या स्त्रियांचा समावेश होता. यांमधील काही महत्त्वपूर्ण स्त्रियांच्या कार्याचा परिचय आपणास आता करून घ्यावयाचा आहे.

***

कादिरे रेमव्वा

पुरुषाच्या बरोबरीने शेतीसारखा व्यवसाय सामर्थ्याने करणारी आणि बसवतत्त्वांचा प्रचार धीटपणाने करणारी साहसी स्त्री म्हणजे कादिरे रेमव्वा होय. यादगीर जवळच्या येलेरी या खेडेगावातील ही मुलगी. वडिलांबरोबर बालपणी ती शेतावर जायची. शेतीकामाची

आवड असल्याने ती नांगरणी, पेरणी, कुळवणी, भांगलणी, कोळपणी, पिकांना पाणी पाजणे ही सारी कामे मनापासून शिकली. शेतीमध्ये निरनिराळे प्रयोग तिने केले त्यामुळे पंचक्रोशीत ती यशस्वी शेतकरी स्त्री म्हणून ओळखली जाऊ लागली. त्या काळात म्हणजे बाराव्या शतकात हे अपूर्वाईचे व दुर्मीळ चित्र होते. ती श्रद्धाशील शिवोपासक होती. पहाटे लवकर उठून स्नान करून ती भस्मलेपन करून इष्टलिंगाची ध्यानधारणा मनोभावे करी. त्यानंतर तिची शेतीची कामे सुरू होत. दुपारी ती गोरगरिबांसाठी अन्न-दासोह करायची.

एके दिवशी काही संन्यासी तिच्याकडे मुक्कामासाठी आले. प्रसाद भोजनाने ते तृप्त झाले. दुसरे दिवशी तिने त्यांना विचारले, "आपण संन्यासी म्हणून केवळ भिक्षा मागता काय?" संन्यासी उत्तरले, "जग ही सारी मायाच असल्याने आम्ही संसार त्याग केला. आमचे शिष्य भिक्षा मागून आणतात. त्यातून आम्ही अन्न सेवन करतो. आम्हाला इतर काही गरजा नाहीत. आहेत त्या आपल्या सारख्यांच्या दानामुळे भागू शकतात." त्यांना बोलते करून त्यांची मते तिने समजावून घेतली.

त्यावर ती म्हणाली, "तुम्ही लावलेला संन्यास धर्माचा अर्थ चुकीचा आहे. जग मिथ्या आहे म्हणून तुम्ही कोणतेही काम न करणारे 'ब्रह्म' ठरत नाही. तसे असते तर माझ्यासारख्या सामान्य महिलेला तुमच्या पोटापाण्याची व्यवस्था का बरे करावी लागली असती? तुम्ही धट्टे-कट्टे पुरुष आहात. कष्ट करा. तुम्ही ज्ञान मिळविले असेल तर गावातील मुलाबाळांना लिहिण्या-वाचण्यात शिकवा. त्यासाठी कष्ट करा आणि मगच भिक्षा मिळवा." दोन-तीन दिवसांत गावातील मुलांना शिकविण्यासाठी तिने संन्यासी लोकांना पाठशाळा काढून दिली. तिने त्यांना शिकविण्याचे काम दिले.

रेमव्वा विशुद्ध वीरशैव आचरण करत असे. तिने समाजकल्याणाची बरीच कामे केली. श्रम करूनच ती जगत होती. गावाला सुखी करण्यासाठी तिने परिश्रम केले. प्रसंगी नाठाळ लोकांना तिने धडे शिकविले. शेती व्यवसायाला आणि चरखा चालवून कुटीरोद्योगाला तिने प्रतिष्ठा मिळवून दिली. पुरुषांच्या बरोबरीने स्त्री किती ताकदीने कार्य करते ते तिने दाखवून दिले.

***

सत्यक्का

सत्याची पणती पेटवून तिच्या प्रकाशात प्रामाणिकता व कर्तव्यनिष्ठा ही मूल्ये प्राणपणाने जपणारी शरणी म्हणजे सत्यक्का! शिवमोग्गा जिल्ह्यातील शिराळ कोप्पजवळील हिरेजंबूरू हे तिचे गाव. तिचा काल इ.स.११६० हा होता. 'शंभुजक्केश्वर' हे अंकित असलेली तिची २७ वचने उपलब्ध आहेत. एक देव उपासना हे तिच्या भक्तीचे मुख्य

सूत्र होते. शिवाशिवाय अन्य दैवताची पूजा म्हणजे नरक होय, असे ती म्हणते. आपल्या एका वचनात ती म्हणते -

लाच-वचनेसाठी कधी। हात पुढे ना करेन, हाच माझा पण
रस्त्यावर पडलेले सोने-नाणे वा वस्त्र। हात लावून उचलले जर
शपथ तुमची तुमच्या पुरातनांची। याचे कारण काय म्हणजे
तुम्ही वाढलेल्या भिक्षेत मज समाधान। असे न घडता, मी शूद्र मनाने
परद्रव्याची कामना केल्यास। तत्क्षणी मज नरकात ढकलून।
शंभुजक्केश्वरा, तुम्ही जावे निघून।।

लाच घेण्यासाठी मी हात पुढे करणार नाही. रस्त्यावर पडलेल्या सोन्याला पैशांना वस्त्राला मी हात लावणार नाही. तुम्ही दिलेल्या भिक्षेत मला समाधान आहे. परद्रव्याची इच्छा बाळगणे हे नरकात जाण्यासारखे आहे. द्रव्याविषयी उदासीन असणारी ही स्त्री प्रामाणिक व निर्मोही आहे. झाडू मारणे आणि सर्वत्र स्वच्छता ठेवणे हे तिचे आवडते कायक आहे. या शरणीला लौकिक धनाची इच्छा नाही. भक्तिरूपी धनच तिला आवडते. जीवन उदात्तपणे जगणारी ही स्त्री! बसवण्णांच्या विचारांचे आचरण करते. सोन्या नाण्याचा तिला मोह नाही. सर्व प्राणिमात्रांविषयी मनात दयाभाव असावा. सत्यक्का 'नेम' शब्दाचा नवा अर्थ सांगताना म्हणते -

अर्चन-पूजन नेम नव्हे। मंत्र-तंत्र नेम नव्हे। धूप-दीपारती नेम नव्हे। परधन-परस्त्री, परदैवत विमुख। होऊन राहणेच नेम। शंभुजक्केश्वराठायी। हे सर्व पाहणे हाच नित्यनेम।। देवाची पूजा-अर्चा, धूप-दीप, मंत्र-तंत्र म्हणजे 'नेम' नव्हे तर, परधन, परस्त्री व परदैवत यांच्यापासून दूर राहणे हाच खरा 'नेम' आहे. सत्यक्काचे जीवन स्वच्छ व निर्मळ होते. लोभ-मोह यांच्यापासून दूर राहून ती भक्तीच्या जलाशयान स्वैरपणे विहार करत असे. तिची वचने सामाजिक दोषांवर प्रहार करतात - शिवाची श्रेष्ठता, दांभिक भक्तावर प्रहार, सद्‌भक्तांचा महिमा, सती-पती भाव, सदाचारी गुरू-शिष्य जंगमाची लक्षणे इत्यादी विषयांवर तिने वचने लिहिली आहेत. तिचे बोलणे, ऐकणे, चालणे हे सर्वच शिवमय झाले होते. 'शिव' हेच श्रवण, मुखात शिवस्मरण, मनात शिवचिंतन विसावले आहे. आपल्या अवतीभोवतीच्या शरणांचा ती कृतज्ञतेने वचनांतून उल्लेख करते.

तिच्या काही वचनांतून 'सती-पती' भावही उत्कटपणे जाणवतो. शंभुजक्केश्वराच्या मिलनासाठी ती आतूर झाली आहे. आपल्या अशा वचनात ती म्हणते -

प्रियतम नाही प्रेमातूर, सहनशीलता नसे, मी अधीर। मनोकामना
जाणे ऐसी सखी नाही।। आता मी काय करू गे माई। मन्मथवैरीच्या

अनुभवाठायी। गुंतले मन माझे, ते सुटत नाही।। आता काय करू गे निर्दयी माई। वृथा सरु लागले की दिन। व्यर्थ कोमेजण्यापूर्वी यौवन। मिलन घडवावे पिनाकिशी। माई शंभूजक्केश्वराशी।।

सत्यक्काच्या व्यक्तिमत्त्वामध्ये अनेक पैलू आहेत. शंभुजक्केश्वराशी ती प्रेयसी प्रेयसी आहे. तिची प्रेमगीते मधूर आहेत. समाजातील अनिष्ट रूढींवर प्रहार करताना तिची भाषा कठोर होते. तत्त्वविवेचन करताना ती भाषा शालीन होते. भक्तीची भाषा बोलताना तिची भाषा कोमल होते. दृढ श्रद्धा, कर्तव्य तत्परता, प्रामाणिकता हे सत्यक्काच्या व्यक्तिमत्त्वातील गुण विशेष होत.

झाडलोट करण्याच्या कायकातूनच जीवनमुक्ती ती साध्य करते. ती आपल्या मनाचे अंगणही स्वच्छ झाडते. मनातील आशा आणि विषयरूपी केर-कचरा झाडून पवित्र मनात सत्याची पणती प्रकाशित करून समरस पावलेली सत्यक्का स्त्रीवर्गाची भूषण आहे. 'हिरे जंबूर' येथे आजही तिचे स्मारक, तिचे पवित्र स्मरण देत उभे आहे.

***

दानम्मा

दानम्माचा जन्म विजापूर जिल्यातील जत तालुक्यातील उमराणी गावातील अनंतराय व सिरसम्मा या दांपत्याच्या पोटी झाला. त्या काळात बिजापूर जिल्हा शरण-क्रांतीने प्रभावित झाला होता. दानम्माने सिद्धरामेश्वरांकडून लिंग दीक्षा घेतली. बालपणापासून ती ध्यान-धारणा, पूजा- अर्चा यात ती रमत असे. बसवण्णांची कीर्ती ऐकून ती कल्याणला आली. तिथे महादेवी नावाच्या गरीब महिलेकडे ती राहिली. अनुभव मंटपाच्या चर्चेत ती भाग घेत असे.

दासोह, कायक आणि इष्टलिंगपूजा या संबंधीचे सखोल ज्ञान ती मिळवते. जास्तीजास्त वेळ ती शिवयोगातच घालवत असे. बसवण्णा तिच्या शिवयोग साधनेविषयी अनुभव मंटपातील सर्वांना सांगतात. त्यामुळे तिचे आत्मबळ वाढले. तिला लिंगानुभव मिळाला. दानम्मा परत उमराणी या आपल्या गावी आली. बसवण्णांनी समतेसाठी आयुष्य दान करणाऱ्या या महिलेचे नाव 'दानेश्वरी' असे ठेवले. इतरांना लिंगदीक्षा देण्यास ती शिकली. आयुष्यभर संन्यासिनी राहण्याची तिची इच्छा होती. बसवण्णांनी तिला संसारात राहूनही कार्य करता येते, असे सांगितले. संख गावातील सोमनाथ किंवा संगमनाथ या युवकाशी तिचा विवाह झाला. दोघेही शिवयोगी होते. शिवयोग साधनेस अनुकूल व्हावे म्हणून गुड्डापूरला येऊन राहिले. जवळच्या डोंगरावरील सोमेश्वर मंदिरात दानम्मा शिवयोग साधना करत असे. 'शरण-सती, लिंग-पती' हे

लक्षात घेऊन साधनामार्गात ती प्रवास करत राहिली. तिचे सरळ, सात्विक व पवित्र जीवन सर्वांना आवडे.

दानम्मा बसव तत्त्वप्रसार करण्यात गुंग झाली. तिने दक्षिण भारतात फिरून समाजातील अनेकांना इष्टिलिंगदीक्षा दिली. उत्तर भारतात काशी, प्रयाग, गया अशा क्षेत्रांना भेटी देऊन तेथेही बसवविचार पोहोचविले. तिची विद्वता पाहून अनेक राजे, मंत्री व अन्य पदाधिकारी लिंगदीक्षा घेऊन पावन झाले. आपल्या प्रयत्नांनी व प्रेमाने तिने जग जिंकले. दानम्माच्या कार्यावर प्रकाश टाकताना राजू जुबरे म्हणतात -

> दानम्मा आपल्या भक्ती-शिवयोग सामर्थ्याने अनेकांच्या दुःखी जीवनात सुखाचे मळे पिकवते. भवरोग निवारण्यासाठी शिवनामाचे औषध देऊन बसवभक्तीचे साम्राज्य निर्माण करते. दरिद्री, निर्धनांना कायकाचा मंत्र सांगून धनवान बनवते. श्रीमंतीचे भूत पछाडलेल्यास दासोहाचा बोध करून समाजात आर्थिक समानता आणण्याचा प्रयत्न करते. दीनदलितांना पोटाशी धरून त्यांचा आत्मविश्वास वाढवते. अनाथ, अपंग, निराधार, वृद्ध यांना साहाय्य करून त्यांचे जीवन नंदनवन करते. आंधळ्याला ज्ञानदृष्टी, पांगळ्यांना आत्मबळ देते. धर्मप्रसार व समाजसेवा हेच दानम्माच्या जीवनाचे ध्येय झाले होते. (*शरण जीवन दर्शन,* महाराष्ट्र बसव परिषद, हिरेमठ संस्थान, भालकी, बीदर, कर्नाटक, दुसरी आवृत्ती, नोव्हेंबर २०१६, पृष्ठ १७२)

दानम्मा शूर, वीर स्त्री होती. तिने परिसरातील तरुणांचे गणाचारी दल स्थापन केले. त्याद्वारे तिने उळवीकडे निघालेल्या शरण समूहास संरक्षण दिले - गणाचारी दलाचे नेतृत्व करून तिने वचन साहित्याचे रक्षण केले. वाडपुरी, सांगली येथे भीमा नदी तटी राजा महादेव - सेऊन यादव यांनी वरदानी दान्म्माचे मंदिर बांधून त्यास एक गाव इनाम दिला. तसा उल्लेख कन्नड शिलालेखात आला आहे.

***

पद्मावती

पुलगिरे - लक्ष्मेश्वर या कर्नाटकातील गावात श्रीमंत जैन व्यापारी होते. शेट पार्श्वनाथ शेट्टी हे त्यांचे नाव होते. त्यांना एकुलती एक कन्या 'आदय्या पद्मावती' होती. जैन, वैष्णव व शैव या मतांचा तिचा अभ्यास होता. ती चिकित्सक होती. कल्याणमधील समता चळवळीविषयी ऐकून वडिलांसह ती कल्याणला गेली. तेथे तिने बसवतत्त्वांचा अभ्यास केला. ती सुशील व धर्माचरणी होती. लक्ष्मेश्वर गावी सौराष्ट्रातून एका जवाहिऱ्याचा मुलगा आदिनाथ व्यापारानिमित्त आला. त्याला कन्नड प्रांत आवडू लागला.

एका मंदिरात त्याची पद्मावतीशी ओळख झाली. दोहोंच्या उत्कट प्रेमामुळे वडिलांनी आदिनाथाचा पद्मावतीशी विवाह लावून दिला. हे पती-पत्नी कल्याणला गेले. त्यांनी बसवेश्वरांचे कार्य जवळून पाहिले. त्यांची तत्त्वे त्यांना आवडली. आदिनाथाला तेथील कन्नड जनतेने 'आदय्या' या नावाने आपल्यात सामावून घेतले. त्याने सौराष्ट्रातून शिवलिंग आणून त्याची प्रतिष्ठापना 'पुलगेरी सोमनाथ' म्हणून गावात केली. या देवालयाला अनेक जैनांनी दाने दिल्याचे शिलालेख आढळतात. आदय्या-पद्मावती यांनी बसव शिष्यत्व स्वीकारले. त्या दोघांनी सार्वजनिक समाज कल्याणाची कार्ये केली. विहिरी आणि तलाव खोदले. वाटसरूंसाठी अन्नछत्रे चालविली. अनाथ अपंगांनाही त्याचा लाभ झाला. महाशिवशरणी म्हणून पद्मावती विख्यात पावली. आदय्याची 'सोमेश्वर लिंग' अशी मुद्रा असलेली अनेक शिवभक्तिपर वचने आहेत.

***

शिवप्रिया

शिवभक्त मलय्या चंदूर येथे राहत होता. त्याला दोन मुलगे व एक मुलगी होती. तिचे नाव शिवप्रिया होते. मलय्या मोठा व्यापारी होता. तो बसवेश्वरांच्या धार्मिक व सामाजिक विचारांनी प्रभावित झाला होता. त्यामुळे मलय्या आपल्या कुटुंबासह कल्याणला गेला. तेथे तो काही दिवस राहिला. तेथे बसवण्णा, अक्कनायम्मा व चन्नबसवेश्वर यांचे दर्शन त्यांनी घेतले. त्यांचे विचार त्यांनी ऐकले. अनुभव मंटपातील समतेच्या विचार मंथनाने त्यांना वेगळीच दिशा मिळाली. तेथे गरीब-श्रीमंत, स्त्री-पुरुष, ब्राह्मण-शूद्र सगळेजण एकत्र होते. ते सर्वजण भक्तिसाधना करून श्रमसेवा करत असत. तेथील वेगळ्या आचार-विचारांनी शिवप्रिया भारावून गेली. रुद्रमाळा परिधान करून शिवशरणी होऊनच ती गावी परतली. शरण धर्माचा प्रचार करण्यासाठी ती अविवाहित राहिली. बसवतत्त्वांचे आचरण व प्रसारण हेच तिचे जीवित ध्येय तिने ठरविले. तिच्या कार्यासाठी पित्याने आपल्या संपत्तीमधला तिसरा हिस्सा तिला देऊन टाकला.

शिवप्रियाने मिळालेल्या संपत्तीतून 'प्रसाद निलय' बांधले. तेथील भोजनगृहात कुणाही भुकेल्या माणसास पोटभर जेवण मिळे. जंगमासाठी ती दासोह करी. विद्यार्थ्यांसाठी तिने वसतिगृह उभे केले. शेजारी आयुर्वेदाचा दवाखाना होता. त्यात तज्ज्ञ वैद्य होते.

शिवप्रिया लोकांना सांगते, दररोज स्नान करावे, स्वच्छता राखावी, शरीर व मन स्वच्छ ठेवावे. मुलामुलींना शाळा शिकवावी. प्रत्येकाने उदरनिर्वाहासाठी व्यवसाय-कायक करावे. आपण सदाचारातून स्वर्ग निर्माण करू शकतो. वाईट वर्तनातून नरक निर्माण होतो. देवाच्या नावे कुणाचाही बळी देणे वेडेपणाचे आहे. हत्या करणे निंद्य आहे.

शिवप्रियेने अशा तऱ्हेने बसवतत्त्वांचा प्रचार व प्रसार मनोभावे केला. तिच्या या कार्यात छोट्या भावाने तिला खूपच त्रास दिला. तरीही त्याचा प्रतिकार करून तिने बसवधर्माचा प्रसार मनःपूर्वक केला. शिवप्रियेची बसव विचारांवरील निष्ठा अगाध असल्यानेच तिने डोंगराएवढी कामे करून समाजाची सेवा केली. अविवाहित राहून समाज कल्याणासाठी जीवन अर्पण करणे हे दिव्य आहे.

***

गंगांबिका

बसवेश्वरांच्या प्रथम पत्नी म्हणजे गंगांबिका - त्यांचे मामा बलदेव यांच्या त्या कन्या. त्यांची पतीवर अपार श्रद्धा होती. त्या गंभीर स्वभावाच्या होत्या. त्या सुंदर व शूर होत्या. त्यांच्या महामनेतील अन्न-दासोह कार्यभार त्याच सांभाळीत असत. त्यांची राहणी साधी होती. बसव विचारांवर त्यांची अगाध श्रद्धा होती. कल्याण क्रांतीवेळी बसवण्णांसोबत न जाता शरणांसोबत त्या राहिल्या. वचन साहित्याचे रक्षण करत उळवीकडे जाताना झालेल्या लढाईत बिज्जळाच्या सैनिकांकडून त्यांना वीर मरण आले. त्यांच्या वचनांमधून बसवण्णांच्या व्यक्तिमत्त्वाचे दर्शन होते. तसेच त्यांची उच्च दर्जाची पारमार्थिक जाणीव व्यक्त होते. त्यांच्या वचनांमधून सती-पती भावाचे दर्शन घडते. त्यांची नऊ वचने उपलब्ध आहेत. आपल्या साधनेने त्यांनी स्थितप्रज्ञ वृती अंगी बाणवली होती. त्यांची वृत्ती शांत व तृप्त होती. बसवण्णांचे लिंगैक्य झाल्याचे कळताच वचनामधून त्या म्हणतात -

ज्या देहात माझ्या धन्याचे मन आणि वाचा भरून होती।
तो देह अचानक नजरेसमोरून गायब झाला।
हा अल्लमप्रभूंचा चमत्कार असावा। खरेच जर ते मृत्यू पावले असते तर।
माझे हृदय दुःखाने चिंब झाले असते। ते अदृश्य झाले असले तरी।
ते मरण पावले नाहीत म्हणून हे चन्नबसवण्णा। त्यांना प्रकट होऊन।
गंगाप्रिय कुडलसंगमदेवाच्या भक्तांचे स्तनपान करावयास सांगा।।

त्या बसवण्णांचे व्यक्तिमत्त्व अनेक पैलूंचे होते, हे सांगताना दुसऱ्या एका वचनात त्या म्हणतात -

मादलांबिकेच्या पुत्राने तन्मयतेने, समर्पित बुद्धीने। हराची आणि त्यांच्या गणांची सेवा केली।। पाहा, मादरसाच्या प्रिय पुत्राने। बिज्जळाच्या राजमहालात सुव्यवस्था राखली तरी कशी? गंगाप्रिय कुडलसंगाचे भक्त असलेल्या चन्नबसवण्णाने। समर्पण

वृत्तीने लिंगपूजा करून लिंगास प्रसन्न केले तरी कसे? बसवण्णा आपल्या शिवशरणांची प्रेमाने सेवा करत, हे इथे स्पष्ट होते.

***

निलम्मा

निलांबिका वा निलम्मा वा नीललोचना ही बसवण्णांची दुसरी पत्नी. निलम्मा ही सिद्धरस व पद्मगंधी यांची मुलगी. सिद्धरस हे बिज्जळ राजाचे वडील पेर्माडी यांचे विश्वासू मंत्री होते. पेर्माडी यांनी आपल्या मृत्यूसमयी सिद्धरस व पद्मगंधी यांना बोलावून आपला लाडका राजकुमार बिज्जळ याला त्यांच्याकडे सोपविले. त्यांनी बिज्जळाचे संगोपन करून राजगादीवर बसण्यास सक्षम केले. पुढे बिज्जळ हा राजा झाला. सिद्धरस- पद्मगंधी हे दांपत्य वृद्ध झाले. मृत्यूसमयी या दोघांनी बिज्जळाला बोलावून आपली एकुलती एक कन्या निलांबिका हिच्या पालनपोषणाची जबाबदारी टाकली. बिज्जळाने निलांबिकेचे बहिणीसारखे पालन-पोषण केले. साहित्य, संगीत व युद्धकलेत ती निष्णात झाली.

निलम्मा सुंदर व बुद्धिमान होती. बिज्जळाने आपल्या दरबारातील कर्तबगार मंत्री बसवेश्वर यांनी निलम्माशी विवाह करावा अशी त्यांना विनंती केली. गंगांबिकेच्या मान्यतेने बसवेश्वरांनी हा प्रस्ताव मान्य केला. विवाहानंतर निलम्माने बसवण्णांच्या समता आंदोलनात हिरीरीने भाग घेतला. ती बसवण्णांची बौद्धिक सहकारी होती. अनुभव मंटपाच्या चर्चेत ती सहभागी होत असे. महामनेतील दासोहाची जबाबदारी त्यांनी तिने लक्षपूर्वक सांभाळली. तिची १२६ वचने उपलब्ध आहेत.

तिच्या वचनांतून बसवण्णांविषयीची श्रद्धा काठोकाठ भरली आहे. बसवण्णा शिवासमान आहेत. त्यांच्यामुळे आपले जीवन सार्थ झाले, असे तिला वाटते. आपला साक्षात्काराचा अनुभव मांडताना ती म्हणते -

असीमाशी लय पावल्यानंतर।
कुणाचाही आधार न घेता मला उभे राहता आले।
माझे मन शुद्ध झाले। माझ्या हृदयातील मालिन्य नष्ट झाले।
निर्मात्या ब्रह्माची शांती अनुभवास आली।
मन शांत झाले या अनुभवातून मला। परमानंद लाभला।
ही सारी कृपा बसवण्णांची, हे संगय्या।।

आपल्या अनेक वचनांतून तिने बसवण्णांच्या थोरवीचे वर्णन केले आहे. त्यांचे वर्तन आणि व्यक्तिमत्त्व पारदर्शक होते, हे सांगताना तिने एका वचनात म्हटले आहे -

आपले बसवण्णा विश्वात्मक बनले। ते साक्षात्कारी अनुभवातून
बसवण्णा शहाणपणाचे आगर आहेत।
बसवण्णांनी हृदयातील शून्य विविधरंगी केले।
बसवण्णांनी सर्व मार्गाचा नाश केला।
त्यांनी शून्य मार्गाचा स्वीकार केला।
संगय्याच्या ठायी असलेले द्वैत त्यांनी नष्ट केले।।

बसवण्णांच्या स्तुतिपर तिने अनेक वचने लिहिली आहेत. बसवण्णांमुळे आपण सर्व भावभावनांवर विजय मिळविल्याचे तिने सांगितले आहे. शिवनामाचे अमृत आपण प्राशन केले आहे, असेही ती म्हणते. जगात बसवण्णा हेच एकमेव परमेश्वर आहेत, अशी तिची धारणा आहे. निलम्मा आणि बसवण्णा यांचे दांपत्य जीवन एक आदर्श जीवन होते.

***

अक्कम्मा

शरणी अकम्माचे जन्मस्थळ एलेरी असून तिचे ऐक्यस्थळ कल्याण असावे. 'आचारवे प्राणवाद रामेश्वरलिंग' हे तिचे वचनांकित आहे. तिची १५४ वचने उपलब्ध आहेत. तिच्या जीवन चरित्राविषयी कोणतीच माहिती उपलब्ध नाही. तिच्या वचनांत व्रत, नेम, आचार व शील त्यांचे वर्णन आले आहे. तिच्या वचनांतील ग्रामीण श्रद्धा-परंपरांच्या उल्लेखावरून त्यावेळची सामाजिक परिस्थिती कळते. तसेच ती स्वतंत्र व साहसी स्त्री दिसते. भक्ताचे अंतरंग बहिरंग कसे असावे, आचार, व्रत, शील यांचे आचरण कसे असावे याचे मार्मिक विवेचन वचनांतून तिने केले आहे.

व्रत, नेम, शील यांचे आचरण करणाऱ्या भक्ताचे निवास पुण्यस्थळ असते असे अक्कमा सांगते. कोणत्याही व्रतास गुरू, लिंग व जंगम हेच महत्त्वाचे आहेत. पण गुरू, लिंग व जंगम आचारभ्रष्ट असले तर त्यांचा ती तिरस्कार करते. यासंबंधीच्या वचनात ती म्हणते -

भले गुरू असला तरी। आचारभ्रष्ट होता अनुसरता न येई।
भले लिंग असले तरी। आचाराचे डोहाळे लागता पूजिता न येई।
भले जंगम असला तरी। आचाराचे अनुसरण नसता, संग न करता येई।
आचारचि परवस्तू, व्रतचि प्राण। क्रियाचि ज्ञान, ज्ञानचि आचार।
आचारचि प्राण असलेले रामेश्वरलिंग आपणचि।।

अक्कामा आचरणाला परब्रह्माचे, शिवाचे स्थान देताना दिसते. व्रत हा तिचा प्राण आहे तर क्रियाच ज्ञान आहे. ज्ञानाचे आचरण हाच आचार आहे. ज्ञान आणि क्रिया यांचा ती समन्वय करते.

समाजाच्या दांभिकतेवर प्रहार करणारे तिचे वचन पाहा -

नग्न राहणारे सारे गर्दभाचे संतान।
शिरमुंडण केलेले सारे विधवेचे संतान।
जटा धारण केलेले सारे अंत्यजाचे संतान।
तऱ्हा कोणतीही असली तरी काय त्याचे?
ज्ञानच असे प्रधान। आचारचि प्राण असलेल्या रामेश्वरलिंगा ठायी।।

नग्न राहणे, शिरमुंडण करणे, जटा धारण करणे - असे करून संत अगर शरण होता येत नाही. मनात ज्ञानाचा उदय न होता बाह्य अंगाने कितीही नटले तरी ते व्यर्थ आहे.

वाईट बाबींचा ती धिक्कार करते. ती म्हणते - शपथ घेतली आहे की। मांसाहार घेणारे। मद्यपान करणारे। दुसऱ्यांना फसवणारे। वेश्यागमन करणारे। परान्न खाणारे। यांच्यात आपण जायचे नाही।।

अक्कामांच्या वचनाचे विशेष सांगताना सुभाष देशपांडे म्हणतात -

> अक्कम्मांच्या वचनांतून व्रत, नियम, शपथ, शील, आचरण, कायक, दासोह आणि चित्ताची शुद्धता या बाबींवर सर्वात अधिक भर आहे. भक्ताचे चारित्र्य त्यांना अधिक मोलाचे वाटते. उत्कट भक्ती, प्रखर निष्ठा, शुद्ध चारित्र्य, शुद्ध आचरण, कायकाचा ठाम आग्रह आणि दासोहाचे परिपालन ही त्यांच्या वचनांची आणि व्यक्तिमत्त्वाची अविभाज्य अशी वैशिष्ट्ये आहेत. (*महात्मा बसवेश्वर : कार्य आणि कर्तृत्व*, जनशक्ती वाचक चळवळ, औरंगाबाद, मार्च २०१५, पृष्ठ ३१२)

***

बोंतादेवी

बोंतादेवीचे मूळ नाव 'निजदेवी' हे होते. काश्मीर प्रदेशातील मांडव्यपूरच्या राजाची ती मुलगी. राजवैभवातील निजदेवी स्वभावाने मूलतः विरक्त होती. शिवपूजा, अर्चना व ध्यान यांतच ती जास्त काळ मग्न असे. शिवप्राप्ती हे तिचे ध्येय होते. भक्तिमार्गाकडे आकृष्ट झालेली निजदेवी बसवण्णांची कीर्ती ऐकून कल्याणला आली. त्यानंतर ती तिथेच राहिली.

निजदेवी बोंतादेवी कशी झाली?

निजदेवी कल्याणकडे येताना प्रत्यक्ष शिव मदनाचा पुतळा बनून तिच्यासमोर येतो. तो तिला लग्नाची मागणी घालतो. शिवस्वरूप राजकुमाराला ती म्हणते - 'कामास जाळून टाकणाऱ्यास लग्न हवे कशाला? तू स्मशानवासी आहेस. गंगा, गौरी ह्या तुला दोन पत्नी आहेत. मग तुला लग्नाची गरजच काय?' तिची ही शिवनिष्ठा पाहून शिव प्रसन्न होतो. तो तिला स्वतःच्या रक्षणासाठी 'बोंते' देतो. 'बोंते' म्हणजे गोधडी किवा वाकळ. तिने बोंते धारण केले म्हणून राजकुमारी निजदेवी बोंतेदेवी किंवा बोंतादेवी या नावाने प्रसिद्ध पावली.

ती कल्याणला आली. अनुभव मंटपातील आध्यात्मिक चर्चा तिने ऐकल्या. तिने इष्टलिंगदीक्षा घेतली. तिची पाच वचने आहेत. 'बिडाडि' हे तिचे वचनांकित आहे. बिडाडि म्हणजे परशिव. तिच्या वचनात शिवाचे स्वरूप, त्याचे अनंतत्व व त्याचे सर्वांतर्यामित्व या विशेषांचे वर्णन आले आहे. तसेच समताभाव व सामाजिक कळकळ व्यक्त होते. आपल्या वचनात ती म्हणते -

गावातील अवकाश, गावाबाहेरील अवकाश। भिन्न, असे म्हणता येई का?
गावातील ब्राह्मण अवकाश नि गावाबाहेरील अंत्यज अवकाश
भिन्न असल्याचे म्हणता येईल का?
जिकडे पाहावे तिकडे एकच अवकाश, निर्मिल्याने भित्ती, आतील-बाहेरील।
असा नामभेद असे केवळ, कोठूनही हाक दिली तरी 'ओ' देतोच बिडाडि।।

आकाश गावात गावाबाहेर, ब्राह्मणाचे- महाराचे वेगवेगळे नसते. ते सर्वत्र एकच आहे. माणसानेच भिंती घालून आतील बाहेरील असा भेद केला आहे. ह्या जातीच्या भिंती नष्ट झाल्या पाहिजेत. निसर्गातील समता माणसाठायी का नाही? असा बोंतादेवीचा प्रश्न आहे.

बोंतादेवी आपल्या दुसऱ्या एका वचनात सांगते - 'शिवावर श्रद्धा व विश्वास ठेवून निश्चिंत राहावे. शब्दच सिद्ध, शब्दच शुद्ध, शब्दच ब्रह्म! आपण ज्ञान प्राप्त करून ज्ञानरूप लिंगाला पूजून त्याच्यात एकरूप झाल्यावर सर्वच शून्य! दुसरे काही नाही.'

एकदा बोंतादेवीने ती गोधडी आकाशात भिरकावली. ती लुप्त झाली. तशीच बोंतादेवीही लिंगात लुप्त होऊन गेली. तिची भक्ती व वैराग्य पक्के होते. तिची लिंगसाधना अपूर्व होती. शिवाने दिलेली गोधडी पांघरून ती आयुष्यभर शिवभक्तीरत राहिली.

***

संकव्वे

ही स्त्री व्यवसायाने वेश्या होती. हिच्याविषयी फारशी माहिती मिळत नाही. तिचे एकच वचन उपलब्ध आहे. कमकुवत आर्थिक परिस्थितीमुळे अगदी नाईलाजाने काही

स्त्रियांना पोट भरण्यासाठी आपल्या देहविक्रीचा व्यवसाय करावा लागतो. बसवण्णांनी अशा स्त्रियांचे मन परिवर्तन अन्य करून त्यांना उदरनिर्वाहासाठी कायक उर्फ अन्य व्यवसाय दिला. त्यातून त्यांचे राहणीमान उंचावले. व त्यांना समाजात मान मिळाला. इच्छुक स्त्रियांचा त्यांनी विवाह लावून दिला. काहींना जंगमदीक्षा देऊन धर्मप्रसार करण्यास पाठविले. अशा सोळा हजार वेश्यांचे पुनर्वसन बसवण्णांनी केले अशी नोंद हरिहराने आपल्या 'रगळे'मध्ये केली आहे. त्यातीलच एक वेश्या संकव्वे होय.

संकव्वे अनुभव मंटपात सामील झाली. तेथील चर्चेत ती सहभागी झाली. 'निर्लज्जेश्वर' असे अंकित असलेले एकच वचन तिच्या नावावर आहे. त्यात ती म्हणते

एका जारासी ठरता व्यवहार। पुन्हा अन्यास ना देईन होकार।
करेन जर तैशापरी स्वीकार। नागवे करून मारतील ठार।
जाणूनबुजूनही केली जर। व्रतहीनाची साथसंगत।
तप्त तलवारीने छाटतील। नाक, कान आणिक हस्त।
हे असे ज्ञात, नको ऐशी संगत। निर्लज्जेश्वरा, तुमची शपथ।।

आपल्या या वचनात संकव्वेने व्रत, शील, नेम यांचा आग्रह धरलेला आहे. परस्त्री, परधन आणि परदैवत यांना नकार देणे हे व्रत आहे. अशा व्रतहीनाची संगत नको, असे ती म्हणते. दिलेले वचन आपण काहीही करून पाळले पाहिजे, हा तिचा आग्रह आहे. एका जाराशी व्यवहार ठरल्यावर वेश्येने दुसऱ्या जाराला होकार देणे म्हणजे व्रतभंग आहे, असे तिचे स्पष्ट मत आहे. गणिका असलेल्या संकव्वेला शरण चळवळीने आपल्यात आनंदाने सामावून घेतले यातच या शरण चळवळीची सर्वसमावेशकता लक्षात येते. समाजातील हीन, दीन, पतितांना पोटाशी धरणारी ही समतेची चळवळ बाराव्या शतकात समाजाच्या खालच्या थरापर्यंत सहज पोहोचली होती, हे लक्षात येते.

***

सातव्वा

सातव्वा कारवारजवळच्या जंगलात बैलहोंगलनजिक बेलूर या गावी केतय्या आणि सातव्वा हे बुरूडकाम करणारे कष्टाळू कुटुंब राहत असे. बांबूच्या सुपे, टोपल्या व करंड्या अशा घरगुती उपयोगाच्या वस्तू ते तयार करत. कष्टाच्या मीठभाकरीवर ते समाधानी होते. त्यातूनही ते दोघे शक्य तशी शिवाची उपासना करत. गोकर्ण-महाबळेश्वरकडे जाणाऱ्या यात्रेकरूंना काठ्या आणि टोपल्या देत. त्याचे पैसे सातव्व्या कधी घेत नसे. एकदा तिला वेगळाच अनुभव आला. एकदा बरेच यात्रेकरू थकून भागून

आले होते. ते बसवण्यांचे शरण मंडळ होते. त्या शरणांनी सातव्वाच्या काठ्या आणि टोपल्या यांचे कौतुक केले.

सातव्वाची त्यांनी विचारपूस केली. 'आम्ही कोणत्याही भेटवस्तू मोफत घेत नाही. त्याचे असतील ते पैसे घ्या!' असा त्यांचा आग्रह होता. 'तुम्ही शरीरश्रम करता. त्याची ही किंमत आहे. त्यावर तुमचे जीवन चालते. कुणीच कोणाला मोफत काही देऊ नये आणि कुणीच कोणाकडून मोफत काही घेऊ नये. मजुरी घेणे हा अधिकार आहे.'

सातव्वाला हे विचार नवे होते. अशी माणसे तिने पाहिली नव्हती. तिच्या विचारात बदल झाला. तिने आपले घर सोडले. ती त्यांच्याबरोबर यात्रेला गेली. तिने त्यांचे कार्य समजून घेतले. बसवेश्वरांचे शिष्य व कार्य पाहण्याची ओढ तिच्या मनात निर्माण झाली. त्यानंतर पती केतय्यासह सातव्वा कल्याणला गेली. तेथे बरेच दिवस राहून तिने पतीसह शिवध्यानाची साधना केली. त्यांना समाजात प्रतिष्ठा लाभली. केतय्याच्या वचन रचनेमध्ये आध्यात्मिकता भरून राहिली आहे. सातव्वाचे विचार कन्नडमध्ये ग्रामीण बोली गीतात साठवले गेले आहेत. शरणांच्याकडून विचार ऐकून बसवण्णाचे कार्य अमलात आणणारी सातव्वा धन्य होय.

***

मुक्तायाक्का

साक्षात्कारी योगिनी म्हणून त्यांची ख्याती आहे मुक्तायाक्काचा आध्यात्मिक दर्जा महान होता. अल्लमप्रभूंशी तिने अधिकार वाणीने चर्चा केली आहे. अजगण्णांची ती लहान बहीण होय. तिची आध्यात्मिक जाणीव तीव्र होती. तिच्या वचनांतून साक्षात्काराचे व शून्याचे अनुभव व्यक्त झाले आहेत. ती साहसी होती. आपले मत ती स्पष्टपणे मांडत असे.

योगाचे स्वरूप स्पष्ट करताना ती वचनातून म्हणते - 'योग फुलात लपलेल्या सुगंधाप्रमाणे असतो. चंद्राप्रमाणे त्यात सोळा कला लपलेल्या असतात. योग हवेतील शांततेप्रमाणे आणि विजेमध्ये लपलेल्या तेजस्वी प्रकाशासम असतो.' योग्याचे बाह्य स्वरूप अगर वर्तन विचारात घेऊ नये. त्याचे मूळ स्वरूप लक्षात घ्यावे. त्याचा वंश, जात, गोत्र यांचा विचार करण्याची गरज नाही. तो या सर्वांपलीकडे गेलेला असतो. ती म्हणते - तो शहरात असला काय आणि जंगलात असला काय! जर तो निर्वस्त्र असेल। तो कोणत्या जातीचा आहे, याला तरी काय मोल आहे। जर त्याला काही इच्छाच नसतील। तर तो कुणापुढे वाकेल तरी कशाला? त्याने पाप केले काय आणि पुण्य केले काय? काहीच फरक पडत नाही। कारण, त्याने आपला जन्म नष्ट केला आहे। अरेरे! हे वाईट आहे। स्वतःला न जाणताच। शून्यात विलिन होणे। हे अजगण्णा!

योगी हा पाप पुण्याच्या पलीकडे गेलेला असतो. तो परमानंदात मग्न असतो ईश्वराच्या नावावर भोंदूगिरी करणाऱ्यांवर तिचा राग आहे. अशा भोंदू लोकांवर विश्वास ठेवू नका, असे ती बजावते. मुकत्याक्का म्हणते - आपण अपशब्द वापरू नयेत. वाममार्ग अवलंबू नये, आपण घेतलेले व्रत किंवा शपथ यांचे पालन करणे म्हणजेच ज्ञान मिळविणे होय. आपल्याला शब्दांविना संवाद साधता आला पाहिजे. देहाच्या गरजा विसरता आल्या पाहिजेत. आपल्याला विश्वात्मक होता आले पाहिजे. आपल्या वैशिष्ट्यपूर्ण अनुभवांमुळे तिच्या वचनांमध्ये गूढता आणि सखोलता आली आहे.

***

काळव्वा

शरण उरिलिंग पेद्दी हा नांदेड जिल्ह्यात कंधार गावी दलित समाजात राहत होता. पेद्दीची पत्नी 'काळव्वा' ही कंधार गावची. हे अस्पृश्य जोडपे दारिद्र्याने गांजलेले होते. उपजीविकेसाठी कोणतेही साधन नसल्याने पेद्दी चोऱ्यामाऱ्या करून कसेतरी पोट भरत होता.

त्या गावात उरिलिंग देवांचा मठ होता. ते पंडित होते. ते कल्याणमध्ये राहून आले होते. तेथून परतल्यावर त्यानी नवधर्माचा प्रचार व प्रसार सुरू केला. जात पात, उच्चनीच असा भेदभाव न करता सदाचारी अस्पृश्यासही ते इष्टलिंग-दीक्षा देत.

एक दिवस रात्री चोरी करण्यासाठी पेद्दी सुरय्याच्या घरी जाऊन वरच्या मजल्यावर लपून बसला. त्याच रात्री उरिलिंग देव शिष्य सुरय्याच्या घरी त्यास दीक्षा देण्यासाठी आले होते. रात्री इष्टलिंग दीक्षेचा सोहळा सुरू झाला. तेथील पवित्र व मंगल वातावरणाचा पेद्दीच्या मनावर परिणाम झाला. त्याला पश्चाताप झाला. डोळ्यांतून अश्रू वाहू लागले. तो स्वच्छ मनाने घरी परतला. त्याने घरी सांगितले. 'आजपासून मी चोरी करणार नाही.' हे ऐकून पत्नी काळव्वाला आनंद झाला. यापुढे दोघांनी सदाचारी जीवन जगण्याचा निश्चय केला. पेद्दीला इष्टलिंग दीक्षा घेण्याचा ध्यास लागला. पेद्दी त्यानंतर रानात जाऊन लाकडे तोडून दोन मोळ्या घेऊन यायचा. तो एक मोळी उरिलिंगदेवांच्या आत टाकायचा - एक मोळी विकून त्यातून पोट भरायचा. एक दिवस उरिलिंग देवांनी त्याला बोलवून कल्याणला जाण्यास सांगितले. गुरूच्या आज्ञेनुसार पेद्दी पत्नी काळव्वासह कल्याणला गेला. तेथील अनुभव मंटपातील सुविचारी व सदाचारी वातावरण पाहून ते दोघे भारावून गेले. काही दिवस तेथे राहून ते दोघेही कंधारला परतले. ते दोघेही त्यानंतर गुरुदेवांच्या मठात जाऊ लागले.

पेद्दीने अनेक वचने लिहिली. काळव्वाच्या वचन रचनेवर प्रकाश टाकताना नागप्पा भीमराव शरणार्थी म्हणतात - काळव्वा ही आत्मज्ञानी पतीला शोभेल अशी पत्नी

होती आणि उरलिंग देवांना शोभेल अशी शिष्या होती. ती स्वानुभवी होती. शरण मार्गाचे अनुसरण करणारी शरणी होती. आपल्या पतीच्या प्रत्येक कार्यात ती निष्ठेने सहकार्य करत असे. इष्टलिंग दीक्षा घेतल्याने तिच्या जीवनात संपूर्ण परिवर्तन घडले. तिने लिहिलेली वचने श्रेष्ठ आहेत. ती आपल्या वचनात म्हणते -

व्रत म्हणजे दिव्यरत्न, व्रत म्हणजे क्रांतियुक्त मौक्तिक।
झाल्यास व्रतभ्रष्ट, होते इष्टलिंगाची कळा नष्ट।
अंगावर लिंग असूनही असे तो भवी समान।
असे प्राण नसलेल्या देहासम उरिलिंग पेद्दी रसास रुचत नसे।।

शरणांच्या 'कायकवे कैलास' या दिव्य संदेशाप्रमाणे प्रत्येक व्यक्तीने शरीरश्रम केलेच पाहिजेत. ती पुढे म्हणते -

भक्त नसे तो कायक केल्याविण।
कायक नसे तो सत्य शुद्ध असल्याविण।
आशा ही असे भवबीज, आशा नसणे हीच नित्य मुक्ती।
उरिलिंग पेद्दी गण रसाला नसे रुचत पाहणे माय।। (*क्रांतिकारी महात्मा बसवेश्वर आणि १२ वे शतक : महिलांचा सुवर्णकाळ,* सुविधा वितरण, सोलापूर, प्रथम आवृत्ती, २१ एप्रिल २०१५, पृष्ठ ११०-१११)

पेद्दी आणि काळव्वा गुरुदर्शनासाठी नेहमी मठाला जात. एक दिवस उरिलिंगदेव म्हणाले, 'आता माझे वय झाले आहे, काळव्वा! आता कंधार मठाच्या पीठावर तुझ्या पतीची नियुक्ती आम्ही करणार आहोत. पेद्दी निश्चितपणे माझे कार्य पुढे चालवील ही खात्री आहे. विशेष म्हणजे बसवण्णांनी या योजनेला संमती दिली आहे. शिवशरण पेद्दी पूर्वी अंत्यज होते, पण आता ते शरण आहेत. शरण हे वर्णातीत आहेत.'

यापुढे पेद्दी 'उरिलिंग पेद्दी' बनला. पेद्दी आणि काळव्वा यांचे पती-पत्नीचे नाते संपून ते गुरू-शिष्याचे झाले. काही दिवसानंतर कर्मठ सनातनी लोकांनी कंधारचा मठ जाळून टाकला. पण पूर्वाश्रमीचा दलित मठाधिपती झाला हा इतिहास मात्र शिल्लकच राहिला. त्यानंतर पेद्दी व काळव्वा कल्याणला आले. तेथेच राहिले. तेथे आल्यावर काळव्वाने लाकूड तोडून विकण्याचे कायक सुरू ठेवले. आपल्या घरी ती इतरांना लिहिण्या-वाचण्यास शिकवत असे.

काळव्वाने आपल्या सदाचार संपन्नतेने 'महाशिवशरणी' ही पदवी मिळविली. भारतीय नारी परंपरेतील ही अभूतपूर्व घटना होय. वचन साहित्याच्या रक्षणासाठी नागम्माच्या नेतृत्वाखाली अनेक शरण-शरणी कल्याण सोडून निघाल्या. त्या समुहात

काळव्वाही होती. त्यावेळी झालेल्या युद्धात काळव्वाने आपल्या प्राणाचे बलिदान दिले.

काळव्वा आणि उरिलिंग पेद्दी यांना बसवतत्त्वे प्रसारासाठी अनेक हालअपेष्टा सहन कराव्या लागल्या. या दांपत्याचे जीवन म्हणजे कल्याण क्रांतीपूर्वीचा टप्पाच म्हटले पाहिजे. उरिलिंग पेद्दी आपल्या ज्ञानाने व तपोबलाने 'मठाधिपती' झाले तर काळव्वा ही 'महाशिवशरणी' बनली. कल्याण क्रांतीपूर्वीची ही घटना म्हणजे पेद्दी हा पूर्वाश्रमीचा दलित मठाधिपती बनला, ही लक्षणीय घटना होय.

ज्यांचे संपूर्ण जीवन बसनव धर्म प्रचारास त्यांनी वाहिले होते ते काळव्वा आणि उरिलिंग पेद्दी हे दांपत्य चिरस्मरणीय आहे कारण ते असामान्य आहे.

***

सिद्धदेवम्मा

स्वरांवर हुकमत असणारी ही गायिका होती. बिज्जळाच्या दरबारात तिला मान होता - निलांबिका या बसवेश्वरांच्या द्वितीय पत्नीला संगीतकला वश होती. तिने सिद्धदेवम्माला विशेष मदत केली. कल्याणनगरीला भारतीय संगीत साधनेची थोर परंपरा लाभली होती. शास्त्रीय संगीतामध्ये गद्यसदृश वचनाला साहित्यात स्थान देणे, हे आव्हानात्मक कार्य होते. ते सिद्धदेवम्माने करून दाखविले. तिची वचन रचना आहे असे म्हटले जाते पण ती उपलब्ध झालेली नाहीत. बसवण्णांची व अन्य शरणांची वचने ती उत्तम चाली लावून मधूर स्वरात गायची. तिच्या गोड गळ्यातून आणि श्रवणीय चालींमधून स्वरबद्ध झालेली वचने लोक मन:पूर्वक ऐकत असत. त्यातून बसवेश्वरांच्या नव धर्मातील तत्त्वे आणि आचार लोकांच्या कानावर परिणामकारकपणे पडत. ह्या नव्या धर्माकडे त्यामुळे त्या लोकांचा ओढा वाढत होता. तिच्या गायनामधून बसव-दर्शन प्रसाराला चांगलीच गती मिळाली होती.

***

लिंगम्मा

महात्मा बसवेश्वरांचे आप्त सचिव हडपद अप्पण्णा यांची ही धर्मपत्नी! अप्पण्णा न्हावी होता. अल्लमप्रभू आणि सिद्धरामेश्वर यांची प्रथम भेट घडून आदराने त्यांचे स्वागत करणारी व्यक्ती म्हणजे अप्पण्णा! या गृहस्थाश्री शरणाची पत्नी लिंगम्मा ही ज्ञानी व अनुभवी महाशिवशरणी होती. शरणगण तिला 'नित्यमुक्त लिंगम्मा' असे गौरवाने म्हणत. लिंगम्माची ११३ वचने उपलब्ध आहेत. तिची वचन रचना अनुभवसंपन्न व बुद्धिप्रधान आहे. तिला जे सांगायचे आहे ते रोखठोकपणे व निर्भीडपणे सांगत असे. 'अप्पण्णा प्रिया चन्नबसव' असे अंकित असलेली अनेक वचने शरणी लिंगम्माने रचली आहेत.

लिंगम्मा ही अप्पाण्णाला साजेशी, त्याच्या उन्नत आध्यात्मिक जीवनास समर्थन देणारी व त्याच्या सत्कार्याला समर्थ साथ देणारी पुण्यांगना होती. लिंगरसात पती आणि पति रुपात लिंग पाहणाऱ्या लिंगम्माने 'दांपत्ययोग' सहज साधला होता. लिंगम्माने योगसाधना केली होती हे तिच्या वचनावरून कळते. शिवयोग साधना श्रेष्ठ आहे हे सांगताना ती वचनात म्हणते -

बाबा रे! मृत्युलोकात जन्म घेऊन म्हणविले मज।
कष्ट संसारी, बुडून अंधारात, असता कर्माला बळी पडत।
जन्मदाती रूपे गुरुस्वामी, पिता रूपे जंगम लिंग।
दिला प्रसाद मम प्राणास, निमाले कर्म, मिळताच प्रसाद।
प्राणास, झाला अंधार नाहीसा अप्पण्णा प्रिय चन्नबसव।।

लिंगम्माच्या व्यक्तिमत्त्वावर प्रकाश टाकताना नागप्पा भीमराव शरणार्थी म्हणतात- 'अशा तऱ्हेने अंधारात प्रकाशाकडे झेप घेतलेल्या लिंगम्माने कर्माचे बंधन तोडून ती सदाचारे सुखी झाली. तिने मृत्युलोक आणि कैलास यांमध्ये भेद मानला नाही. ज्या ठिकाणी आचार-विचार शुद्ध ठेवून शिवशरणांनी वास केला तोच कैलास. भक्तीतील महाशक्ती आणि मंगलकारी मुक्ती यांचा त्रिवेणी संगम तिच्यात झाला होता. पूर्वानुभवी साध्वी शिरोमणी लिंगम्मा श्रेष्ठ शरणी होती. लिंगम्माने 'मंत्रगौप्य' नावाचा ग्रंथ लिहिला आहे. (*क्रांतिकारी महात्मा बसवेश्वर आणि १२ वे शतक* : महिलांचा सुवर्णकाळ, सुविद्या वितरण, सोलापूर, प्रथम आवृत्ती, एप्रिल २०१५, पृष्ठ ८४-८५)

अशी ही योगसाधना करणारी आणि पती अप्पाण्णाच्या आध्यात्मिक प्रवासात त्यांच्या पावलावर पाऊल टाकणारी लिंगम्मा श्रेष्ठ शिवशरणी होती.

***

गुड्डव्वे

शरणी गुड्डव्वेचे एकच वचन उपलब्ध आहे. त्या वचनात ती म्हणते - देह अनावृत्त असून फायदा नाही, तर मन तसे हवेम्हणजे विकारांनी मुक्त पाहिजे. शपथ मोडणाऱ्याने शपथ घेणे निरर्थक आहे. अशा माणसाबरोबर जाणारा माणूस नरकवास भोगतो. माणसाचे मन स्वच्छ आणि शुद्ध असले पाहिजे. शरणांनी आपले व्रत आणि वचन हे पाळलेच पाहिजे. गुड्डव्वेबद्दल अन्य काहीच माहिती उपलब्ध नाही.

***

कदिराका कायकडा कळ्ळव्वे

कळ्ळव्वे कापड विणत असे. ते तिचे कायक होते. कायकावर तिची टोकाची श्रद्धा होती म्हणूनच तिला 'कदिराका कायकडा' हे विशेषण मिळाले. तिची १२ वचने उपलब्ध आहेत.

तिने आपल्या वचनातून कायक, व्रत आणि शपथ अशा बाबींवर विशेष जोर दिला आहे. शपथ आणि व्रत मोडणे हे पाप आहे. असे तिचे मत आहे. कायक समर्पण बुद्धीने केले की ते व्रत होते. कदिरा म्हणजे धागा. धागा हेच तिच्या व्रताचे प्रतीक आहे. विणकर चक्र थांबले की, विणकाम थांबते तसा व्रतभंग झाला की जीवनाची गती ठप्प होते. शपथभंग व व्रतभंग करणाऱ्या माणसावर बहिष्कार टाकला पाहिजे. अशा माणसाने कितीही जप आणि पूजा केली तरी त्याला लाभत नाही. शपथ वा व्रत हे मौल्यवान हिऱ्यासारखे असते. त्यांचा भंग करणारा माणूस शिवाला आवडत नाही. कायकाशिवाय अन्न स्वीकारू नये. ते वाईट असते.

तिचा जातिभेदाला तीव्र विरोध आहे. उच्च जातीचे जे लोक मांसाहार करतात. त्यांना शिव प्रसन्न होत नाही. खरा शिवभक्त नीच जातीचा असू शकत नाही. कुत्र्याला माणसापेक्षा श्रेष्ठ मानणारे लोक नरकवासात जातात. यज्ञातील पशुबळीस तिचा विरोध आहे. असे पशुबळी देणारे ब्राह्मण नीच आहेत, असे तिचे स्पष्ट मत आहे.

तिच्यावरील मतांवरून ती निःस्पृह, ज्ञानी व भक्त होती हे लक्षात येते. तिच्या वचनातून कायकावरील गाढ श्रद्धा, जातिभेदाला विरोध, अपरिग्रहाचा पुरस्कार आणि व्रताचे निष्ठेने पालन हे तिचे गुण प्रकर्षाने जाणवतात.

तर अशा या शरणी! कोण विणकर आहेत, कोण तांदूळ वेचणाऱ्या आहेत, कोणी चोरपत्नी, कोणी न्हावी, कोणी व्यापाऱ्याची कन्या, कोणी राजघराण्यातील ही, कोणी कोळी, कोणी बुरूड, कोणी शेतकरी, कोणी नर्तक, कोणी गायिका, कोणी गावची झाडलोट करणारी अशा समाजातील विविध स्तरांतून आलेल्या त्या आहेत. यांतील बऱ्याच स्त्रियांनी वचने लिहिली आहेत.

बसवण्णांच्या चळवळीमुळे त्या लिहायला-वाचायला शिकल्या. विचार करायला शिकल्या. त्यांच्या चिंतनातून ही वचनांची निर्मिती झाली. घरकाम करणाऱ्या ह्या संसारी स्त्रिया एरवी घरातच बंदिस्त राहिल्या असत्या. पण बसवेश्वरांच्या शिकवणुकीमुळे त्यांच्या जीवनात नवा तेजस्वी प्रकाश आला. त्यांच्या व्यक्तिमत्त्वात साहस, जिद्द आणि नवी उमेद आली. त्या समाजात आणि नवधर्माच्या मेळाव्यात धीटपणे वावरू लागल्या. आपले विचार लोकांसमोर मांडू लागल्या. आतापर्यंत मूक असलेली स्त्री आता आत्मविश्वासाने आपले विचार समाजासमोर मांडू लागली. स्त्रीमध्ये हे अंतर्बाह्य

परिवर्तन घडले त्याचे कारण बसवण्णांचे समता आंदोलन होय. स्त्रीच्या व्यक्तिमत्त्वात घडलेले हे अंतर्बाह्य परिवर्तन क्रांतिकारी व नव समाज रचनेच्या दिशेने पडलेले भक्कम पाऊल होते.

बसवण्णांनी स्त्रीवर्गामध्ये जागृती केली आणि स्त्रियांनी वचन रचनांच्या माध्यमातून समाजात सुधारणापर विचार समाजात मोठ्या साहसाने आणि कष्टाने प्रत्यक्षात उतरवले. ही तत्कालीन महिलांची कामगिरी सुवर्णक्षरांनी लिहून ठेवण्यासारखीच आहे.

•••

बसव वचने व विचार

बसवेश्वरांच्या समता आंदोलनाने कन्नड भाषेला आणि भारतीय साहित्याला दिलेली अमूल्य देणगी म्हणजे वचन साहित्य. 'वचन' या शब्दाला अर्थ, वाणी, शपथ, आदेश, सल्ला व कथन, वचन साहित्य हे वीरशैवीयांचे धार्मिक वाङ्मय होय. 'कन्नड वाङ्मयाचे उपनिषद' असेही वचन साहित्याला म्हणतात. वीरशैव वचनकारांनी काव्य रचना करण्याच्या हेतूने वचने लिहिलेली नाहीत. वचनकारांना आत्मानुभव सांगायचे होते. आपले अनुभव शरणांना सांगून त्यांद्वारा सामाजिक व धार्मिक नवरचनेला साहाय्य करणे हे त्यांचे उद्दिष्ट होते. वचनामध्ये आविष्कारातील सौंदर्यापेक्षा अनुभवाच्या मांडणीला अधिक महत्त्व आहे.

वचनकारांनी आपल्या वचनांत आपले नाव गुंफलेले नाही. ती त्यांची इच्छाही नाही. म्हणून त्यांनी आपल्या दैवतांची-शिवाची नाममुद्रा त्यात गुंफली आहे. बसवेश्वरांनी 'कुडलसंगमदेव', प्रभूदेवांनी 'गुहेश्वरा', चन्नबसवेश्वरांनी 'कुडल चन्नसंगमनाथ', अक्कमहादेवीने 'चन्नमल्लिकार्जुन देवा,' सिद्धरामेश्वरांनी 'कपिलसिद्ध मल्लिकार्जुन'

अशा अनेक नाममुद्रा घेतल्या आहेत.

वचनकारांनी आपल्या अनुयायांमध्ये श्रद्धा व भक्ती निर्माण करण्यासाठी वचने लिहिली. त्यांनी समर्पणभावाने काम करून लोककल्याण साधणे हा त्यांचा हेतू होता. प्रभूदेव आणि बसवण्णांना आपल्या अनुयायांमध्ये नवीन जीवनमूल्ये पेरावयाची होती: शरण आणि शरणी यांनी आपल्या चिंतनातून वचने लिहिली. हे चिंतन त्यांना त्यांच्या जीवनानुभवातून स्फुरले आहे. सामान्य माणसांना त्यातील विचार कळण्यासाठी त्यांच्याच भाषेत साध्या, सोप्या व सरळ पद्धतीने ती वचने लिहिली गेली आहेत. त्यात जीवनानुभव असल्याने ती अर्थगर्भ आहेत. त्यातून त्या वचनांना मानवी जीवन समृद्ध करण्याचे सामर्थ्य लाभले आहे. कारण जीवनातील विविध क्षेत्रांना ती वचने स्पर्श करताना दिसतात. म्हणून ती वचने माणसाला विचार करण्यास प्रवृत्त करतात. ही वचने साधी असूनही विलोभनीय आहेत.

वचनकर्ते सर्व जाती-जमातींतून आलेले आहेत, त्यामुळे सामान्य माणसांचे विचार व भावभावना यांना त्यात प्रवेश मिळाला. म्हणून हे वचन साहित्य सर्वसमावेशक झाले आहे. ही वचन-रचना पुरुषांप्रमाणे स्त्रियांनीही उत्साहाने केली आहे. हे चित्र त्या काळातील समाजात अगदीच नावीन्यपूर्ण होते.

वचनाची व्याख्या सुभाष कि. देशपांडे यांनी पुढीलप्रमाणे केली आहे -

> वचन म्हणजे असे लोकवाङ्मय ज्याची रचना समाजातील सर्व स्तरांतील शिवशरणांनी केलेली असून, त्यामध्ये भावसंवेदना, विचार सौंदर्य, ज्ञान, भक्ती, कर्म, कायक यांच्या आधारे लोकहिताचा आधार धरून समाजरचनेचा विचार केला जातो. तसेच अंतिमतः लोककल्याणासाठी व बहुजनहितासाठी नवीन जीवनमूल्यांची प्रस्थापना केली जाते. यात समाजाच्या सर्व अंगांचा प्राधान्याने धार्मिक, आध्यामिक, सामाजिक, आर्थिक, राजकीय, नैतिक आणि प्रत्यक्ष आचरणात आणावयाच्या सर्व बाबींचा समावेश असतो. (*महात्मा बसवेश्वर-कार्य आणि कर्तृत्व,* जनशक्ती वाचक चळवळ, औरंगाबाद, प्रथमावृत्ती, २१ मार्च २०१५, पृष्ठ २८७)

बाराव्या शतकात विविध शरणांनी लिहिलेल्या वचनांची संख्या लाखोंच्या घरात असू शकेल. आज मात्र कन्नडमध्ये २० हजार वचने उपलब्ध असल्याचे सांगण्यात येते. वचन साहित्याच्या स्वरुपावर प्रकाश टाकताना प्रा. डॉ. राजेश्वर हिरेमठ सांगतात-

> बाराव्या शतकातील बसवण्णांच्या धर्मक्रांतीने नवा समाज निर्माण केला. त्याप्रमाणे नवा काव्यप्रकारही निर्माण केला आणि त्यांच्या समकालीन शिवशरणांनी तो प्रकार समृद्ध केला. सर्वसामान्यांच्या उद्धारासाठी अवतीर्ण

झालेले हे कन्नड वचनसाहित्य म्हणजे अज्ञानाकडून ज्ञानाकडे आणि अंधारातून प्रकाशाकडे नेणाऱ्या साधन मार्गावरील दीपस्तंभ आहे. (*महात्मा बसवेश्वर*, सुभाष कि. देशपांडे, जनशक्ती वाचक चळवळ, औरंगाबाद, प्रथमावृती, मार्च २०१५, पृष्ठ २८९)

वचन साहित्यातून लिंगायत धर्मातील अष्टावरण, पंचाचार, षट्स्थल या संकल्पनांची मांडणी व पुरस्कार केलेला आहे. त्यातून लिंगायत धर्माचे तत्त्वज्ञान, स्वरूप, सिद्धान्त, साधना, आचरण या मूल्यांचा पुरस्कार केलेला आहे. त्याचबरोबर शुक्र चारित्र्य, नीती, बंधुता, सत्य, सहकार्य, कायक, दासोह, समता आणि शांतता या जीवनमूल्यांचा पुरस्कार वचनसाहित्यात करण्यात आलेला आहे. वचनसाहित्य हे जसे ते कालातीत आहे तसे ते सार्वकालिक आहे.

सामान्य माणसाला सन्मार्गाला लावून त्याला उत्साहित करण्याकडे वचनकारांचे लक्ष होते. वचनांमधून सामान्य माणसाला सुसंस्कारित करण्याकडे त्यांचा कल होता. वचनकारांसमोर जातिभेदातीत, समतेवर आधारित आणि विचार स्वातंत्र्याचा पुरस्कार करणारा नवा समाज निर्माण करण्याचा हेतू होता. वचने म्हणजे वचनकारांच्या अंतरंगातून उमटलेले आर्त स्वर होत. सामान्य माणसांच्या गळी ही नवी जीवनमूल्ये उतरवून त्यांचा नव समाज रचनेसाठी उद्युक्त करणे यासाठी ही वचन रचना केली गेली आहे.

सामान्य माणसाच्या आशा, आकांक्षा, व्यथा, वेदना, प्रश्न व समस्या यांचा वेध वचनांतून घेण्यात आला आहे. याच वचनांमधून एकनिष्ठ शिवभक्तीचा प्रभावी पुरस्कार करण्यात आला आहे. त्यातून समाजातील अंधश्रद्धांवर जोरदार हल्ला चढवण्यात आला आहे. कायक कल्पनेमधून सामान्य माणसांच्या धंद्याला, व्यवसायाला, कष्टाला प्रतिष्ठा प्राप्त करून देण्यात आली आहे. या लोकसाहित्याने लोकशिक्षण व समाजप्रबोधन नेटाने केले आहे.

बसवेश्वर आणि त्यांच्या सहकाऱ्यांनी जशी वचने लिहिली आहेत, तशी त्यांच्या अनुयायांनीही वचने लिहिली आहेत. बसवेश्वर, अल्लमप्रभू, चन्नबसवेश्वर, नागम्मा, अक्कमहादेवी, सिद्धरामेश्वर यांच्याबरोबर वैद्य संगण्णा, दसरय्या, घरवाळय्या, गुराखी, रामण्णा, किन्नरी बोमय्या, मारय्या, मडिवाळ माचय्या, नागीदेव कांबळे, कक्कय्या, हडपद अपण्णा, मादार चन्नय्या, उरिलिंग पेद्दी, गुंडय्या, गजेश मसणय्या, मेदार केतय्या, अंबिगार चौडय्या, जेडर मादण्णा, मरुळ शंकरदेव, अमुगीदेव व रुद्रमुनी या पुरुष अनुयायांनी वचने लिहिली आहेत. यांच्याचबरोबर स्त्रियांनीही वचने लिहिली आहेत. गंगांबिका, निलांबिका, आयदक्की लक्कम्मा, कदिरे रेमव्वा, रायम्मा, लिंगम्मा रेवम्मा, सोमव्वा, काळव्वा, सत्यक्का, दानम्मा, संकव्वा, मुक्तायक्का, तिमव्वा,

गुंडक्का, बैजव्वा, कोतलदेवी, बैजव्वा व रेचम्मा अशा कितीतरी शरणींनी कन्नडमध्ये वचन रचना केली आहे.

येथे आपल्या बसवेश्वरांची वचने व त्यातून झालेले समाजप्रबोधन या बाबींचा विचार करावयाचा आहे. *'शहाणे करुनि सोडावे सकल जन'* या उदात्त हेतूने त्यांनी ही वचने लिहिली आहेत. माणूस शहाणा झाला की तो क्रियाशील होतो हा बसवेश्वरांचा विश्वास होता. तत्कालीन समाजाच्या या क्रियाशीलतेतूनच नव समाज रचना घडली होती. माणसामाणसांच्या मनांमध्ये विचार पेरायचे, त्यातूनच ती माणसे आचारासाठी उद्युक्त होतात. आणि ती माणसेही एक दिवस स्वतः विचारपेरित राहतात, असेच काहीसे बसवेश्वरांच्या काळात घडले होते. या प्रक्रियेचा प्रारंभ मात्र बसवेश्वरांनीच केला होता. त्यांची वचने म्हणजे विचारांनी भरलेले मधाचे पोळेच होय. त्यांच्या वचनांमध्ये नवा समाज घडवण्याचे अलौकिक सामर्थ्य होते. या त्यांच्या वचनांमधून त्यांनी मांडलेले विचार आपणास आता अवगत करून घ्यावयाचे आहेत.

शिवशरणाचे आचरण

माणसाचे मन पवित्र व शुद्ध असेल, तर त्याच्या हातून सदाचार घडेल. व्यक्तीनेच समाज बनतो व राष्ट्रही घडते. परमेश्वराला प्रसन्न करण्याचे शिवशरणाचे आचरण कसे असावे ते बसवण्णांनी सांगितले आहे. एखाद्या माणसाला माहीत न होता त्याचे दागिने, उंची वस्तू, पैसा घेणे म्हणजे चोरी होय. चोरी माणसाला आळशी करते व बदनाम करते, चोर समाजात मान ताठ करून चालू शकत नाही. तो नेहमीच लज्जित असतो व परिश्रम न करणाऱ्या माणसावर चोरी करण्याची नामुष्की ओढवते. चोरी करणे समाजात निंद्य मानले गेले आहे. चोराला चांगले भविष्य नसते. चोरी हा काळा धंदा आहे. समाजात चोराचा तिरस्कार केला जातो. हे सर्व लक्षात घेऊन माणसाने चोरी करू नये, असा सल्ला बसवेश्वरांनी इथे दिला आहे.

संपत्तीसाठी किंवा विचार पटले नाहीत म्हणून एखाद्याची हत्या करू नये. खून करण्यापर्यंत माणूस का पोहोचतो? तर त्याला कष्ट न करता पैसा, सोने, अलंकार व वस्तू हव्या असतात. त्यासाठी त्या माणसाचा तो खून करतो. खून करणे हा अविचार असून, राक्षसी वर्तन आहे. हे कृत्य पशुपातळीवरील आहे. हिंसा करून प्रश्न सुटत नाहीत. अहिंसेमध्ये मानवता सामावली आहे.

क्रोध-राग हा माणसाचा शत्रू आहे, रागामुळे माणूस अविवेकी बनतो, रागामुळे माणूस हिंसक बनू शकतो. माणसावर रागामुळे संकटे ओढवतात. रागामुळे गैरकृत्ये घडतात. माणूस रागामुळे करू नये ते करून बसतो. खोटे बोलणे हा व्यक्तीचा दुर्गुण आहे. खोटे बोलल्याने समाजात माणसाची पत कमी होते. लोकांचा त्या माणसावरचा

विश्वास कमी होतो, दुसऱ्या व्यक्तीचा तिरस्कार केल्याने ती व्यक्ती शत्रू बनते. अन्यांचा तिरस्कार करून आपण अनेक वैरी निर्माण करतो. आत्मस्तुतीने माणूस आपला घात करून घेतो. आत्मस्तुतीमध्ये हरवणाऱ्या व्यक्तीजवळ माणसे येत नाहीत.

त्यामुळे माणूस एकाकी व एकटा पडतो, एखाद्याचा मत्सर करण्याने माणूस आपली मनःशांती हरवून बसतो. माणूस मत्सरामुळे कुकृत्य करण्याकडे वळतो. दुसऱ्यांना तुच्छ मानणे हा दोष आहे. एखाद्याला कमी लेखणे म्हणजे त्याचा अवमान करण्यासारखे आहे. दुसऱ्याला तुच्छ मानून आपण मोठे होऊ शकत नाही.

माणसाचे शत्रू असणाऱ्या या सात गोष्टी आपण टाळल्या तर आपले बहिरंग आणि अंतरंग शुद्ध होते. परमेश्वराला प्रसन्न करण्याची ही रित आहे. सात नकारात्मक बाबी आपल्या आयुष्यातून व मनातून काढून टाकल्या तर माणूस देवमाणूस बनतो. त्याच्यावर परमेश्वर प्रसन्न होऊ शकतो. माणसाचे हे सात शत्रू आहेत. माणसाच्या प्रगतीच्या मार्गावरील हे सात राक्षस आहेत. त्यांना मनातून हाकलून लावल्याने माणसाची नीतिमत्ता उंचावते, हे निश्चित! बसवण्णांनी केलेला हा उपदेश समाजाला सुसंस्कृत बनवू शकतो.

सदाचार स्वर्ग आणि अनाचार नरक

बसवेश्वरांनी आपल्या काही वचनांमधून सूत्रबद्ध विचार मांडले आहेत. समाजाचे प्रबोधन करण्यासाठी काही नव्या व्याख्या त्यांनी केल्या आहेत. देवलोक आणि मृत्युलोक ह्या कल्पना आहेत. खरे बोलणे हाच देवलोक आहे तर खोटे बोलणे हा मृत्युलोक आहे. सदाचार हा स्वर्ग आहे, तर दुराचार हा नरक आहे. कुडलसंगमदेवा, तुम्हीच त्याला प्रमाण आहात. खरे बोलल्याने आपण काय बोललो हे लक्षात ठेवण्याची गरज नाही. खोटे बोलणाऱ्या माणसावर लोक विश्वास ठेवत नाहीत. दया, समता, क्षमा, शांती, प्रेम आणि सौजन्य म्हणजे सदाचार. तेथेच स्वर्ग असतो. निंदा, असहिष्णुता, मद, मत्सर, क्रोध म्हणजे दुराचार होय. तेथेच नरक असतो. बसवण्णांनी या वचनात केलेली सत्य, सदाचार-दुराचार यांची व्याख्या लक्षणीय आहे. विचारातील सूत्रबद्धता आणि रोखठोकपणा हे या वचनाचे अर्थसौंदर्य आहे.

परस्त्री आणि परधन अभिलाषा नको

माणसाचे अध:पतन करणाऱ्या अनेक वाईट गोष्टी समाजात आहेत. परस्त्रीची आणि परधनाची अभिलाषा करणे ह्या वाईट बाबी आहेत. त्यापासून रोखण्यासाठी बसवेश्वर आपल्या एका वचनात माणसाला सावध करताना म्हणतात -

नाही मी भीत सळसळत्या सापास।
नाही मी भीत धगधगत्या ज्वालेस।
नाही मी भीत तळपत्या तलवारीच्या धारेस।
मज वाटे भय परस्त्री परधन, या पातकांचे।
रावणाची दुर्गती परस्त्रीच्या कारणाने।
मी भीतो, हे कुडलसंगमदेवा।।

आयुष्यातील निसरड्या जागेवरून चालताना आपली पावले जपून टाका, असा उपदेश या वचनात करण्यात आला आहे. विषारी सर्पाला मी भीत नाही. धगधगणाऱ्या अग्नीला मी भीत नाही. तलवारीच्या धारेला मी भीत नाही. मला भीती वाटते ती परस्त्री आणि परधनाच्या अभिलाषेची।

सर्पदंशाने कदाचित मृत्यू येतो. धगधगत्या अग्नीच्या ज्वाळांनी भाजले जाते. तलवारीच्या तीक्ष्ण धारेने कापले जाते. या तीनही बाबींची मला भीती वाटत नाही. खरे म्हणजे या तीनही बाबी वेळप्रसंगी मृत्यू देणाऱ्या आहेत. तरीही त्यांची भीती वाटत नाही. पण परधन आणि परस्त्री यांची अभिलाषा धरणे, हे मला भयकारी वाटते.

रावणाचा दुःखद अंत झाला तो परस्त्रीची अभिलाषा धरल्यामुळे! परधनाच्या अभिलाषेने अनेक माणसांना खूप त्रास झाला आहे. ती माणसे जन्मातून उठली आहेत. दुसऱ्याच्या संपत्तीचा, पैशांचा, जमिनीचा, सोन्याचा व अलंकारांचा मोह करणे अनिष्ट आहे. परधन आणि परस्त्री या दोन्ही बाबींचा आदर करावा असे सुचवले आहे. या दोन्ही बाबी आकर्षण निर्माण करणाऱ्या आहेत, तरीही या बाबींकडे उदासीनतेने पाहावे, त्यांचा लोभ धरू नये.

देहच माझे देवालय

बसवण्णांनी मंदिरे, देवळे यांना विरोध केला होता. भक्तांची लूट करणारी अधिकृत केंद्रे म्हणजे देवालये, असे त्यांचे मत होते. देवालयातील देवाला उंची वस्त्रे, दागिने, महाग वस्तू श्रीमंत भक्त अर्पण करतात. त्यांची श्रीमंती त्यांना श्रेष्ठ-भक्त ठरवते. खरे म्हणजे ही समजूत खोटी आहे. माणसाचा देह हेच देवालय आहे, असा संदेश बसवण्णा देतात. श्रीमंत लोक देवाकरिता म्हणजे देवाच्या दगडी मूर्तीसाठी भव्य देवालय बांधतात. त्यासाठी लाखो रुपये खर्च करतात. देवा, मी गरीब माणूस आहे. मी धनहीन आहे. मला देवालय बांधणे शक्यच नाही. माझे शरीर हेच देवालय आहे. त्यातील आत्मा हा परमेश्वर आहे. माझ्या शरीररूपी देवालयाचे खांब म्हणजे दोन पाय आहेत. माझे डोके हा माझ्या देह-मंदिराचा सोनेरी कळस आहे. दगडाने, विटांनी व चुन्या-सिमेंटने

बांधलेली मंदिरे काळाच्या ओघात पडून जातात, ती नाश पावतात. पण माझे देह-मंदिर हे हालचालयुक्त असूनही ते अविनाशी आहे, असे ज्ञानी-भक्त शरण म्हणतो. कारण आत्मा हा अविनाशी व अमर असतो.

परमेश्वर मंदिरात, तीर्थक्षेत्राठायी, दगडी मूर्तीमध्ये आणि मोठमोठ्या पुतळ्यांमध्ये नसतो. तो असतो भक्ताजवळच! आपल्याच देहात असलेल्या परमेश्वराला ओळखणे म्हणजेच ईश्वराला जाणणे होय 'तुझे आहे तुजपाशी। परी तू जागा चुकलासी।।' हे खरे आहे. रानावनांत, जंगलात, गुहेमध्ये परमेश्वर नाही तो आहे आपल्याच देहात! 'देह देवाचे मंदिर। आत आत्मा परमेश्वर।।' ही परमेश्वराची खरी ओळख आहे. पण त्याला जाणण्यासाठी तुमच्याकडे विशिष्ट दृष्टी व ज्ञान असणे इष्ट आहे.

श्रमिक हाच जगद्‌गुरू

बसवण्णांनी शरणांना 'कायक' करणे अनिवार्य केले होते. 'कायकवे कैलास' श्रम हाच स्वर्ग हा त्यांचा मंत्र होता. नैतिकतेने व्यवसाय करावा. माणसाने आपले कार्य कर्तव्यबुद्धीने केले तर पृथ्वीवर स्वर्ग निर्माण होऊ शकतो. बसवण्णा आपल्या वचनात कष्टकरी अगर श्रमिक हा या जगजीवनाचा शिल्पकार आहे, असे म्हणतात. शेतकरी आपल्या कष्टाने जमिनीची मशागत करतो. मजूर अखंड शरीरश्रम करतो व पोट भरतो. शरीर आणि मन कष्टाने झिजवणारा मनुष्यच श्रेष्ठ होय. श्रमाच्या माध्यमातून शिवपूजा करणारा शरण कर्तव्यसंपन्न असतो. कष्टकऱ्याच्या झोपडीला तो कैलास मानतो कारण त्या झोपडीत श्रमाची पूजा बांधली जाते.

बसवेश्वरांनी या वचनात श्रमाचा आणि श्रमिकाचा गौरव केला आहे. श्रम-मेहनत-प्रयत्न यांच्या बळावरच पृथ्वीवरील जीवन माणसाने सुंदर बनवले आहे. दुसरे म्हणजे जशी उक्ती तशी कृती असे वर्तन असावे. बोलणे एक आणि वर्तन दुसरेच असे असेल तर त्या माणसावर लोक विश्वास ठेवत नाहीत. बसवेश्वर हे कायक-कर्म-कार्य हाच स्वर्ग होय, असे आग्रहाने व तळमळीने सांगणारे समाजसुधारक आहेत.

दया हे धर्माचे मूळ

बसवेश्वरांनी आपले विचारातून सूत्रबद्ध पद्धतीने मांडले आहेत. समाजातील सर्व व्यवहार दयावृत्तीने व्हावेत. त्यामुळे समाजात बंधुभाव वाढीस लागेल. हे सांगताना बसवेश्वर आपल्या एका वचनात म्हणतात.

दयेविन धर्म तो कोणता?
दया असावी सकल प्राणिमात्रा ठायी!

दया हेच धर्माचे मूळ!
न रुचे कुडलसंगमेशासी
दयाविहीन धर्म!

दयेशिवाय कोणता धर्म असू शकेल काय? सर्व प्राणिमात्रांच्या ठायी आपण दयाबुद्धीने वागावे. दयावृत्ती हेच कोणत्याही धर्माचे मूळ आहे. परमेश्वराला दयाविहीन धर्म मान्य होत नाही आणि आवडतही नाही. शांतपणे प्रेमभावाने वर्तन करणे म्हणजे दयाभाव दर्शवणे होय.

दया, प्रेम, सहानुभूती या भावना मानवी मनाचे उन्नयन करतात. आपल्या भोवतीच्या माणसांशी आपण दयाबुद्धीने वागले पाहिजे. संकटातील माणसांशी आपण प्रेमाने व सहानुभूतीने वागले पाहिजे. माणसाच्या अडचणीच्या कठीण काळात आपण प्रेमभावाने व दयाबुद्धीने वर्तन केले पाहिजे. त्यामुळे माणमाणसांतील बंधुभाव वृद्धिंगत होतो. दयाबुद्धीचे वर्तन करणे, हे माणसातील दैवी गुणाचे प्रकटीकरण आहे. दयाभाव हा प्रेमभावाचा आनंदी व्यवहार आहे. या वचनाला त्यामुळे सुविचारांचे सौंदर्य प्राप्त झाले आहे. प्रत्येक माणूस दयाबुद्धीने वागला तर त्याच्या आयुष्यातील सगळे प्रश्न सहज सुटून जातील.

जातीचे श्रेष्ठत्व हा वेडाचार

बसवण्णांनी सामाजिक अभिसरण सकल होण्यासाठी वर्णाची व जातीची बंधने झुगारली. जातीय भावना नष्ट करण्यासाठी आणि धार्मिक सहिष्णुता निर्माण करण्यासाठी वर्णव्यवस्थेच्या बुरुजावर त्यांनी हल्ले केले. जात श्रेष्ठ मानणे हा खुळेपणा आहे, हे आपल्या एका वचनात बसवण्णा सांगतात. प्रत्येक ऋषींचे व्यक्तिमत्त्व त्यांच्या कर्तृत्वामुळे थोर झाले आहे. हलकी जात, श्रेष्ठ जात हे मत निरर्थक आहे. जात श्रेष्ठ मानणे हे वेडेपणाचे आहे. शिवभक्त अस्पृश्य असला तरीही तो कुलीनच होय. बसवेश्वर हे अस्पृश्यांच्या घरी आनंदाने भोजन घेत.

जातीभेदामुळे समाजाचे विभाजन होते. त्यामुळे समाजाची एकात्मता भंग पावते. समाजाची एकसंधता संपली की त्या समाजाचे सामर्थ्य कमी होते. तो दुबळा होतो. म्हणून जात पाहू नका, तिचे कर्तृत्व पाहा हा विचार इथे देण्यात आला आहे. मनुष्याच्या जातीवर गुणावगुण अवलंबून नसतात. उलट जात कोणतीही असली आणि तो गुणवान व कर्तृत्वसंपन्न असला तर समाज त्याला मोठा मानतो.

षड्रिपूंचा त्याग करा

माणसाच्या मनात जसे चांगले भाव असतात तसे काम, क्रोध, लोभ, मोह, मद, मत्सर हे षड्रिपूंही असतात. हे षड्रिपू माणसाला राक्षस करतात. यांच्यामुळे माणूस सन्मार्गाला लागू शकत नाही. हे सांगताना बसवण्णा आपल्या वचनात सांगतात -

जयाठायी लिंगप्रेम, तयाठायी का असावा काम?
स्वानुभावी शरण, तयास का क्रोधावरण?
भक्ती लोभ जयांना, तयांना का विषयवासना?
भक्ती लोभाकडे जयाचे लक्ष, तया विषयाची का अपेक्षा?
जो प्रसाद प्रसन्नशील, तयाचा मोहाकडे का ख्याल?
हदय भरूनी मद-मत्सर, त्याठायी शुद्धी कोठे असणार?
पक्व होताची हदय, त्याठायी वसे कुडलसंगमेश्वर।।

जो शिवलिंगावर नितांत प्रेम करतो, जो निःसीम लिंगभक्त आहे, त्याच्याठायी कामवासना का असावी? जो स्वानुभावी शरण आहे, त्याच्याकडे क्रोध का असावा? ज्याच्याठायी भक्तीचा मनस्वी लोभ आहे, त्याचे मन विषयवासनेत का गुरफटावे? जो भक्त देवाच्या प्रसन्न प्रसादाचा भुकेला आहे, त्याचे मन मोहाकडे का खेचले जावे? ज्याच्या मनात मद आणि मत्सर भरून राहिले आहे, त्याच्यात अंतरंग शुद्धी कशी असेल? जेव्हा भक्ताचे मन या षड्रिपूंपासून दूर जाईल आणि मन भक्तीने ओंथबून राहील, तेथेच कुडलसंगमदेवाचा वास असेल.

काम-क्रोध-लोभ-मोह-मद आणि मत्सर हे अवगुण माणसाचे सहा शत्रू आहेत. यातील एका शत्रूनेदेखील माणसाचे मन दाटून गेले, तर तो माणूस भक्तीपासून दूर जातो. कामवासनेच्या अतिरेकाने माणूस पशू बनतो. रागाने बेभान झालेला माणूस विवेक हरवून बसतो. पैशाच्या आणि परस्त्रीच्या लोभाने आणि मोहाने माणूस राक्षस बनतो. गर्विष्ठपणामुळे माणसाला खरे-खोटे कळेनासे होते. मत्सरभावनेने माणूस ज्ञान आंधळा होतो. त्याला वस्तुस्थिती उमगत नाही. या सहा शत्रूंतील एक शत्रू जरी माणसाच्या मनात भरून राहिला, तरी माणसाचा सद्भाव गोठून जातो. माणसाचे मन जेव्हा सद्भावांनी परिपक्व होईल, तेव्हाच तेथे देवाचा वास असतो, हा विचार या वचनात व्यक्त झाला आहे.

परमात्मा सर्वत्र

परमेश्वर दगडी मूर्तीत नाही. परमात्मा सर्वव्यापी आहे. हे दिसणारे विश्व त्याचेच रूप आहे, हे वचनातून बसवण्णा सांगतात. आकाश मुळातच असीम, अमर्याद आहे, तर

विश्व हे अवाढव्य आहे. हे परमेश्वरा, तुझा विस्तार त्या असीम आकाश व विशाल विश्वाच्याही पलीकडे आहे. पाताळाच्या तळाच्या खूप खोलवर तुझी पावले आहेत, तुझा मुकुट तर ब्रह्माण्डाच्या पलीकडे आहे, असा तू प्रमाण विरहीत, न जाणता येणारा आणि न दिसणारा आहेस. इतका असीम आणि अमर्याद असूनही तू लिंगरूपात भक्ताच्या तळहातावर लहान होऊन बसतोस. परमेश्वर अगाध, अजाण, निर्गुण आणि निराकार आहे, हेच खरे!

देव विश्वव्याप्त

हे जग परमेश्वराचेच रूप आहे. परमेश्वर मठ, मंदिरात, मूर्तीरूपात नाही, तर तो अखिल विश्वात व्यापून राहिला आहे. हे सांगताना बसवेश्वर वचनातून म्हणतात.

देवा, जिकडे पाहावे तिकडे तूचि दिसशी।
सकल विस्तार रूपात तूचि वसशी।
विश्व तो चक्षू तूचि देवा! विश्व तो मुख तूचि देवा।
विश्व तो बाहू तूचि देवा! विश्व तो पाद तूचि देवा! हे कुडलसंगमदेवा।।

हे ईश्वरा, जिकडे पाहावे तिकडे तूच दिसतोस. ह्या विश्वाच्या पसाऱ्यात तुझेच रूप दिसते. ह्या विश्वाचा डोळा, मुख, हात आणि पाय तूच आहेस. थोडक्यात, हे सबंध जग हे तुझेच रूप आहे. परमेश्वर संपूर्ण विश्वात साकारला आहे.

स्थिरप्रज्ञ मन

माणमाणसांचे आणि समाजासमाजांचे प्रश्न सोडवण्याचा राजमार्ग म्हणजे स्थितप्रज्ञता! माणसात ईर्ष्या आहे म्हणून कलह आहे, भांडण आहे. दोन्ही बाजू चढाओढ करतात म्हणून त्यांच्यातील भांडण वाढत राहते. यातील एका बाजूने शांतता धारण केली तर भांडण कमी होत जाते. स्थितप्रज्ञ वृत्ती धारण केली तर अहमहमिका कमी होते, हे सांगताना बसवेश्वर म्हणतात -

मज जे मारिती, तयांना म्हणेन माझे पालक।
मज जे देती शिवी, तयांना म्हणेन माझे बंधुभाऊ।
माझी जे करती निंदा, तयांना म्हणेन माझे मायबाप।
मज जे छळती, तयांना म्हणेन माझे धनी।
मज जे लेखती हीन, तयांना म्हणेन माझे बंधुजन।
जे करती स्तुती अपार, मज वाटे चढवती।
सुवर्णाच्या सुळावर, हे कुडलसंगमेश्वर।

मला मारणारे माझे पालक समजेन. मला शिवीगाळ करणाऱ्यांना माझे भाऊबंद समजेन. माझी निंदानालस्ती करणाऱ्यांना माझे मायबाप समजेन. मला छळणाऱ्यांना माझे मालक समजेन. मला हीन समजणाऱ्यांना मी बंधू मानेल. माझी अपार स्तुती करणारे मला सोन्याच्या सुळावर फाशी देत आहेत, असेच मला वाटते.

माणसाच्या आयुष्यात नेहमी असे अनुभव येत असतात. कधी मार, कधी शिव्या, कधी निंदानालस्ती, कधी छळ, तर कधी हीन लेखले जाते. जेव्हा हे प्रसंग येतात तेव्हा माणसाला साहजिकच राग येतो. त्या रागा-संतापापोटी तो जोरदार प्रतिक्रया व्यक्त करतो. पण अशी ईर्ष्येची प्रतिक्रिया व्यक्त न करता त्या व्यक्तीलाच मोठेपणा दिला तर त्या त्रास देणाऱ्या माणसालाच लाज वाटेल.

याउलट माझी स्तुती करणारे लोक मला सोन्याच्या सुळावर चढवत आहेत, असे मी मानेन. कारण माणसाची केलेली स्तुती-प्रशंसा-वाहवा त्याच्या डोक्यात जाते. तो सैरभैर होतो. ताठपणे वागतो. तसे वागण्याची बुद्धी मला होऊ नये. निष्कारण त्रास देणाऱ्या लोकांशी थंडपणे वागले तर ती माणसे शरमिंदा होतात व त्रास देणे थांबवतात. एखाद्याला प्रतिकार करण्याचा हा गांधीमार्ग आहे. गांधीमार्गाने ईर्ष्या कमी होते. संवाद सुरू होतो.

अस्पृश्यता सोडा

बसवण्णांनी अस्पृश्यता पाळणाऱ्यांचा धिक्कार केला आहे. महार-मांग या जातीच्या लोकांकडे ते सहकाऱ्यांना घेऊन जेवण्यासाठी जात. मांग चन्नय्या, ढोर कक्कय्या अशा लोकांशी त्यांचे जीवाभावाचे संबंध होते. आपण अस्पृश्य आहोत, हे ते अभिमानाने सांगतात. ते म्हणतात, चन्नय्या मांग, कक्कय्या ढोर, चिक्कय्या मारेकरी माझेच आहेत. किन्नरी बोमय्या हे माझे बंधू आहेत. अशा मला तुम्ही कसे ओळखत नाही, ईश्वरा? हे सगळे शरण अनुभव मंटपात एकत्र चर्चा करत. बसवण्णांनी वचनातून 'अस्पृश्यता पाळू नका' असाच संदेश दिला आहे.

कुणीही सन्मार्गी शरणच

अस्पृश्य व्यक्ती सद्विचारी असेल तरी ती शरणच आहे. बसवण्णांना व्यक्तीच्या जातीची नव्हे तर सदाचाराची मातब्बरी वाटे. ते म्हणतात -

कनिष्ठ जातीत जन्म जरी झाला। विचार चांगला जरी त्याचा।
अशाचा शेजार असावा निश्चित। संशय न त्यात असू द्यावा।
सन्मार्गी जो चाले, शरण त्या म्हणा। शरणार्थी म्हणा तया लागी।
कुडलसंगमा! मातंग चन्नय्या। हीन नाही तया मानियले।।

एखादा माणूस अस्पृश्य अगर कनिष्ठ जातीत जन्मला असेल आणि तो सुविचारी असेल तर, त्याला आपल्या शेजारी राहू द्यावे - दया, क्षमा, समता, शांती, सौजन्य, प्रेम, सत्य व करुणा असणारी व्यक्ती सदाचारी असते. ही व्यक्ती अस्पृश्य असली तरीरी ती शरण या पदास पात्र आहे. बसवण्णांनी चन्नय्या मांग असून त्याला हीन मानले नाही. कारण व्यक्तीची श्रेष्ठता त्याच्या आचार-विचारावर अवलंबून असते, जातीवर नसते. त्याच्या श्रेष्ठपणाच्या आड त्याची जात येऊ नये, असेच बसवण्णांचे स्पष्ट मत होते. त्यामुळेच नागीदेव कांबळे शरण म्हणून मान्यता पावले. गुराखी रामण्णा, नर्तक घटवाळय्या, आयदक्की मारय्या, हरळय्या, मडिवाळ माचय्या ही माणसे निम्न स्तरांतील असूनही त्यांच्या सद्गुणांमुळे व भक्तीमुळे ती शरण बनली, हे लक्षणीय आहे. बसवण्णांनी बाराव्या शतकात 'अस्पृश्यता पाळू नका' हा दिलेला संदेश आणि विचार त्यांचे द्रष्टेपण आणि पुरोगामित्व स्पष्ट करतो.

दांभिक भक्ती नको

भक्तीच्या क्षेत्रात बाराव्या शतकात दांभिकतेचा पगडा फार मोठा होता. भक्ताचे बाह्यरूप कसेही असले तरी त्याने भक्ती ही मनःपूर्वक केली पाहिजे. बसवण्णा म्हणतात, भक्ताने कपाळावर त्रिपुंड्र भस्म लावले, गंध लावले आणि मनात काम-क्रोध. इत्यादी षड्रिपूंचा थयथयाट सुरू असेल तर त्या बाह्य सजावटीचा काय उपयोग? गळ्यात रत्न-मणी बांधले आणि गर्विष्ठपणा, अहंकार मनात ठेवून पूजा केली तर काय उपयोग? परमात्म्याचे मनापासून स्मरण न करता माणूस शंभर वर्षे जगला, तर त्याचा काय उपयोग?

ईश्वराचा भक्त बाह्य वेषाने आणि गंध-भस्मलेपन करून होता येत नाही. अंतरंग शुद्ध झाल्याशिवाय भक्तीमध्ये मनःपूर्वकता येत नाही. ईश्वराची भक्ती करण्यासाठी शरीर सुंदर असून चालत नाही, तर मन शुद्ध असले पाहिजे तरच ते मन भक्तीमध्ये रममाण होते. भक्तीसाठी दीर्घायुष्य महत्त्वाचे नाही तर परमेश्वराचे नामस्मरण मनःपूर्वक केले पाहिजे.

भक्ती स्वतः करावी

व्यक्तीने इष्टलिंग तळहातावर ठेवून त्याला विभूती लावून त्याचे ध्यान, त्याची पूजा स्वतः करावी. बसवेश्वरांनी हा विचार दाखले देवून सांगितला आहे. तो असा -

आपुले भोजन आपणच घ्यावे। आपले रतिसुख आपणच भोगावे।
लिंगार्चनादि नित्यनेम करिती। ते कैसे जाणतील तव कुडलसंगमनाथ।

आपले भोजन आपल्याच हाताने घ्यावे. ते दुसऱ्यांच्या हाताने घेणे शक्य नाही. रतिसुखही आपले आपणच घ्यावे. ते दुसऱ्या व्यक्तीमार्फत घेता येत नाही. त्याप्रमाणे लिंगपूजा व उपासना आपण स्वतः करावी. काही श्रीमंत लोक स्वतः इष्टलिंगोपासना न करता आपल्याऐवजी पूजा करण्यासाठी पुजारी, भट, ब्राह्मण यांना पैसे देतात. अशा दांभिक भक्ती करणाऱ्यांचा बसवेश्वरांनी इथे समाचार घेतला आहे.

अशा तऱ्हेने त्यांची तीर्थयात्रा, बळीचा प्रथा, व्रते-उद्यापने, होमहवन, अंधश्रद्धा व कर्मकांड ह्या विषयांवर नेहमीच टीका केली आहे. भक्तीच्या क्षेत्रातील पूजन, अर्चन, ध्यान व उपासना या बाबी स्वतःच कराव्यात त्या बाबी दुसऱ्यावर सोपवून त्याचे फळ आपल्याला कसे मिळेल?

सत्याचा आग्रह धरा

भक्तांनी आपल्या जीवनात नेहमी सत्याचा आग्रह धरून देवास प्रसन्न करावे, हे बसवण्णांच्या शिकवणुकीचे सार होते.

आग्रह धरावा शरणांनी। परधनाशी न लावी हात।
आग्रह धरावा शरणांनी। न धरी परस्त्री हव्यास।
आग्रह धरावा शरणांनी। अनेक दैवतांचा न धरी ध्यास।
आग्रह धरावा शरणांनी। लिंग-जंगम हे एकचि रूप।
आग्रह धरावा शरणांनी। प्रसादाविण श्रेष्ठ न काही।
अशा सत्याच्या आग्रहाविण कुडलसंगम। न होई प्रसन्न।
शरणांनी परधन आणि परस्त्री यांचा हव्यास कटाक्षाने टाळावा।।

शरणांनी शिव परब्रह्म या एकमेव परमेश्वराची उपासना करावी. त्यांनी अनेक दैवतांची उपासना करू नये. शिवलिंग आणि जंगम हे एकरूप आहेत हे शरणांनी लक्षात घ्यावे. शिवाचा प्रसाद हा सर्वश्रेष्ठ आहे असे मानावे. अशा विविध सत्य बाबींच्या मनःपूर्वक अंगीकाराने शिव प्रसन्न होतो.

सदाचार हा शरणांचा अलंकार आहे. ज्याचे समाजातील आचरण निकोप व स्वच्छ तोच शरण होऊ शकतो. व्यक्तीचे वर्तन सुसंस्कृत असेल, तर समाजही सुसंस्कृत होईल हे लक्षात घेऊन बसवण्णांनी या वचनात व्यक्तीला सदाचाराचा मार्ग दाखवला आहे. या सदाचाराच्या मार्गावरून प्रवास केल्यानंतर माणूस देवमाणूस बनतो, अशी सत्प्रवृत्त माणसे तयार करणे, हे बसवण्णांच्या शिकवणुकीचे उद्दिष्ट होते.

सर्वांचे शुभचिंतन

'आरोग्यपूर्ण शरीरात आरोग्यसंपन्न मन' असे म्हणतात, ते खरे आहे. धष्ट-पुष्ट देहात सुदृढ मन असते. बसवण्णा आपले विचार जनतेला पटवण्यासाठी सूत्रबद्ध पद्धतीने सांगतात. काही नव्या व्याख्या, नवे विचार ते वचनातून देतात.

जो मारी ठार तोचि मांग। जो भक्षि अभक्ष्य तोचि महार।
जात कसली तयांची पात कसली?
सकल जीवात्म्यांचे जो चिंती कल्याण।
तोचि कुडलसंगमदेवाचा कुलीन शरण।।

जो माणूस अघोरी कृत्य करतो म्हणजे एखाद्याला ठार मारतो. तो मांग होय. जो अभक्ष्य करतो तो महार होय. अशा विचित्र प्रवृत्तींच्या माणसांची जात-पात कोणती? ही माणसे राक्षसी प्रवृत्तीची असतात. अशा प्रकारचे घातक वागणे सोडून सर्व प्राणिमात्रांच्या सुखाची इच्छा करणाराच कुलीन शरण होय. 'सर्वांसी सुख लाभावे' ही सदिच्छा करणारे मन आरोग्यदायी असते. असे मनच ईश्वराची भक्ती आणि जनतेची सेवा करू शकते.

वीर-व्रतस्थ-भक्त कोण?

मी वीर आहे, मी व्रतस्थ आहे, मी भक्त आहे असा समाजात गाजावाजा करून ते गुण अंगी उतरत नाहीत. ती माणसे कशी असावीत हे सांगताना बसवण्णा म्हणतात -

आम्ही वीर-व्रतस्थ-भक्त म्हणुनि। जनी करूनि घेता वाखाणणी।
जरा ऐका कान देऊनि। वीर असावा असा वैऱ्यांनी करावी प्रशंसा।
व्रतस्थ असावा असा सुंदरींनी तुकवावी मान।
भक्त असावा असा भक्तीस जंगम व्हावा प्रसन्न।
या वाचेपरि जयाचे आचरण। तयासी कुडलसंगमदेव मागेल ती पदवी देई दान।।

आम्ही वीर-व्रतस्थ-भक्त म्हणून लोकांमध्ये प्रशंसा करून घेतात. आत्मप्रौढी मिरवतात. लोकांमध्ये प्रसिद्धी करून किंवा नावाचा गवगवा करून ते ते गुण अंगी बाणत नाहीत. शत्रूंनी स्तुती करावी असा वीर असावा. त्या वीराच्या पराक्रमाचे गुणगान शत्रूंनी केले तर तो खरा वीर. स्त्रिया कोणतेही व्रत प्रामाणिकपणे व कष्टाने करतात. स्त्रियांनी ज्याच्या व्रताचा गौरव केला आहे तो व्रतस्थ! ज्याच्या भक्तीला जंगम प्रसन्न होतो तो खरा भक्त होय. जो माणूस बोलतो तसा वागतो त्याला परमेश्वर मागेल ती पदवी देतो. वीर-व्रतस्थ आणि भक्त या पदाच्या या वचनातील व्याख्या सूत्रबद्ध व

अल्पाक्षर रमणीय आहेत. वीराच्या शौर्याने समाज सुरक्षित होतो. व्रतस्थाच्या कडक आचरणाने भक्तीचे क्षेत्र अधिकच पवित्र बनते. भक्ताच्या श्रद्धाशील भक्तीने समाजात त्याचा आदर्श घेतला जातो. सश्रद्ध भक्त ही भक्तीच्या क्षेत्रातील ठेव असते.

देहाला शिणवून भक्ती नको

भक्तीच्या क्षेत्रात खोट्या समजुती आहेत. काही लोक इंद्रिय निग्रह करून भक्ती करतात. त्यांचे हे वर्तन ईश्वराला मान्य नाही, हे सांगताना बसवण्णा आपल्या वचनात म्हणतात -

देहासी शिणवुनि, मनासी कळवळुनि।
साधावे म्हणती तव चरण हे उचित का?
असली करणी दाहिल्याविणा राहील का?
कुडलसंगमदेवा शिवभक्ताच्या यातना। त्या लिंगदेवाच्या यातना।।

बसवण्णा या वचनातून विचारतात - शरीराला कष्ट देऊन आणि मनाला यातना देऊन परमेश्वराची भक्ती करण्यात औचित्य कोणते? एका पायावर उभे राहणे, चार-चार दिवस उपवास करणे, दिवसभर फक्त पाणी पिऊन उपवास करणे, या बाबींमधून भक्ती करणे हे योग्य नाही, असा त्रास शरीराला दिला तर परमेश्वरालाही त्या यातना होतात.

शिवभक्ताच्या देहाला होणाऱ्या यातना परमेश्वरालाही होतात, हे लक्षात घेऊन माणसाने शरीराला कष्ट देऊन, मनाला त्रास देऊन ईश्वरभक्ती करू नये. याउलट देहाला आनंदी ठेवून केलेली भक्ती शिवाला आवडते. भक्ती म्हणजे भक्ताच्या देहाला कष्ट देणे नव्हे. परमेश्वराची - शिव परब्रह्माची भक्ती हा भक्ताचा उत्साहाचा आनंदी उत्सव होय. भक्ताचे मन कळवळून केलेली भक्ती ही निरर्थकच असते.

भक्ताचे शरीर हेच शिवाचे शरीर असते. भक्ताच्या देहाला आणि चित्ताला होणाऱ्या किंवा झालेल्या यातना परमेश्वराच्या तनामनास होतात. आत्मज्ञान साधनेसाठी भक्ताने शरीरास व मनास दुःखी करू नये. देवाची भक्ती भक्ताने उल्हसित व प्रसन्न मनाने करावी, त्यामुळे तो भक्त आनंदी होतो.

दुर्गुणांचा नाश करा

मानवी मनात सत् आणि असत् ह्या दोनही प्रवृत्ती असतात. सद्‌गुण माणसाला देवत्वाकडे नेतात, तर दुर्गुण त्याला राक्षसीपण देतात. मनात द्वेष, मत्सर, अशा कुटील भावना वास करत असल्या तर त्याचे वर्तनही पशुपातळीवरील होते. म्हणून हे परमेश्वरा, माझ्या पंचेंद्रियांना भक्त कर, अशी विनवणी करताना बसवण्णा एका वचनात म्हणतात -

आशा, आमिष, तामसपण, खोटेपण, विषयभाव।
कुटिलता, वंचना, क्रोध, क्षुद्रता, मिथ्याभाव।
हे माझ्या जिभेवरून काढून नाश त्यांचा कर देवा।
कारण ते मला तुमच्याजवळ येऊ देत नाहीत।
म्हणून या सर्वांना घालवून माझ्या पंचेंद्रियांना भक्त कर कुडलसंगमदेवा।।

माणसाच्या आध्यात्मिक प्रगतीच्या आड येतात ते त्याचे दुर्गुण! व्यक्तीचे मन आशा आणि प्रलोभन यांच्या जंजाळात सापडलेले असते. ते सत्ता आणि संपत्ती यांच्या मागेच नेहमी धावत असते. तामसपणा माणसात आळस वाढवतो. मद्य-मांस-मदिराक्षी (परस्त्री) यांच्यामागे तामसी मन धावते. खोटेपणा हा माणसाच्या वाणीत आणि कृतीत असतो. खोटे बोलणे आणि खोटेपणाने वागणे यांच्यामुळे माणूस लोकांचा विश्वास गमावतो. त्याची पत कमी होते.

विषयभावनेच्या अतिरेकाने माणूस नीतिमत्ता व पैसा गमावून बसतो. समाजात त्याची किंमत कमी होते. कुटिलपणा ही दुष्टता आहे. वरून प्रेमाचे नाटक करून माणसे आतून कुटिल डाव साधत असतात.

माणूस दुसऱ्याची वंचना करून आपल्या हलक्या मनाचे दर्शन घडवतो. रागामुळे शत्रू वाढतात. माणसाच्या रागामुळे त्याची विवेकशक्ती कमकुवत होते. प्रौढ विचारांचे चिंतन न करता शुल्लक विचार करत राहणे म्हणजे क्षुद्रता! माणसे मिथ्याभावावर विश्वास ठेवून अंधश्रद्धा जोपासतात. म्हणून माणसाला राक्षस करणाऱ्या या बाबी माझ्या जिभेवरून काढून त्यांचा नाश कर, परमेश्वरा! या घातक बाबी मला तुमच्याजवळ येऊ देत नाहीत. तुमच्यापासून या बाबी मला दूर लोटतात. म्हणून या दुर्गुणांना आणि विकारांना घालवून दे. या दुर्गणांच्या दुष्प्रभावाखाली माझी पंचेंद्रिये घुसमटून गेली आहेत. त्यांचे हित त्यांना कळेनासे झाले आहे म्हणून हे परमेश्वरा, माझ्या पंचेद्रियांना तुझे भक्त कर!

त्यामुळे ही पंचेंद्रिये सन्मार्गावरून पुढे जातील. माणसाचे माणूसपण जपण्यासाठी पंचेंद्रियांची सद्गुणांचा अवलंब केला पाहिजे. तसे झाले नाही तर माणूस राक्षस होईल. पृथ्वीवरील माणसाचे जीवन अधिक सुंदर होण्यासाठी माणसाने सद्गुणांचा बळकट आश्रय केला पाहिजे.

पंचेंद्रियात परमेश्वर

माणूस भक्ती करतो ती देहाने आणि मनाने! माणसाला मिळालेल्या पंचेंद्रिंयाचा विषय परमेश्वर झाला तर ते संपूर्ण समर्पण असते. हे सांगताना बसवेश्वर म्हणतात -

वचनी साठले नामामृत। नयनीं दाटली तुमची मूर्ती।
मन भरूनी तुमचेच चिंतन। कर्ण भरूनि तुमचेच कीर्तिगान।
हे कुडलसंगमदेवा। तव चरणकमली मी भरून।।

हे परमेश्वरा माझ्या मुखातून नेहमी तुझे नामस्मरण होत राहावे. अमृताहून गोड असलेले तुझे नाव नेहमी माझ्या जिभेवर राहू दे. माझ्या दृष्टीला केवळ तुमचीच मूर्ती दिसू दे. माझ्या मनात तुमचेच स्मरण होत राहू दे. माझ्या कानावर फक्त तुमचीच कीर्ती पडू दे. तुमच्या चरणकमलांवर नेहमीच समर्पित झालेला मी एक भ्रमर आहे. देवा, तूच माझ्या सर्वांगात भरून राहा.

जेव्हा भक्ताला परमेश्वराचा ध्यास लागतो, तेव्हाच तो त्याच्याजवळ जातो. भक्ताच्या मुखात, मनात केवळ परमेश्वरच असला पाहिजे. भक्ताच्या पंचेंद्रियांचा विषय जेव्हा केवळ परमेश्वरच बनतो तेव्हा तो भक्त परमेश्वराच्या चरणकमलांवरील भ्रमर बनून राहतो. भक्ताचा देह आणि मन परमेश्वराने व्यापून गेले पाहिजे. मगच भक्त परमेश्वर बनू शकतो. भक्त आणि परमेश्वर यांची ही एकरूपता लक्षणीय आहे.

व्यवसायातून जातींची निर्मिती

समाजात माणसांच्या ज्या विविध जाती निष्पन्न झाल्या त्या कर्त्या पुरुषाच्या व त्या कुटुंबाच्या व्यवसायावरून! त्याबद्दल बसवण्णा म्हणतात - लोखंड तापवून त्यापासून अवजारे बनवणारा लोहार, लोकांचे कपडे धुवणारा परीट, सूत कातून वस्त्र तयार करणारा विणकर, तर वेदपठण करणारा ब्राह्मण होय. माणूस आपल्या उपजीविकेसाठी विविध व्यवसाय करतो. असे व्यवसाय ही सामाजिक गरज असते. म्हणून व्यवसायाच्या आधारावरच समाजातील जाती निर्माण झाल्या, असे बसवण्णांना सुचवायचे आहे.

या जगात कानातून कुणाचा जन्म झाला आहे काय? त्यामुळे ज्याला आत्मज्ञान होते आणि जो परमात्म्याला जाणतो, तो कोणत्याही जातीचा असला तरी त्याला कुलीनच म्हटले पाहिजे. त्यामुळे अशा जातींचा आणि त्यातील भेदांचा माणसाचे मोठेपण ठरवताना विचार करू नये, तर माणसाचे कर्तृत्व, त्याची विशिष्ट क्षेत्रातील ध्येयनिष्ठा आणि त्यांच्या अंगी असणारे सद्‌गुण यांचाच प्राधान्याने त्याचे श्रेष्ठत्व ठरवताना विचार करावा.

अंधश्रद्धा निरसन

सामान्यपणे माणसावर संकटे कोसळू लागली की त्याला देव आठवू लागतो. अशा कमकवुत मनांच्या व्यक्तींकडे समाजातील अंधश्रद्धेला खतपाणी घालणाऱ्या देवाच्या

दलालांचे बारीक लक्ष असते. अशा व्यक्तींच्या मनाचा ते गैरफायदा घेतात. हे सांगताना बसवेश्वर म्हणतात -

ओसाड टेकडीत, गावाच्या वाटेत।
तळे, विहिरी, फुलझाडी, झुडपांत।
मोठ्या वृक्षांत, ग्रामाच्या मध्यभागात।
शहराच्या वेशीत, मोठ्या वटवृक्षांत।
वसवुनि घर, दुभत्या गुरांची आटवती धार।
अर्भक-गर्भिणी-बाळंतीण-कुमारीस छळून।
करिती भयभीत-आपले पोट भरण्याप्रत।
मारय्या, वीरय्या-खेचर-गाविल-अंतर-बेंतर।
काळय्या-माळय्या-धूळय्या-केतय्यादि।
शत मडक्यांच्या न लागता नादी।
आमच्या कुडलसंगमेशास शरण जा आधी।।

देव एक आहे. त्याचीच भक्ती करावी असे बसवेश्वर म्हणत. गावागावांतील शेकडो देवांची मूर्तिपूजा शरणांना मान्य नव्हती. लोकांच्या अडाणीपणाचा गैरफायदा घेऊन, त्यांना फसवून, निरनिराळे देव मांडून त्यांची पूजाअर्चा करण्यास सांगणारे ढोंगी लोक या जगात आहेत. आपले पोट भरण्यासाठी अशा शूद्र देवतांच्या नादी हे दलाल लोकांना लावतात. गावाबाहेरील टेकडीवर, गावच्या वाटेवर, तळ्याकाठी, विहिरी काठी, फुलझाडांत, झाडावर, गावाच्या मध्यभागी, शहराच्या वेशीवर, वटवृक्षात असे शेंदूर फासलेले दगड आढळतात. अशा देवांचे दलाल दुभत्या गुरांची धार आटवतात.

बालक, गरोदर स्त्री, बाळंतीण व कुमारी यांना हे देवाचे दलाल भीती दाखवतात. 'मारय्या', 'वीरय्या', 'धुळय्या', 'केतय्या', 'काळय्या' अशी या क्षुद्र देवतांची नावे असतात. अशा शेकडो हीन व क्षुद्र देवतांच्या नादी लागू नका असा स्पष्ट संदेश बसवण्णांनी इथे दिला आहे. शिव परब्रह्म हा एकच देव असून, त्याचीच भक्ती करा, असा संदेश इथे देण्यात आला आहे. भक्तीच्या अध्यात्माच्या क्षेत्रातील भ्रष्टाचाराला बसवण्णांचा तीव्र विरोध होता. लोकांनी अंधश्रद्धेच्या पोटी क्षुद्र देवतांची पूजा अर्चा करू नये असे इथे बजावले आहे.

भक्तीची पहिली पायरी

माणसाने भक्त बनवण्यासाठी आपल्या स्वभावातील दुर्गुणांचा त्याग केला पाहिजे. दुर्गुणांचा त्याग ही भक्तीची पहिली पायरी होय, म्हणून बसवण्णा सांगतात -

जो वरि न उणावे हाव, न शमतो क्रोध।
वच निंद्य, लबाडी, क्रौर्य जो न हो दूर।
जा निघ तोवर। तू कुठे। कुठे शिव, मूढा।
भवरोगाचा घन-तिमिर उजळला नाही।
तोवर तू मूर्खा कुठे। कुठे आणिक तो। श्री कुडलसंगमदेवा।।

माणसाला संपत्तीची हाव असते. त्याला सोने-नाणे, पैसा आडका आणि जमीनजुमला हवा असतो. तोही कमी श्रमात! त्याला सत्तेची हाव असते. माणसाचे बोलणे स्वार्थापोटी खोटेनाटे होते. त्याच्या बोलण्यातील खरेपणा संपून जातो. पैशांसाठी तो खोटे बोलतो. त्यातूनच त्याचे वागणे लबाडपणाचे घडते. तो बोलतो एक आणि वागतो दुसरेच! तो खोटेपणा व लबाडपणा लपवण्यासाठी तो क्रूरतेने वागण्यास मागेपुढे पाहत नाही. संपत्तीच्या हव्यासापोटी माणसे माणसाचा खून करतात. माणूस संसारात गळ्याएवढा बुडालेला असतो. जोवर संसाराचा हव्यास सुटत नाही तोवर तो त्यातच गुरफटून राहतो. व्यक्तीचे हे संसारातील गर्द अंधाराचे ग्रहण जोपर्यंत सुटत नाही तोपर्यंत त्याला शिव परब्रह्माच्या भक्तीच्या पहिल्या पायरीवर जाता येत नाही म्हणून बसवण्णा म्हणतात, 'अरे, जोपर्यंत ह्या दुर्गुणांच्या जंजाळातून तू सुटत नाहीस, तोपर्यंत परमेश्वराच्या भक्तीच्या रस्त्यावरून तुझा प्रवास होणार नाही, हे लक्षात घे! दुर्गुणांचा अंमल असेपर्यंत तुला भक्तीचा रस्ता सापडणार नाही. बसवण्णांनी या वचनात सद्गुण हा माणसाचा खरा अलंकार आहे, असे सुचवले आहे.

व्यक्तीच्या स्वभावातील राग, हाव, खोटेपणा, क्रुरता हे राक्षसी गुण जोवर लोप पावत नाहीत, तोवर तो सत्य, अहिंसा, समता, शांतता, परोपकार, प्रेम, सहकार इत्यादी सद्गुणांना तो धारण करू शकत नाही म्हणून राक्षसी गुणांचा त्याग करा असा संदेश बसवेश्वर या वचनातून आपणास देत आहेत, हे लक्षात येते. समाजाचे सुसंस्कृतपण हे व्यक्ती व्यक्तींच्या सुसंस्कृतपणावर अवलंबून असते.

भक्तीसाठी मुहूर्त नको

विकृत तंत्रसाधना करणे, देवांना नवस करून शरीराला कष्ट देणे, हे प्रकार सर्रास सुरू होते. सोवळे-ओवळे शौच-अशौच-सुतक यांचा सुळसुळाट झाला होता. अशा नवसांवर, अंधश्रद्धावर बसवण्णांनी कठोर हल्ला केला होता. या कर्मकांडापेक्षा निस्सीम भक्तीला त्यांनी महत्त्व दिले होते. देवाची भक्ती करण्यासाठी मुहूर्ताची व चांगल्या वेळेची गरज नाही. देहभान हरपून शिवपूजेत मग्न होणे, हीच खरी भक्ती होय, असे ते सांगतात.

मी वार न जाणे, दिवसही जाणत नाही। मी काही म्हणता, काहीच जाणत नाही। मज रात्र कळेना, दिवसही कळला नाही। मी काही म्हणता काहीच जाणत नाही। आपुले उपासन करिता-करिता पार। मी विसरून गेलो अपुला अपुल्यालाच। हे कुडलसंगमदेवा।।

समाजात शुभ-अशुभाच्या कल्पना ठाण मांडून बसलेल्या असतात. आजही लोकांच्या मनात शुभ-अशुभाचे भ्रम आहेत. कोणत्याही शुभ कार्यासाठी मुहूर्त आणि शुभ वेळ यांचा आग्रह लोक धरतात. खरे म्हणजे कोणतीही वेळ अशुभ नसते. शुभ कार्य मग ते स्वत:साठी असो की समाजासाठी, ते जेव्हा केले जाते तेव्हा ते शुभ वेळीच केले जाते. कर्मवीर भाऊराव पाटील यांनी रयत शिक्षण संस्थेचा प्रारंभ अमावस्येदिवशी केला आहे. आता ती संस्था महाराष्ट्राचे भूषण आहे. कोणताही दिवस अपवित्र नसतो.

कोणतीही वेळ अशुभ कधीच नसते. सद्हेतूने केलेले कोणतेही कार्य सत्कार्यच असते. त्यासाठी वार, वेळ, महिना, पाहण्याची काहीच गरज नाही. माणसामाणसांची मने जुळणे हीच शुभ वेळ आहे. 'शुभस्य शीघ्रम्' असे म्हटले जाते. म्हणजे जे शुभ आहे ते लगेच सुरू करा.

या वचनातील साधक म्हणतो - मला दिवस आणि वार काहीच कळत नाही, एवढेच नव्हे तर मला दिवस आणि रात्र हेही उमगत नाही, हे शिवा, तुझी उपासना करता-करता मीच मला विसरलो.

हे स्वत:ला विसरून त्या कार्यात झोकून देणे कार्यकर्त्याला जमले पाहिजे. असे झाले तर तो निश्चितच यशस्वी होतो. या वचनात बसवण्णांचा बुद्धिप्रामाण्यवादी दृष्टिकोन स्पष्ट होतो.

सदाचाराचा नियम पाळा

बसवण्णा माणसाच्या दुर्गुणांवर जसा हल्ला करतात तसा त्याच्या सद्‌गुणांचा आणि सदाचाराचा गौरव करताना दिसतात. सत्य, अहिंसा, समता, शांतता व सहकार्य अशा सद्‌गुणांच्या आचारातून माणसाची ओळख देवमाणूस अशी होते. बसवण्णा सांगतात -

मिळालेला लाभ यात संतोष हा नियम। असलेला न लपविणे हा नियम।
आचरणात न चुकणे हा नियम। खोटे न बोलणे हा नियम।
कुडलसंगमदेवाचे शरण येता। त्यांना सर्व अर्पण करणे हा नियम।।

पशुपक्ष्यांच्या जीवनापेक्षा माणसाचे जीवन उदात्त झाले पाहिजे, असा बसवण्णांचा आग्रह होता. त्यासाठी माणसाने स्वत:च काही नियम घालून घेतले पाहिजेत. पैसा,

संपत्ती, सोने-नाणे माणसाला कितीही दिले तरी त्याला हवेच असते. म्हणून पैसे व संपत्ती मिळवण्याची लक्ष्मणरेषा त्यानेच आखून घेतली पाहिजे. जे मिळाले आहे त्यात समाधान मानावे. त्यामुळे माणसाचे मन शांत राहते. हाव मर्यादित असावी पण राक्षसी नसावी. आपल्याला कमाईतून जे मिळाले आहे, ते न लपवता आजूबाजूच्या लोकांना सांगावे. म्हणजे आपल्या कमाईविषयीचा त्यांचा गैरसमज वितळून जातो.

संकटग्रस्त माणसाला आपल्याकडील कमाईचा लाभ द्यावा. कारण त्यातच माणुसकी आहे. आपल्याकडे असलेल्या एका भाकरीतील पाव भाकरी भुकेल्या माणसाला देणे ही संस्कृती आहे. आपले वागणे शुद्ध असावे. आपल्या वर्तनात कपट-द्वेष-मत्सर-चढाओढ-ईर्ष्या असू नये. ह्या वाईट बाबींमुळे आपलाच घात होण्याचा संभव अधिकच आहे. अडचणींतील व्यक्तीला मदत करणे, वृद्ध-आंधळ्या पांगळ्यांची सेवा करणे, वडीलधाऱ्यांचा मान राखणे, त्यांची आज्ञा पाळणे, वेळेचा सदुपयोग करणे, वेळ मिळेल तेव्हा वाचन करणे, व्यायाम करणे, कष्ट करणे, घरातील कामे आनंदाने करणे आणि आपली कामे वेळेत पूर्ण करणे यांचे पालन करणे हे सदाचारी वर्तन होय.

खोटे न बोलणे हे तर फारच महत्त्वाचे. खोटे बोलण्यापेक्षा निर्मळ मनाने चूक कबुल करावी. त्यात मोठेपणा असतो. खोटे बोलून दुसऱ्याचे नुकसान करू नये. त्याचबरोबर खोटे बोलून स्वार्थ तर अजिबात साधू नये. खोटे बोलणे हा राक्षसी गुण आहे. त्याचा त्याग करण्यात सर्वांचे हित व कल्याण आहे. देवाचे जे प्रिय भक्त आहेत, त्यांना हवे नको ते मनपासून पाहावे. देवाच्या भक्तांची आपण मन:पूर्वक सेवा करावी. माणसला उन्नत करणारी ही जीवनमूल्ये आहेत. त्यांचा अंगीकार करणे हे मानवतेला उंचावण्यासारखे आहे.

श्रमाचा गौरव

बसवण्णांनी 'कायकवे कैलास' हा मंत्र सामान्य जनतेला दिला. माणूस स्वत:च्या कष्टातून आपले भविष्य उज्जवल करू शकतो. घरगड्याची कामे करण्यात आपल्याला कमीपणा वाटत नाही, हे सांगताना बसवेश्वर म्हणतात -

हातात झाडू, डोक्यावर चुंबळ मी कष्टकरी घरगड्याचा मुलगा।
हे कुडलसंगमदेवा, वारशाने ईश्वरीकृपा लाभलेला मी दासीपुत्र।।

'माझ्या हातात झाडू आहे. माझ्या डोक्यावर चुंबळ आहे. मी कष्टकरी घरगड्याचा मुलगा आहे. मला ईश्वरीकृपा वारशाने लाभली आहे. असा मी दासीपुत्र आहे.' बसवण्णांनी आपल्या विचारप्रणालीत शरीरश्रमाला सर्वोच्च स्थान दिले आहे. त्यातून समाजसमोर त्यांना एक नवा आदर्श ठेवला. संत गाडगे महाराज, सेनापती बापट,

अच्युतराव पटवर्धन, बाबा आमटे या थोर पुरुषांनी महाराष्ट्रात आपल्या आचरणाने समाजासमोर आदर्श ठेवला. पण बाराव्या शतकात कर्नाटकात हे घडले आहे. हा चमत्कारच म्हणावा लागेल.

आपण घरगडी असून, लोटझाड करणे, पाणी भरणे, भांडी स्वच्छ करणे अशी सामान्य कामे करण्यात आपल्याला कसलाही कमीपणा वाटत नाही, हे बसवण्णांनी इथे स्पष्ट केले आहे. या वचनातून त्यांच्या मनात सामान्य श्रमिक माणसाबद्दल असलेला जिव्हाळा व प्रेम व्यक्त होते. इथे त्यांनी जसा श्रमिकांचा गौरव केला आहे, तशी श्रमाचीही प्रशंसा केली आहे. कारण माणसाचे जीवन अधिक सुकर होते ते श्रमामुळेच! श्रम-कष्ट हा मानवी जीवनाचा पाया आहे. श्रमाची पूजा करणारा श्रमिक हा जगद्‌गुरू असतो, असे बसवण्णा दुसऱ्या एका वचनात म्हणतात. कष्टाचा गौरव करणारी ही संकल्पना मांडणारे बसवेश्वर हे एकमेव समाजसुधारक आहेत.

लिंगदीक्षा घेणारा शिवच!

एखादा माणूस महार असेल, चांभार असेल आणि त्याने दीक्षा घेऊन गळ्यात लिंग बांधले तर त्याची पूर्वीची जात नष्ट होते. तो मनुष्य लिंगायत होतो. त्याचे आचार-विचार शुद्ध होतात. तो प्रत्यक्ष शिवच बनतो. हे सांगताना बसवेश्वर म्हणतात -

दासीपुत्र असो वा वेश्यापुत्र असो।
लिंगदीक्षा झाल्यावर साक्षात शिव मानून।
वंदून, पुजून तयाचे पादोदक, प्रसाद, स्वीकारणेच योग्य।
असे न करता, तिरस्कार करणाऱ्यांस।
पंचमहापातक नरक पाहा हो, कुडलसंगमदेवा।।

एखादा माणूस दासीपुत्र किंवा वेश्यापुत्र असेल, त्याने जर लिंगदीक्षा घेतली तर त्याला आपण शिव मानावे. त्याला वंदन करून त्याची पूजा करून त्याच्या पायाचे तीर्थ आणि त्याने दिलेला प्रसाद आदराने स्वीकारावा. असे न करता तो माणूस दासीपुत्र आहे किंवा वेश्यापुत्र आहे म्हणून त्याचा तिरस्कार केला तर तो महापापी ठरून नरकात जाईल, हे लक्षात घ्या! पूर्वाश्रमी कोणतीही जात असलेल्या व्यक्तीने लिंगदीक्षा घेतली की त्याची पूर्वीची जात नाहिशी होते. ती व्यक्ती लिंगायत होते.

सर्व लिंगायत व्यक्ती समानच असतात. त्यांच्यात उच्चनीच भाव असत नाही. माणसामाणसांमध्ये हे समतेचे तत्त्व बाराव्या शतकात पेरणारे बसवेश्वर हे द्रष्टे महापुरुष होते. या समतेच्या चळवळीमुळे समाज एकसंघ होतो. त्यातील भेदाच्या भिंती पडून जातात. उच्चनीचतेला मूठमाती दिली जाते. समाजाची शक्ती एकवटते म्हणूनच ती

वाढते. 'माणूस इथून तिथून एक' हा भाव आणि विचार माणसाला देवमाणूस करतो. हाच विचार बसवेश्वरांनी वचनात प्रभावीपणे मांडला आहे. समतेचे तत्त्वउद्घोषित करणारे हे वचन आहे.

सज्जनांचा करा संग

मनुष्याचे आयुष्य उन्नत-उदात्त व्हायचे असेल, तर त्याला सहवास कुणाचा लाभतो हे महत्त्वाचे आहे. सद्गुणी व सज्जन माणसाचा सहवास करावा. दुर्गुणी व दुर्जन माणसाच्या सहवासात अजिबात राहू नये.
हे सांगताना बसवण्णा म्हणतात -

समीप जा : सज्जानांचा संग करावा।
दूर राहा : दुर्जनांचा संग नको देवा।
साप कोणताही असो, विष एकच असते।
त्यांचा संग करू नको।
अंतरंग शुद्ध नसणाऱ्यांचा संग म्हणजे।
धमणीचे विष, काळकूट विष आहे, कुडलसंगमा।।

सद्गुणी व सद्वर्तनी माणूस ही समाजाची ठेव असतो. त्याच्या गुणांचा व वर्तनाचा सुगंध सर्वत्र पसरत असतो. सत्य, समता, शांती, अहिंसा, परोपकार, सहकार्य, प्रेम हे सद्गुण माणसाची व समाजाची संस्कृती संपन्न करतात. अशा माणसाच्या सहवासात राहिल्याने त्याचे थोडे फार गुण त्या माणसात उतरतात.

तोही त्याच उन्नत पद्धतीने जीवन जगू लागतो. अशा सद्गुणी माणसांची संख्या समाजात वाढली तर तो मानवी समाज संस्कृत होतो. याउलट दुर्जनांचा संगतीत राहिल्याने त्याचा गुण नाही तरी वाण लागतो आणि दुर्जन माणसांची संख्या समाजात वाढली तर तो समाज पशुपातळीकडे जाताना दिसतो. आपण माणूस आहोत हेच तो विसरतो. असत्य, कपट, स्वार्थ, हिंसा, कारस्थान अशा दुर्गुणांमुळे माणसे राक्षस बनतात. अशा दुर्जनांचा सहवास टाळणे हेच हितकर असते.

थोडक्यात, सद्गुणी माणसांच्या सहवासामुळे कुटुंब प्रगती पथावर जाते. ही सद्गुणी माणसे आपल्या अवतीभवतीच्या माणसांना आपलेपणा देतात, मदत करतात व त्यांच्या संकटकाळात धावून जातात. ही सज्जन माणसे आपल्या सद्गुणांचा सुवास समाजात पसरित राहतात. त्यांच्यामुळेच हा समाज सत्शील व सदाचारसंपन्न होतो. समाजातील भरपूर माणसे संस्कारसंपन्न असली तरच तो समाज सुसंस्कृत होतो. हाच समाज शांतताप्रिय व सहकार्यशील असतो. म्हणूनच हा समाज सुधारणांच्या मार्गावरून

वेगाने पुढे जात राहतो.

याउलट दुष्ट माणसांचा समाज रानटी असतो. त्यांचे शरीर माणसाचे पण मन मात्र दैत्याचे असते. अशी दैत्यगुणी माणसे समाजाला खाली खेचून दुर्गतीला नेतात. त्यासाठीच सज्जनांचा सतत संग करा आणि स्वत:बरोबरच समाजालाही सुसंस्कृत करा.

भक्ती करा मन:पूर्वक

अध्यात्माच्या व भक्तीच्या क्षेत्रात माणसे भक्तीचे अवडंबर माजवतात. अंगाला भस्म लावतात, अंगावर रूद्राक्षांच्या माळा घालतात. अंगावर भगवी कपडे घालतात. केस वाढवतात, पण हे उपचार भक्ताचा बाह्य वेष दाखवतात. हे सांगताना बसवण्णा आपल्या एका वचनात म्हणतात -

शुद्धता न झाली हदयाची जोवर तो।
कोणता लाभ अंगास भस्म फासून?
जर केले स्मरण न सहज मनापासून।
कोणता लाभ रुद्राक्ष लेववून देहा?
श्री कुडलसंगमदेवाचे अपुल्या रे।
जर केले स्मरण व नित्य मनापासून।
कोणता लाभ वाचून शेकडो ग्रंथ?

जोपर्यंत व्यक्तीचे मन-हदय शुद्ध होत नाही तोपर्यंत अंगाला भस्म फासून काय उपयोग परमेश्वराचे स्मरण मन:पूर्वक केले नाही, तर अंगावर रुद्राक्षाच्या भरपूर माळा घालून काय उपयोग? परमेश्वराचे स्मरण मनापासून केले नाही तर शेकडो ग्रंथ वाचून काय फायदा? थोडक्यात भक्ताने परमेश्वराची भक्ती मन:पूर्वक केली पाहिजे. हीच बाब भक्तीसाठी महत्त्वाची आहे.

देवाच्या मूर्तीला श्रीमंत लोक उंची वस्त्रे, मौलिक अलंकार, मूल्यवान वस्तू, सोने, संपत्ती व भरपूर पैसा वाहतात. देवाची पूजा पुरोहिताकडून करून घेतात. भक्तीचे हे कर्मकांड म्हणजे भक्तीचे प्रदर्शनच आहे. भक्तीच्या क्षेत्रात भक्ताचे मनस्वी प्रेम आणि मन हेच फार महत्त्वाचे! भक्तीच्या क्षेत्रातील कर्मकांड हे निरर्थक असते. भक्ताचे श्रद्धाशील मन भक्तीसाठी अत्यावश्यक असते. ईश्वरावरील भक्ती ही भक्ताच्या अंतरंगाचा विषय आहे.

•••

सिंहावलोकन

बाराव्या शतकातील दक्षिण भारतातील समाजात समतेचा प्रकाश पसरवणारा 'क्रांतिसूर्य' म्हणजे महात्मा बसवेश्वर! तत्कालीन समाजातील स्त्रियांना मुक्तीचे पंख बहाल करून त्यांना आकाशात उत्तुंग भरारी मारण्यास उद्युक्त करणारा स्त्री उद्धारक! त्यावेळच्या चातुर्वर्ण्यांच्या भक्कम बुरुजावर समतेच्या धडाडणाऱ्या तोफांचा मारा करून तो बुरूज खिळखिळा करणारा वीर पराक्रमी! उपेक्षितांच्या मागासलेल्यांच्या अंधाऱ्या अंतरंगात आत्मविश्वास आणि सुधारणांचा प्रकाश पसरवणारा मुक्तिदाता! स्त्री, शूद्र, अतिशूद्र आणि अस्पृश्य अशा समाजातील तळागाळातील व्यक्तींना अनुभव मंटपात त्यांच्या मनातील दुःख आणि कोंडलेल्या भावना यांना प्रकट करण्याचे स्वातंत्र्य बहाल करणारा थोर मानवतावादी विचारवंत! समाजसुधारणेच्या प्रांतातील सक्रीय संघटक आणि आद्य ओजस्वी समाजसुधारक म्हणजे महात्मा बसवेश्वर!

शैव धर्म सनातनी व रूढीवादी लोकांच्या विळख्यात अडकला होता. त्यात उच्चनीचता व अंधश्रद्धा पसरल्या होत्या. शिवमंदिरे ही शोषणाची केंद्रे झाली होती.

जातीवरून व्यक्तीची उच्चनीचता मोजली जात असे. सामान्य माणूस हतबल झाला होता. क्षूद्र ग्रामदैवतांची व भूताखेतांची पूजा केली जात असे. असे देव गावात, पडक्या घरी, विहिरीत, झाडावर, सीमेवर राहतात अशी श्रद्धा होती. धन मिळवण्यासाठी बळी दिले जात. मंत्र-तंत्र जादुटोणा आणि अघोरी विद्या यांवर लोकांचा विश्वास होता. समाजातील काही वर्गात सतीची प्रथा होती. समाजात अनेक व्रतवैकल्ये, यज्ञयाग, अनुष्ठाने करण्यासाठी पशुंचे बळी दिले जात. मंदिरात पुजारी, बडवे, भट, ब्राह्मण देवदर्शनासाठी भक्तांकडून दक्षिणा घेत. पाप-पुण्य, स्वर्ग-नरक, पुनर्जन्म अशा भ्रामक कल्पनांच्या जंजाळात समाज सापडला होता.

त्यावेळच्या समाजरचनेमध्ये ब्राह्मण शिखरावर होते, तर अस्पृश्य, शूद्र-अतिशूद्र व बहिष्कृत हे तळाशी होते. या वर्गाचे श्रम ब्राह्मणांना चालत पण त्यांचा स्पर्श चालत नव्हता. त्यामुळे हा उच्चवर्ग अधिकारप्रबळ असल्याने उर्वरित समाजाला तो वेठीस धरत असे. हा वर्ग समाजातील अन्य वर्गांचे शोषण करत असे. थोडक्यात, तत्कालीन समाजातील बहुजन समाज अज्ञान, दारिद्र्य, जातीभेद, वर्णभेद व शोषण यांनी नाडला आणि पिडला गेला होता. त्याच्या अनेकानेक चिरफळ्या झाल्या होत्या.

मनपरिवर्तनातून समता

बसवेश्वरांनी केलेल्या लोकोत्तर कार्याकडे लक्ष वेधणारी पहिली गोष्ट म्हणजे समाजसुधारणा करताना त्यांनी राजदरबारातील आपले सत्तास्थान त्यासाठी वापरले नाही.

समाजसुधारणा करायची असते ती जनतेमध्ये-समाजामध्ये! त्यामुळे माणसांच्या मत आणि मनपरिवर्तनावर त्यांचा विशेष भर होता. दीन-दलितांना, उपेक्षितांना, मागासवर्गीयांना आपल्या प्रेमाने आपुलकीने व जिव्हाळ्याने जिंकले आणि हळुवारपणे त्यांचे मनपरिवर्तन केले. त्यावेळच्या त्या उपेक्षित, दलित व बहिष्कृत जनतेला ते आपले 'बसवण्णा' वाटले. त्यांच्यावर त्यांचा दृढविश्वास होता. त्यातूनच त्यांचे मतपरिवर्तन घडले. जाती-वर्ण यांच्या व्यवस्थेविरुद्धचा बंडाचा झेंडा त्यांनी खांद्यावर घेतला. लोक-जनता-सामान्य जनता त्यांच्या मागून चालू लागली. तीही क्रियाशील बनून!

समाजातील जाती-पातीच्या उच्च-नीचतेच्या भेदाभेदाच्या भिंती आपल्या समतेच्या बलशाली पहारीने पाडून टाकल्या. भेद संपले, ऐक्य आले. समाजात नवचैतन्य आले.

अल्लमप्रभू, नागलांबिका, सिद्धरामेश्वर, चन्नबसवेश्वर, अक्कमहादेवी यांचे समर्थ हात त्यांनी मिळवले. या सहकाऱ्यांनी बसवेश्वरांच्या विचारांचा आचारांचा हिमतीने व जिद्दीने प्रसार केला. म्हणूनच त्यावेळचा वीरशैव समाज समतेच्या, व्यक्तिस्वातंत्र्याच्या, स्त्री उद्धाराच्या श्रमिकतेच्या आणि इष्टलिंग उपासनेच्या आचारांनी समृद्ध झाला. त्या समाजाला बसवण्णांनी नवी ओळख दिली.

धर्मसंसद : 'अनुभव मंटप'

बसवण्णांनी इ.स. ११४०मध्ये स्थापन केलेले 'अनुभव मंटप' ही लोकशाहीची तत्त्वे पाळणारी धर्मसंसद होती. तेथे बसवण्णांनी सांगितलेल्या नवधर्माचे आचरण करत समाजातील अनेक जातीपातीतील माणसांनी सांगितलेल्या अनुभवांच्या आधारे लिंगायत धर्मातील तत्त्वे ठरवण्यात आली. त्यामुळे अनुभव मंटप ही आध्यात्मिक लोकसभा होती. यावर निष्ठा ठेवून तेथे कोणालाही मुक्तपणे आपले विचार-मत मांडता येत असे. त्यात सहभागी होणाऱ्या स्त्री-पुरुषांमध्ये श्रेष्ठ-कनिष्ठ भाव नव्हता. अनुभव मंटपाचे सर्व सदस्य समान होते. तेथील प्रत्येक सदस्य चर्चेत सहभागी होण्यापूर्वी आपण दिवसभरात कोणते 'कायक' केले ते सांगत असे. ७०० पुरुष आणि ७७ स्त्रिया या धर्मसंसदेच्या सभासद होत्या. अनुभव मंटपावर श्रद्धा ठेवून येणाऱ्या प्रत्येक स्त्री-पुरुषाचे तेथे स्वागत होत असे.

यात सहभागी पुरुषांना 'शरण' व स्त्रियांना 'शरणी' म्हणत असत. यातील काही शरण व शरणी आपले आध्यात्मिक अनुभव व विचार कन्नडमधील मुक्तछंद कविता प्रकारात व्यक्त करत. त्यांना 'वचने' असे म्हटले जाई. अक्कमहोवी, गुड्डव्वे, कालव्वे, मुक्तय्याक्का, मोळिगे महादेवी, अक्कम्मा, कदिरे रामव्वा, अमुगे रायम्मा, आयदक्की, लक्कम्मा, गंगांबिका, सत्यक्का, बोंमादेवी, गोगव्वे व रेकव्वा अशा ३३ शिवशरणींची वचने उपलब्ध आहेत.

तत्कालीन समाजातील राजसत्ता, धनसत्ता आणि धर्मसत्ता यांच्याकडून दीनदुबळ्या जनतेवर अत्याचार होत. त्यांच्या विरोधात उभे राहण्यासाठी सामान्य माणसांची सज्जनशक्ती संघटित करणे गरजेचे होते.

> समाजातील अस्पृश्यता व भेदाभेद संपवून त्यांना समतेचे वातावरण निर्माण करावयाचे होते. त्या परिवर्तनातील प्रभावी हत्यार म्हणून त्यांनी अनुभव मंटपाचा उपयोग करून घेतला. या अनुभव मंटपाने समाज आणि धर्माला संघटीत व सुव्यवस्थित रूप दिले. सामान्य शिवशरणांच्या विचारांना-मतांना व अनुभवांना या संस्थेने महत्त्व दिले. बसवेश्वरांच्या नवविचारप्रसाराचा आधार सामान्य माणूस हाच होता.

अनुभव मंटपात अनेक प्रांतातून, देशातील दूरवरच्या भागांतून सर्व जातींचे लोक गोळा झाले होते. समाजातील सर्व जातीतील माणसे एका मनाने व एका विचाराने भारून एकत्रित येण्याचा तो अभूतपूर्व प्रयोग होता. विचार, प्रेम, दयाशीलता, एकता आणि समता यांच्या पायावर ते सारे एकत्र आले होते. इथे लौकिक जीवनात शरण-शरणींनी कसे वागावे याची चर्चा होई. इथे साक्षात्कारी अनुभवांसंबंधी चर्चा होऊन

मार्गदर्शन केले जाई.

या नव्या धर्माचे सूत्र 'मानवता' हे होते. सर्वांचा आहार शाकाहार होता. अनुभव मंटपातील सभासद देहाने, मनाने व आचरणाने शुद्ध असे. परधन आणि परस्त्री यांच्या मोहापासून तो दूर होता.

या अनुभव मंटपामध्ये होणारी चर्चा कन्नडमधील 'वचन' काव्यप्रकारात गुंफली जात असे. या वचनांतून वीरशैव लिंगायतांचे तत्त्वज्ञान व आचारधर्म प्रकट झाला आहे. समताधिष्ठित, न्यायपूर्ण, जातिविहीन आणि शोषणरहित असे नवे जग निर्माण करण्याची जिद्द साऱ्यांनीच जोपासली.

वचन साहित्य

'अनुभव मंटपा'तील वचन साहित्य समृद्ध व संपन्न आहे. त्यातून भविष्य काळाला मार्गदर्शन करण्याचे सामर्थ्य आहे. कल्याण क्रांतीनंतर बिज्जळाच्या सैन्याने वचन भांडाराला आग लावली. शरणांनी वचन साहित्य वाचवण्यासाठी प्रयत्नांची पराकाष्ठा केली. वचन साहित्य बरोबर घेऊन हे शरण कल्याणहून उळवीला गेले. आजतागायत १५ खंडांतून २० हजार वचने प्रकाशित केली गेली आहेत. एकाच ठिकाणी, एकाच काळात एवढ्या विपुल प्रमाणात साहित्य रचना झाल्याचे उदाहरण जगात अन्यत्र नसावे. हे वचन साहित्य लोकसाहित्य आहे. त्याने लोकभाषा म्हणून कन्नड भाषेचा स्वीकार केला. त्यामुळे कन्नड भाषा समृद्ध झाली. हे साहित्य लोकांनी लोकांसाठी निर्माण केले आहे.

बसवेश्वर, चन्नबसवेश्वर, अल्लमप्रभू, अक्कमहादेवी, सिद्धरामेश्वर यांची वचने अनुभव संपन्न व समाजाला दिशा देणारी आहेत. लोककल्याणाच्या ध्यासातून स्फुरलेले हे वचन साहित्य कन्नड भाषेला अभिजातता देऊन गेले आहे. सर्वच शरणांना चारित्र्याचे अपार महत्त्व वाटे. अस्पृश्यांच्या म्हणजे नागीदेव कांबळे यांच्या घरी जाऊन ते भोजन करत. समाजातील उच्चनीचता, विषमता, अज्ञान, आळस, दिरंगाई, धर्मभोळेपणा, कर्मकांड आणि पुरोहितशाही यांच्या विरोधात त्यांनी विद्रोहाचे रणशिंग फुंकले. समाजात एकता, समता, समानता आणि बंधुता विकसित करण्यासाठी बसवेश्वर आयुष्यभर झटले.

शिवलिंग म्हणजे 'इष्टलिंग'

वीरशैव गळ्यात इष्टलिंग धारण करतात. हे शिवलिंग म्हणजे समताभक्तीचे उंच फडकत राहणारे निशाणच होय. बिज्जळ राजाचे सैनिक इष्टलिंगधारी लिंगायतांवर कल्याणमध्ये हल्ला करू लागले. त्यावेळी याच वीरशैव बंधू-भगिनी गळयातील इष्टलिंग सांभाळत,

वचन साहित्याचे रक्षण करत त्यांना प्रतिकार करत झुंजत होत्या. प्रसंगी बलिदानही देत दिले, एकांतात व्यक्तिगत केल्या जाणाऱ्या इष्टलिंग भक्तीमुळेच जाती-जातींचा जनसागर बसवेश्वरांची तत्त्वे अंगीकारत होता. आपल्याच परमेश्वराची भक्ती करताना, त्याच्याजवळ जाताना भट, ब्राह्मण, उपाध्ये आणि पुरोहित यांची मध्यस्थी कशाला? असा त्यांचा सवाल असे.

स्त्रीशक्तीचा गौरव

तत्कालीन समाजामध्ये स्त्रीचे व्यक्तिमत्त्व खुरटले होते. तिला भक्तिमार्गातील अडसर मानले गेले, तिचे जीणे गुलामाचे होते. 'रांधा-वाढा-उष्टी काढा' हेच तिचे आयुष्य होते. स्त्रीजीवनाची ही दुर्दशा बसवण्णांना पाहवली नाही. त्यांनी स्त्रीला लिहायला- वाचायला शिकवले. विधवांचे पुनर्विवाह आणि वेश्यांचे पुनर्वसन करून त्यांनी समाजाचे आरोग्य संपन्न केले. अबला स्त्रीला त्यांनी सबला केले.

उदरनिर्वाहासाठी त्यांना स्वतंत्रपणे व्यवसाय करायला शिकवले, कितीतरी सुशिक्षित स्त्रियांनी वचन साहित्य लिहिलेच शिवाय धान्य वेचणाऱ्या, हलक्या जातीतील, विणकर, मोळी विकणारी, दलित अशा स्त्रियांनीही वचने लिहिली आहेत. बसवण्णांच्या शिकवणुकीमुळे स्त्रिया निर्भय झाल्या. शूद्र-अतिशूद्र समाजातील स्त्रिया शिकल्या आणि त्यांनी वचन साहित्य निर्माण केले. आजही ते उपलब्ध आहे. बसवेश्वरांनी केलेल्या स्त्री उद्धाराच्या कार्याला आलेले ते रसाळ फळ आहे. स्त्रीने पुरुष वर्गाची गुलामगिरी न करता, न लाजता-बुजता स्वतःच्या शक्तींचा निःसंकोचपणे विकास केला पाहिजे असे त्यांचे मत होते. तिचा स्वाभिमान जोपासून तिने जगले पाहिजे, असा त्यांचा आग्रह होता. बाराव्या शतकात बसवेश्वरांनी केलेला हा स्त्रीशक्तीचा गौरव भारतीय इतिहासातील सोनेरी पान ठरावे.

श्रम म्हणजे 'कायक'

तळागाळातील समाजाचे दुःख आणि दारिद्र पाहून बसवण्णांचे मन कातर होत असे. त्यांच्या मनात त्या गरीब जनतेविषयी करुणा निर्माण होत असे. हाता-तोंडाची गाठ नेहमी न पडणाऱ्या या लोकांच्या दारिद्रयाने त्यांचे मन दुःखी होई. त्या दरिद्री लोकांचे भविष्य उजळून टाकण्यासाठी बसवण्णांनी त्यांना 'कायक' हा मंत्र दिला. 'कायकवे कैलास' हा त्यांचा मंत्र होता. 'कायकवे कैलास' म्हणजे 'श्रम हाच स्वर्ग' होय. श्रमप्रतिष्ठेचे महत्त्व बसवण्णांनी या दरिद्री लोकांना पटवले. तत्कालीन समाजात ब्राह्मण, क्षत्रिय हे वर्ण सुखी होते. पोटापाण्यासाठी करावा लागणारा उद्योग अगर व्यवसाय म्हणजे 'कायक' होय. जेथे कष्ट तेथे फळ. जेथे श्रम तेथे सुख हा विचार या गरीब माणसांच्या मनात त्यांनी उतरवला.

कष्टकरी शेतकरी शेतात मुबलक धान्य पिकवतो, हे उदाहरण डोळ्यांसमोर ठेवल्याने कष्टकरी गरिबांनी श्रमाचा अंगीकार केला. शेतातील मोलमजुरी सतत केल्याने या त्यांची स्थिती सुधारली. त्यांना आता पोटभर अन्न मिळू लागले, त्यामुळे ही जनता सुखी झाली. व्यक्ती-कुटुंब-गाव-समाज श्रमशील झाला तर त्याचे भविष्य निश्चितच उज्ज्वल असते. सगळेच व्यवसाय समान असतात. शेती करणे आणि कातडी कमावणे, विद्यार्थ्यांना शिकवणे आणि सचोटीने व्यापार करणे, जमीन सारवणे आणि राज्याचे रक्षण करणे हे सगळे व्यवसाय समान दर्जाचे आहेत.

बसवण्णांचा शरण परिवार श्रमांचा पुजारी आहे. त्यात गुरे चारणारे, मोळ्या विकणारे, शेती करणारे, गावाची झाडलोट करणारे, जनावरांचे कातडे कमावणारे, दोर वळणारे, गवत कापणारे, चामड्यापासून चपला व मोटा तयार करणारे, कापड विणणारे, कपडे धुणारे, कपडे शिवणारे, बांबूपासून सुपे-टोपल्या, कणग्या तयार करणारे, न्हावी व मातीची भांडी तयार करणारे असे शरण होते. हे सारे लोक गरीब असले. तरी ते श्रमदेवतेची मनापासून पूजा करणारे होते. हे शरण बसवण्णांचे अनुयायी होते.

उपेक्षितांना प्रतिष्ठा

शरणांनी दुसऱ्यांवर अवलंबून राहू नये. आपले ओझे दुसऱ्यावर लादू नये, स्वतः श्रम करावेत. दुसऱ्यांच्या कष्टावर जगणे अयोग्य आहे. कायक-श्रम यांचीच पूजा करावी. बसवण्णांच्या 'कायक' तत्त्वाने व्यवसायाची, कष्टाची आणि व्यक्तीची प्रतिष्ठा उंचावली. त्यांनी केलेल्या श्रमाच्या गौरवाने श्रमिक ताठ मानेने जगू लागले. शेतकरी, शेतमजूर, कुंभार, चांभार, कोष्टी, तेली, सुतार, लोहार, गुराखी, शिंपी, माळी, मोळीविक्या, सोनार, कोळी, दोर वळणारे, धान्य कांडणारे, गावची स्वच्छता करणारे, विणकर, सराफ, बुरूड, धनगर, न्हावी, धोबी, मांग, ढोर, बहुरूपी, वैद्य आणि नावाडी अनेकानेक अडाणी व्यावसायिकांना बसवण्णांनी लिहिण्या-वाचण्यास शिकवले. त्यांना विचार मांडण्यासाठी उपयुक्त केले. ते त्यांनी लोकभाषेत म्हणजे कन्नडमध्ये वचन साहित्यातून व्यक्त केले.

तत्कालीन समाजातील या लहान-मोठ्या व्यावसायिकांना एक प्रकारची प्रतिष्ठा लाभली व मोठेपणा मिळाला. ह्या छोट्या कष्टकरी माणसांना बसवण्णांच्या प्रयत्नांमुळे समाजात सांस्कृतिक उंची मिळाली. समाजाच्या परिघावर असणारी ही माणसे समाज-वर्तुळाच्या मध्यावर आली. यापूर्वीच्या हीनतेच्या, क्षूद्रत्वाच्या, तिरस्काराच्या वातावरणातून बसवण्णांनी त्यांची सुटका करून 'आपणही समाजात कोणीतरी आहोत!' ही सुखद अस्मिता त्यांना बहाल केली, त्यांनी दीनत्वाच्या चिंध्या टाकून दिल्या आणि प्रतिष्ठेची अस्मितेची उबदार शाल पांघरली. त्यादृष्टीने बसवण्णा हे श्रमिकांचे मुक्तिदाते होते.

'दासोह'ची कल्पना

बसवण्णांनी सांगितलेल्या 'दासोहा'त दानाची कल्पना आहे. शरणांनी सचोटीने मिळवलेले धन फक्त स्वतःसाठी खर्च न करता त्याचा समाजासाठी उपयोग करावा असे 'दासोह' सांगतो. आपण जे मिळवायचे आहे ते प्रामाणिकपणे मिळवले पाहिजे. त्यातील जास्त असलेली संपत्ती गुरू, लिंग आणि जंगम यांच्यासाठी खर्च करावी असे बसवेश्वरांनी शरणांना सांगितले आहे. आपल्या आजूबाजूच्या भुकेल्या लोकांना जेवयाला घालणे म्हणजे 'दासोह' होय. आपल्याकडील अधिकच्या संपत्तीचा वापर समाजासाठी आणि लोककल्याणासाठी करावा ही मूळ संकल्पना त्यामागे आहे. यात जसे अन्नदान आहे तसे धन-दानही आहे. माणसांनी मानवी जीवनाच्या अनेक क्षेत्रांत समर्पित भावनेने दिलेले योगदान दासोहामध्ये सामावले आहे, माणसाने केवळ स्वतःच्याच जगण्याचा विचार न करता समाजातील दीन-दुबळ्या, उपेक्षित व कमकुवत माणसांच्या जगण्याचा विचार करून त्यांनाही मदतीचा हात दिला पाहिजे, असे हा दासोह सांगतो.

बसवण्णा दासोहाचे स्वरूप सांगताना आपल्या वचनात म्हणतात -

भक्तासाठी भक्ती दासोह, युक्तासाठी युक्ती दासोह।
ऐक्यासाठी ममकार दासोह, सर्वांमध्ये दासोह पाहिजे।
या दासोहाचे मर्म कुडलसंगमदेवा आपण जाणतो।।

दासोह उत्साहाने आणि प्रसन्न मनाने करावा, हे सांगताना बसवेश्वर म्हणतात -

देवा, तुमच्या शरणांच्या दासोहात। तन-मन-धनाला आळशी होऊ देऊ नये देवा। तनु दासोहात उत्साही करावे देवा। मन दासोहात तल्लीन करावे देवा। धन दासोहात समर्पित करावे देवा। तुमच्या शरणांच्या प्रसादामध्ये। निरंतर खेळत, गात, पाहत, मिळून मिसळून, भोगत। आनंदी करावे कुडलसंगमदेवा।।

म्हणजे दासोह उत्साही मनाने, समर्पित भावनेने एकाग्र होत करावा.

भक्तिहीनाचा दासोह सद्भक्तांना रुचत नाही. हे लक्षात ठेवले पाहिजे. दासोहातून लिंगांग सामरस्याकडे जाता येते, यावर विश्वास ठेवावा. दासोह करणारा सदाचारसंपन्न व सत्यवचनी असावा. दासोह करणारा व स्वीकारणारा हे दोघेही आतून बाहेरून शुद्ध असले पाहिजेत. हा दासोह माणसाला माणसाजवळ घेऊन जातो तसाच तो माणसाला शिवाकडेही घेऊन जातो. इतकी उदात्त आणि मानवतेची जाणीव करून देणारी ही दासोह संकल्पना बसवेश्वरांची, समाजाला मोठीच देणगी आहे.

बसवण्णा मनस्वी लोकशिक्षक

बसवण्णा हे महान जनशिक्षक होते. आपले समतेचे, कायकाचे व दासोहाचे विचार लोकांमध्ये पेरण्यासाठी ते शूद्रातिशूद्रांच्या घराघरात, झोपड्या-झोपड्यात जाऊन त्यांच्या अडचणी समजून घेत. त्यांच्या संकटांतून, दुःखातून ते मार्ग काढीत. उच्चवर्णीयांना समाजातील तळागाळातील लोक आपले बंधू आहेत, हे त्यांनी समजून दिले. त्यासाठी ते महारवाड्यात, चांभारवाड्यात जात. त्यांच्याकडे ते प्रसाद म्हणून भोजन स्वीकारीत. या त्यांच्या कृतीमुळे मागासलेल्या लोकांचा त्यांच्यावर विश्वास बसला. आपले नेते म्हणून त्यांना त्यांनी स्वीकारले, मनापासून!

> परमेश्वर मंदिरात नाही, तो स्वतःमध्येच आहे, हे त्यांना त्यांनी पटवून दिले. धनलक्ष्मीला प्रसन्न करण्यासाठी मेंढ्याला बळी देऊ नका तर निढळाचा घाम गाळा, हे त्यांनी कळवळून सांगितले. बसवेश्वर हे कृतिशील समाजसुधारक होते.

बिज्जळ राजाने हरळय्या-चांभार व मधुवारस ब्राह्मण यांनी आपल्या मुला-मुलीचे लग्न लावल्यामुळे त्यांना हत्तीच्या पायी दिले. राजाला आपण वीरशैव धर्माची नवी तत्त्वे समजावून देऊ शकलो नाही. याउलट कर्मठ सनातन्यांचे मत बिज्जळाने मान्य केले. त्याबद्दल बसवण्णा स्वतःला दोषी मानत होते. राजाने हद्दपार होण्यास सांगितल्यावर प्रधानमंत्रीपदाचा मुकुट राजाकडे देऊन ते शांतपणे राज्याच्या बाहेर निघून गेले. खरे म्हणजे जनता बसवणांच्या पाठीशी होती. पण रक्तपात व हिंसा टाळण्यासाठी ते धीरोदात्तपणे कुडलसंगमक्षेत्री निघून गेले. या घटनेचा विचार करता बसवेश्वर हे अहिंसा व्रताचे पालन करणारे थोर विचारवंत होते, हे लक्षात येते. आपल्या मनात सूडाचा किंवा बदला घेण्याचा विचार त्यांनी येऊ दिला नाही. यातून त्यांचे शांतताप्रिय मानवतावादी व्यक्तिमत्त्वच प्रकट होते. त्यादृष्टीने ते मनस्वी लोकशिक्षक होते.

बसवेश्वरांच्या कार्याचे महत्त्व

या जगातील विविध देशांत मानवी अधिकारांचा आणि स्वातंत्र्याचा जेव्हा जेव्हा संकोच झाला तेव्हा तेव्हा त्या त्या देशांत त्यासाठी अनेक चळवळी झाल्या. त्या चळवळींच्या इतिहासात मानवतावादी समाजसुधारक म्हणून बसवेश्वरांचे नाव प्राधान्याने लिहावे लागेल. आपल्या देशातील समाजसुधारणा आणि धर्मसुधारणा यांचा पाया बसवेश्वरांनी भक्कमपणे रचला आहे. त्या दृष्टीने बसवेश्वर हे भारतातील समाजक्रांतीचे प्रणेते ठरतात. काही समाजसुधारकांच्या उपदेशाचा - विचारांचा - तत्त्वांचा आणि आचारांचा प्रभाव त्यांच्या नंतरच्या शंभर-दोनशे वर्षांपर्यंत जाणवत

राहतो. पण बाराव्या शतकातील बसवेश्वरांनी सांगितलेले व अमलात आणलेले विचार आजच्या एकविसाव्या शतकातही अनुकरणीय आहेत.

त्या दृष्टीने बसवेश्वर हे दूरदृष्टीचे समाजसुधारक ठरतात. त्यांनी सांगितलेली स्त्री उद्धार, समता, कायक आणि दासोह ही तत्त्वे आजच्या समाजातही ताजी व टवटवीत वाटतात. ती आजही जुनी- कालबाह्य व शिळी ठरत नाहीत. त्यांनी आपल्या समता- कायक आणि दासोह या तीन विचारांमधून तत्त्वांमधून व्यक्ती आणि समाज यांची भक्कम सांगड घातली. सुधारणावादी समाजात व्यक्तीची उन्नती होते आणि सुधारणावादी व्यक्तींच्या समुहातून प्रगत समाज निर्माण होतो, असे त्यांच्या विचारांचे सूत्र होते.

बसवेश्वरांनी तत्कालीन अघोरी रूढींच्या आणि परंपरांच्या चिखलात रुतून बसलेल्या माणसांना अनुभव मंटपात एकत्र आणले. त्या सर्वांचे प्रेमळपणाने प्रबोधन केले. त्यांना ज्ञानाचा प्रकाश दिला. सर्व जाति-वर्णियांच्या गळ्यात इष्टलिंग बांधण्यास त्यांना प्रवृत्त केले. परमेश्वराची भक्ती तुम्हाला घरी एकांतात आरामात करता येईल, असा विश्वास दिला. हे इष्टलिंग समतेचे तेजस्वी प्रतीक होते. जो-जो लिंग धारण करतो तो ते लिंगायत आहे. त्या लिंगायतांमध्ये समता आहे. ते सर्वजण समतेच्या पायावर उभे आहेत. म्हणून त्यांच्यात रोटी-बेटी व्यवहार करता येतात, असे त्यांनी निक्षून सांगितले. समतेचा खरा अर्थ तोच होता.

आज दळणवळणाच्या वेगवान साधनांमुळे जग खूपच जवळ आले आहे. भौतिक सुखसोयींनी समाजाचे जीवन सुखदायी व आरामशीर झाले आहे. अनैतिक मार्गांनी येणारी संपती समाजात चैन विलासाचे ओंगळवाणे प्रदर्शन मांडताना दिसत आहे. थोर समाजसुधारकांनी सांगितलेली शांतता, सहकार, प्रेमभावना, मैत्री ही जीवनमूल्ये संपत्तीच्या आणि वैभवाच्यापुढे फिकी पडत आहेत. सामान्य माणसाकडेही पैसा खळखळू लागला आहे. श्रीमंतीचे प्रदर्शन करण्यात माणसाला प्रतिष्ठा वाढल्यासारखे वाटत आहे. भ्रष्टाचाराच्या, लाचलुचपतीच्या मार्गाने मिळणाऱ्या पैशाचे समाजावर राज्य सुरू आहे.

प्रामाणिकपणे सचोटीच्या मार्गाने मिळणारा पैसा मंदावला आहे. चकाकते ते सोनेच समजले जात आहे. सात्त्विक मानवी जीवन दुर्मीळ होऊ लागले आहे. स्वैर आणि उच्छृंखल जीवनाचा पुढारलेपणाच्या नावाखाली डंका पिटला जात आहे. सात्विक- जीवन मागे पडून तामसी जीवनाचा हव्यास वाढू लागला आहे. अशा तामसी जीवनात अर्थातच व्यसनांना प्रतिष्ठा लाभत आहे. नीतिमत्तेच्या सत्त्वशील वातावरणाकडे समाज पुरुषाचे दुर्लक्ष होत आहे, असे जाणवते. माणसाच्या पायाशी विज्ञानाने सर्व प्रकारची सुखे आणून ओतली आहेत. अशा बेगडी सुखाचे आकर्षण समाजातील आधार असलेल्या युवा वर्गाला वेगाने वाटू लागले आहे. लोकांना आता कमी श्रमात भरपूर पैसा हवा

आहे. अहिंसा, शांतता, परोपकार, आस्था, प्रेम, बंधुता ही मूल्ये काळवंडत आहेत की काय असे वाटू लागले आहे. माणसाला माणूसपण देणारी ही मूल्ये आता दुर्मीळ होत आहेत. याउलट श्रीमंतीच्या पैशांचा, सत्तेचा झगमगाट डोळे दीपवून टाकतो आहे. अशा तऱ्हेने देशाच्या संस्कृतीचे आकाश ढगाळलेले झाले आहे. संस्कृतीच्या या मंद प्रकाशात थोर महात्म्यांचे विचार व तत्त्वे सूर्य बनून मार्ग दाखवू शकतात.

उपेक्षितांच्या व मागासलेल्या जनतेच्या जखमांवर हे विचार हळूवार फुंकर घालू शकतात. त्यांना नवा विधायक प्रगत मार्ग दाखवू शकतात. म्हणूनच बसवण्णांच्या जीवनचरित्राच्या अभ्यासाची, त्यांनी घालून दिलेल्या समाजहितैषी आदर्शांची आणि नेहमीच समाजाला प्रगतीपथावर ठेवणाऱ्या शिकवणुकीची आज समाजाला. तीव्र गरज आहे. त्या दृष्टीने बसवण्णांनी बाराव्या शतकात केलेले कार्य अजोड व अमोल आहे. तत्कालीन राजसत्तेला बसवेश्वरांची तत्त्वे व विचार पचनी पडले नाहीत म्हणून सत्तेच्या पाशवी बळाने त्यांचे समता आंदोलन दाबून टाकण्यात आले. त्यानंतर अनेक राजांच्या राजवटी आल्या आणि गेल्या. तरीही बसवेश्वरांच्या समता समानता, स्त्री उद्धार, कायक, इष्टलिंग, दासोह आणि श्रमगौरव या तत्त्वांचा आणि विचारांचा जागर आमच्या समाज-पुरुषाने केला तर मानवी संस्कृतीला निश्चितच उजाळा मिळू शकेल.

हे जग प्रगतीचे एक-एक पाऊल पुढे टाकत आहे ते माणसांच्या गर्दीमुळे नव्हे तर शास्त्रज्ञ, कलावंत, समाजसुधारक, तत्त्वज्ञ यांच्यामुळे! या थोर व्यक्तींना प्रांतात, धर्मात व देशात बंदिस्त करणे कधीही योग्य ठरणारे नाही. कारण या महात्म्यांचे जीवन, विचार आणि कार्य संपूर्ण जगाला दिशा देणारे असते. अब्राहम लिंकन, महात्मा फुले, राजाराम मोहन राय, सावरकर, आगरकर, महात्मा गांधी, भगवान महावीर, येसू ख्रिस्त, गुरुनानक, भगवान बुद्ध या थोर विचारवंतांना विशिष्ट धर्म आणि देश नसतो. अखिल मानव जातीची सेवा करणारे ते महामानव आहेत. त्यादृष्टीने महात्मा बसवेश्वर हे यच्चयावत मानवजातीला प्रगतीच्या दिशेने पावले टाकायला लावणारे महामानव होते, युगपुरुष होते आणि क्रांतिसूर्यही होते.

•••

परिशिष्ट १

बसवेश्वरांच्या जीवनातील महत्त्वपूर्ण घटना
(इ.स. ११०५ ते इ.स. ११६७)

- इ.स.११०५ : जन्म : बागेवाडी, विजापूर, कर्नाटक
- इ.स.१११३ : उपनयन संस्काराचा (मुंजीचा) बेत व बसवेश्वरांचा नकार
- इ.स.१११४ ते इ.स. ११२० : आई-वडिलांचे निधन; आजीने पालन-पोषण केले.
- इ.स. ११२१ ते इ.स. ११३२ : कुडलसंगम येथील जातवेदमुनी यांच्याकडे विद्या संपादन
- इ.स. ११३२ : राजा बिज्जळाची राजधानी मंगळवेढा येथे आगमन, कर्णिक म्हणून राजदरबारात १०१ सुवर्ण होनावर नेमणूक
- इ.स. ११४१ ते इ.स. ११५२ : कोषागार मंत्री म्हणून बढती, मंगळवेढ्यातील वास्तव्यास अनुभव मंटपाच्या चळवळीसंबंधी विचारमंथन; मनाची तयारी; समाजकार्याचा प्रारंभ
- इ.स. ११५३ : कल्याण राज्याचा सार्वभौम राजा म्हणून बिज्जळाचे राज्यारोहण
- इ.स. ११५३ : बिज्जळ राजाने बसवेश्वरांना मंगळवेढ्याहून कल्याणला बोलावून घेतले आणि प्रधानमंत्री केले.
- इ.स. ११५३ : कल्याणमधील 'अनुभव मंटपा'त अल्लमप्रभूंचे आगमन व अध्यक्षपदाचा स्वीकार
- इ.स. ११५३ ते इ.स. ११६७ : 'अनुभव मंटपा'चे कार्य
- इ.स. ११६७ चांभार हरळय्या व ब्राह्मण मधुवय्या यांनी आपल्या मुला-मुलीचा विवाह घडवल्याबद्दल बिज्जळाने दोघांनाही देहांतशासन दिले.
- इ.स. ११६७ : राजा बिज्जळाचे सैनिक आणि बसवेश्वरांचे अनुयायी यांच्यामध्ये रक्तरंजित संघर्ष, कल्याण क्रांती बसवेश्वरांचे कुडलसंगमक्षेत्री प्रयाण व शिवैक्य

•••

परिशिष्ट २

'अनुभव मंटपा'मधील वचनकार

(वचनकारांचे कार्य आणि राहण्याचे ठिकाण)

- महात्मा बसवेश्वर : प्रमथगण : बागेवाडी, हुनगुंद, विजापूर
- अल्लमप्रभू : प्रमथगण : बळ्ळेगाव, शिकारपूर, शिमोगा
- सिद्धरामेश्वर : प्रमथगण : सोलापूर
- चन्नबसवेश्वर : प्रमथगण : कुडलसंगम, विजापूर
- रुद्रमुनी : प्रमथगण : मंगळवेढा, सोलापूर
- काश्मीरचा राजा भूपाल (मोळगी मारय्या) : मोळी विकणे : मांडव्यपूर, काश्मीर
- अमुगीदेव : विणकरी : पुळूज, सोलापूर
- मडिवाळ माचय्या (माचीदेव) : धोबीकाम : हिप्परगी, इंडी, विजापूर
- कक्कय्या : कातडी कमवणे : माळवा (मध्य प्रदेश)
- हरळय्या : चपला-मोटा बनवणे : सुरपूर, गुलबर्गा, कर्नाटक
- हडपद अप्पण्णा : न्हावीकाम : कल्याण, बीदर, कर्नाटक
- रायसद मंचण्णा : कोषागार खात्यात खासगी सचिव : कल्याण, कर्नाटक
- शांतरस : वचन भांडारी : बसवेश्वरांचा राजदूत कल्याण (पत्रव्यवहार पाहणारा ग्रंथभांडारी ब्राह्मण)
- मरुळ शंकरदेव : प्रसाद कुंडाजवळील कामे : अफगाणिस्तान
- मादार चन्नय्या : घोड्यांसाठी गवत कापणे : चोढ-कांची, तामिळनाडू
- सकलेश मादरस : प्रशासक : दक्षिणेतील कुलूकुरके घराण्याचा राजा
- उरिलिंग पेद्दी : मोळ्यांची विक्री : कंधार, नांदेड
- गुंडय्या : कुंभार काम : तेलंगणा
- गजेश मसणय्या : मधुराभक्ती : करजिगे, अक्कलकोट, सोलापूर
- बहुरूपी चौडय्या : नाना सोंगे घेणारा बहुरुपी : रेकळिके, कर्नाटक
- सोडड्ळ बाचरस : गज-अश्व शाळांतील धान्यवितरण : सौराष्ट्र, गुजरात
- कलय्या हाविनहाळ : सोन्या-चांदीचे दागिने तयार करणे : हाविनहाळ
- बोमय्या : शेती : इल्लाळ / इलिहाळ, बागलकोट
- वैद्य संगण्णा : वैद्यकीय व्यवसाय : गुलबर्गा, कर्नाटक

- तुरुगाही रामण्णा : मेंढीपालन धनगर : कल्याण
- किन्नरी बोमय्या : सराफी, सोनार गायक : पुत्तरु, आंध्र प्रदेश
- मुद्दय्या/ मुट्टण्णा : शेती : जोळदहाळू, कर्नाटक
- आयदक्की मारय्या : खळ्यांत व दुकानासमोर सांडलेले धान्य गोळा करून आणणे : अमरेश्वर, रायचूर, कर्नाटक
- नुलीय चंदय्या : मोळाव्या गवतापासून दोर तयार करणे : शिवणी, बीदर, कर्नाटक
- कन्नप्पा : मासे पकडणे : कल्याण, बीदर, कर्नाटक
- हेंडद मारय्या : ताडी मद्य यांची विक्री : कल्याण
- नगेय मारितंदे : लोकांची करमणूक करणे : हरदिगे, कर्नाटक
- एकांतप्रिय रामय्या, ब्राह्मण : आळंद, गुलबर्गा
- दयामूर्ती दसरय्या : संशोधक, अहिंसावादी : रामगोंड, आंध्र प्रदेश
- सुज्ञानीदेव : प्रचारक : कर्णिकापूर, ओरिसा
- निजालिंग : चिक्कय्या जंगलातून ताडपत्रे आणणे : मांडव्यपूर, काश्मीर
- गोल्लाळ : धनगर, मेंढ्या पाळून लोकर विकणे : गोलगिरी, सिंदगी, विजापूर
- आयदक्की : पडलेले धान्य वेचणे : अमरेश्वर, रायचूर

•••

परिशिष्ट ३

‘अनुभव मंटपा’तील स्त्री वचनकार

- अक्कमहादेवी : मधुराभक्ती : उडुतडी, शिमोगा
- नागलांबिका : धर्मप्रचारिका : इंग्ळेश्वर, विजापूर
- गंगांबिका, बसवपत्नी : धर्मप्रचारिका : मंगळवेढा, सोलापूर
- निलांबिका, बसवपत्नी : धर्मप्रचारिका : मंगळवेढा, सोलापूर
- महादेवी, काश्मीरची महाराणी : मोळी विकणे : मांडव्यपूर, काश्मीर
- निजदेवी, काश्मीर राजाची बहीण : विरक्त दिगंबरा : मांडव्यपूर, काश्मीर
- आयदक्की : लक्कम्मा खळे दुकान बाजार येथे सांडलेले धान्य गोळा करणे : कर्नाटक
- सत्यवती (सत्याका) : गावची झाडलोट : हिरेजंबूर, शिराळकोप्प, शिमोगा
- दानम्मा : धर्मप्रचारिका गणिका : गुड्डापूर
- सुळे संकव्वा : पश्चातापदग्ध गणिका
- गोगव्वे : शिवभक्तांना धूप वितरित करणे, आवलारू, केरळ

इतर स्त्री वचनकार : अम्मव्वा, रेचम्मा, रेवम्मा, सोमव्वा, रायम्मा, गुंडाक्का, लिंगम्मा, सत्यक्का, भद्रगायका, कदिरे रेमव्वे, बैजव्वा, मुतेक्का, रामव्वा, कलव्वा, पिटव्वा, काळव्वा, मुक्तायक्का-अजगण्णा भगिनी, सोमव्वा, तिमव्वा, कलकण्णीय कामम्मा, गजेश, कोतलदेवी

•••

परिशिष्ट ४

शहीद हुतात्मे 'कायक'
(कायकांचे शहीद स्थान)

- महात्मा बसवेश्वर : प्रधानमंत्री : कुडलसंगम येथे समाधी : बागलकोट
- हरळय्या : चांभारकाम : डोळे काढले व हत्तीच्या पायी दिले : कल्याण, बीदर
- मधुवारस : मंत्री : डोळे काढले नंतर हत्तीच्या पायी दिले : कल्याण, बीदर
- शीलवंत (हरळय्या पुत्र) : चांभारकाम : कल्याण येथे लढाईत मृत्यू : कल्याण
- कलावती (मधुवारस कन्या) : घरकाम : तुरुंगात मृत्यू : कल्याण, बीदर
- सातव्या केतय्याची पत्नी : बुरुडकाम : आगीत भस्म : कल्याण, बीदर
- काळव्वा पेद्दी : कंधार येथील उरिलिंगची पत्नी : तेलंगी शूद्र : अक्कनागम्माच्या समुहात युद्धात हौतात्म्य, कल्याण
- कल्याणम्मा (हरळय्याची पत्नी) : चांभारकाम : होळेहोस्सूर लढाईत ठार : तिगडी येथे समाधी
- कक्कय्या : कातडी कमविणे : कक्केरी युद्धात हुतात्म्य
- किन्नरी बोमय्या : एकतारी वादन : सह्याद्रीच्या जंगलात मृत्यू : कारवार
- माचय्या : धोबीकाम : कादरोळी, उळवी मार्गावर गोडची गावी सामाधी
- गंगांबिका : बसवपत्नी : विद्यादान, युद्धात ठार : मलप्रभाकाठी चिक्क हुबळी, बैलहांगल
- निलांबिका : बसवपत्नी : विद्यादान, कृष्ण मलप्रभा संगम ; तंगडगी : कुडलसंगमाजवळ
- अल्लमप्रभू : अनुभव मंटप, अध्यक्ष : श्रीशैल कदलीवनात समाधी : श्रीशैल आंध्र
- चन्नबसवेश्वर : अनुभव मंटप, सचिव : शिवयोगात लीन : उळवी, कारवार
- धनलिंग रुद्रमणी : संघटक : मलप्रभा नदीकाठी समाधी, हुनसीकट्टी, बेळगावी
- अक्का नागलांबिका : दासोह कार्य : उळवी येथे समाधी, तेरीकेरी, कारवार
- सोडड्ळ बाचरस : धान्य कोठार : उळवी येथे समाधी : मुख्य उळवी, कारवार
- नुली चंदय्या : दोर-सुंभ वळणे : तेरीकेरीपासून ८ कि.मी. अंतरावर समाधी, तेरीकेरी, कारवार
- मारय्या : काश्मीरचा राजा : तंगडगी येथे समाधी : मोळकेटी, बीदर
- हडपद अप्पण्णा : न्हावीकाम : संगम तंगडगी येथे समाधी : कृष्णा-मलप्रभा
- मुद्दय्या : शेती : बिज्जळाच्या काळ कोठडीत कल्याण येथे मृत्यू : जोळदहाळू

•••

संदर्भ ग्रंथ सूची

- *बाराव्या शतकातील आद्य समाजसुधारक महात्मा बसवेश्वर,* डॉ. अशोक मेनकुदळे, सुविद्या प्रकाशन, सोलापूर (फेब्रुवारी, २००३)
- *चेतना चिंतामणी श्री बसवेश्वर,* प्रा. डॉ. प्रभाकर पां. पाठक, सुविद्या प्रकाशन, सोलापूर
- *महात्मा बसवेश्वर काळ-व्यक्ती-वचन साहित्य आणि शरणकार्य,* डॉ. अशोक कामत, सत्संग प्रतिष्ठान, पुणे, (ऑगस्ट, १९९९)
- *महात्मा बसवेश्वर - कार्य आणि कर्तृत्व,* सुभाष कि. देशपांडे, जनशक्ती वाचक चळवळ, औरंगाबाद, (मार्च २०१५)
- *क्रांतिकारी महात्मा बसवेश्वर आणि बारावे शतक : महिलांचा सुवर्णकाळ,* नागप्पा भीमराव शरणार्थी, सुविद्या वितरण, सोलापूर, (एप्रिल, २०१५)
- *परिवर्तनाचा महामेरू : महात्मा बसवेश्वर,* डॉ. सचितानंद बिचेवार, स्वाती प्रकाशन, पूर्णा, परभणी, (एप्रिल, २०१५)
- *करुणाघन महात्मा बसवेश्वर,* प्रारेवण शाबादे, सुविद्या प्रकाशन, सोलापूर, (द्वितीय आवृत्ती, २ मे, २०१४)
- *मानवतावादी बसवण्णा,* चंद्रशेखर वस्त्रद, अनुवादक, डॉ. रत्नशीला गुरड्डी, प्रा. संध्या देशपांडे, डॉ. चन्नबसव पट्टदेवरू प्रतिष्ठान, हिरेमठ संस्थान, भालकी, (जानेवारी, २००७)
- *सामाजिक क्रांतीचे जनक : महात्मा बसवेश्वर,* डॉ. सोमनाथ रोडे, अश्विनी प्रकाशन, लातूर, (एप्रिल, २००९)
- *बसवेश्वरांची वचने,* संपादक डॉ. गुरुलिंग कापसे, शरण संस्कृती अध्ययन केंद्र - निडसोसी, हुक्केरी, बेळगावी (१९९५)
- *बसव वचनामृत,* मूळ कन्नड लेखिका, महाजगद्‌गुरू माते महादेवी, अनुवाद, मल्लिनाथ चं. ऐनापुरे, सुविधान ग्रंथमाला, बसव मंडप, बेंगळुरू, (जानेवारी, २०१०)
- *वचन : शिवशरणांच्या वचनांचे संकलन,* बसव समिती, बेंगळुरू, (२०१२)
- *विश्वगुरू बसवण्णा,* जगद्‌गुरू माते महादेवी, बसव धर्मपीठ, कुडलसंगम, (तृतीय आवृत्ती, १९८६)

- *बसव पथ,* बसव जयंती विशेषांक, बसव समिती बेंगळुरू- मुख्य संपादक शंकर म. पाटील, (मे, २००५)
- *वचन संगम,* जगद्गुरू माते महादेवी, भाषांतर गुरुपादप्पा महाळंक, मार्गदर्शक डॉ. शिवगौडा पाटील, बसव धर्मपीठ, कुडलसंगम, ता. हुनगुंद, विजापूर, (मराठी आवृत्ती, १९९१)
- *बसव वचनामृत,* बसव समिती, बेंगळुरू
- *जगत्ज्योती बसवेश्वर,* डॉ. सूर्यकांत घुगरे, महाराष्ट्र बसव समिती, नांदेड, (मे, २००३)
- *संगम स्थळीचे जल : बसवेश्वर निकुंब,* पद्मपूज्य डॉ. शिवबसव महास्वामीजी प्रकाशन, बेळगावी, (प्रथमावृत्ती, १९९३)
- *शरण जीवनदर्शन,* राजू ब. जुबरे, महाराष्ट्र बसव परिषद, हिरेमठ संस्थान, भालकी, बीदर, (द्वितीय आवृत्ती, नोव्हेंबर, २०१६)
- *षट्स्थल चक्रवर्ती चन्नबसवेश्वर,* लेखिका दंडे, अनुवादक राजेंद्र शंकरप्पा जिरोबे, बसव समिती, बेंगळुरू, (पहिली आवृत्ती, २००७)
- *सिद्धवाणी : सिद्धरामेश्वरांची निवडक वचने,* अनुवाद, डॉ. जयदेवी लिगाडे महाराष्ट्र बसव परिषद, हिरेमठ संस्थान, भालकी, बीदर, (सप्टेंबर, २०१४)
- *चन्नमल्लिकार्जुनराया,* अक्कमहादेवींच्या निवड वचनांचा मराठी भावनुवाद, भावानुवादक, शिवानंद, महाराष्ट्र बसव परिषद, हिरेमठ संस्थान, भालकी, बीदर, (मे, २०१७)
- *क्रांतिगंगोत्री अक्कनागांबिका,* शशिकला रा. मडकी, महाराष्ट्र बसव परिषद, हिरेमठ संस्थान, भालकी, बीदर, (२००७)
- *शिवशरणी अक्कामहादेवी वचनामृत,* प्रा. श्रीकांत अरळी, शरण संस्कृती अध्ययन केंद्र, श्री महागद्गुरू श्री दुरदुंडीश्वर सिद्ध संस्थान मठ, निडसोसी, बेळगावी, (१९९१)
- *निरंजन ज्योती निलांबिका,* शांतादेवी गुंजाळ, श्रद्धा साणिकोप्प, शरण संस्कृती अध्ययन केंद्र, निडसोसी, बेळगावी, (२००१)
- *श्री बसवेश्वर,* डॉ. मधुकर माईणकर, रामचंद्र गुरव, साहित्य संस्था, पुणे (१९४७)

•••

लेखक परिचय

प्रा. डॉ. शिवशंकर चन्नाप्पा उपासे

एमए, पीएचडी

भ्रमणध्वनी क्र. ९४२१२८५६१९

प्रा. डॉ. शिवशंकर उपासे यांनी एमए आणि 'प्राचीन मराठीतील शिवदैवत-दर्शन' याविषयात पीएचडी केली आहे. आजरा महाविद्यालय, आजरा, कोल्हापूर येथे प्रपाठक व माजी मराठी विभागप्रमुख म्हणून ते कार्यरत होते. त्यांनी पदवीसाठी ३४ वर्षे, पदव्युत्तरसाठी २५ वर्षे अध्यपनाचे कार्य केले आहे.

लेखन

बालसाहित्यपर 'ऋग्वेद' मासिकात लेखन, 'शिवरामकृत शिवकथामृत' काव्यग्रंथांचे संपादन व प्रकाशन, लीळाचरित्र दर्शन' ग्रंथाचे संपादन, 'क्रांतिदर्शी शिक्षण महर्षी जे. पी. नाईक' आणि 'शिक्षणतपस्वी : जे. पी. नाईक पुस्तकांचे लेखन, संतकवी शांतलिंगकृत 'कर्णहंस' काव्यग्रंथाचे संपादन-प्रकाशक, शिवाजी विद्यापीठ (दूरशिक्षण केंद्र), कोल्हापूर बीए, एमए मराठीसाठी हस्तपुस्तिका लेखनात सहभाग आणि काही मराठी क्रमिक पुस्तकांचे संपादन, 'काव्यशास्त्र परिचय' संदर्भ ग्रंथाचे लेखन, 'महाराष्ट्र भूषण सहा संत साहित्यिक' संदर्भ ग्रंथाचे लेखन, 'चैतन्य' दिवाळी अंकाचे संपादन, शिवस्तवन -शिवस्तुतिपर संस्कृत-मराठी कवनांचे संपादन तसेच अनेक स्मरणिकांचे आणि नियतकालिकांचे संपादन.

पुरस्कार

शैक्षणिक क्षेत्रातील उत्कृष्ट कार्याबद्दल 'बसव पुरस्कार' (२०००), 'मराठी काव्यातील शिवदैवत-दर्शन' या ग्रंथास राधानगरी साहित्य व संस्कृती मंचतर्फे राज्यस्तरीय विशेष ग्रंथ पुरस्कार (२००५), 'शिवशाहू मंच' ट्रस्ट कोल्हापूरतर्फे साहित्यिक व सांस्कृतिक क्षेत्रांत उत्कृष्ट कार्य केल्याबद्दल मानपत्र प्रदान (२००७), आजरा भूषण गौरव समितीमार्फत शैक्षणिक व साहित्यिक क्षेत्रातील योगदानाबद्दल 'आजरा भूषण' पुरस्कार (२०११), 'ऋग्वेद' दिवाळी अंकास उत्कृष्ट दिवाळी अंकाचा पुरस्कार, 'शिक्षणतपस्वी : जे. पी. नाईक' पुस्तकास उत्कृष्ट चरित्राचे प्रथम पारितोषिक, वीरशैव मराठी साहित्य क्षेत्रात विशेष योगदानाबद्दल काशीपीठातर्फे डॉ. चंद्रशेखर कपाळे साहित्य पुरस्कार (२०१४)

•••

www.ingramcontent.com/pod-product-compliance
Lightning Source LLC
LaVergne TN
LVHW050854051026
849532LV00006BA/2239